D1763824

சீக்கியர்கள்

மதம் • அரசியல் • வரலாறு

சீக்கியர்கள்

மதம் • அரசியல் • வரலாறு

எஸ். கிருஷ்ணன்

கிழக்கு

சீக்கியர்கள்: மதம் - அரசியல் - வரலாறு
Seekiyargal: Madham - Arasiyal - Varalaru
S.Krishnan ©

First Edition: December 2016
184 Pages
Printed in India.

ISBN 978-81-8493-664-3
Kizhakku - 953

Kizhakku Pathippagam
177/103, First Floor,
Ambal's Building, Lloyds Road,
Royapettah, Chennai - 600 014.
Ph: +91-44-4200-9603

Email : support@nhm.in
Website : www.nhm.in

kizhakkupathippagam
kizhakku_nhm

Author's email: kirishts@gmail.com

Cover Image: Wikimedia

Kizhakku Pathippagam is an imprint of New Horizon Media Private Limited.

This book is sold subject to the condition that it shall not, by way of trade or otherwise, be lent, resold, hired out, or otherwise circulated without the publisher's prior written consent in any form of binding or cover other than that in which it is published and without a similar condition including this the rights under copyright reserved above, no part of this publication may be reproduced, stored in or introduced into a retrieval system, or transmitted in any form or by any means (electronic, mechanical, photocopying, recording or otherwise), without the prior written permission of both the copyright owner and the above-mentioned publisher of this book.

உள்ளே

1.	பஞ்சாப் - ஒரு பார்வை	/	7
2.	சீக்கியர்களின் குரு பரம்பரை	/	14
3.	தன்னாட்சி - பண்டா சிங் பகதூர்	/	48
4.	சீக்கியப் பேரரசு - மகாராஜா ரஞ்சித் சிங்	/	60
5.	பேரரசின் வீழ்ச்சி	/	90
6.	பிரிட்டிஷ் ஆட்சியில் சீக்கியர்கள்	/	101
7.	பிரிவினையும் போராட்டங்களும்	/	124
8.	பிந்தரன்வாலே	/	137
9.	நீல நட்சத்திரம்	/	149
10.	புனர்வாழ்வு	/	163
11.	சீக்கியர்களின் சமயம், சமூகம், கலாசாரம்	/	176
	துணைப்பட்டியல்	/	184

பஞ்சாப் - ஒரு பார்வை

சீக்கியர்களின் தாயகமான பஞ்சாப் இன்று இந்தியாவின் வடமேற்கு எல்லையில் கிட்டத்தட்ட ஐம்பதாயிரம் சதுர கிலோ மீட்டர் கொண்ட மாநிலமாகச் சுருங்கிவிட்டாலும், பண்டைக்காலத்தில் ஒரு பெரும் நிலப் பகுதியாகத்தான் இருந்தது.

உலகில் முதலில் தோன்றிய முக்கிய நாகரிகங்களில் ஒன்றான சிந்து சமவெளி நாகரிகம் இந்தப் பகுதியை மையமாகக் கொண்டே அமைந்திருந்தது. சிந்துவும் அதன் துணை ஆறுகளான ஜீலம், சீனாப், ராவி, பியாஸ், சட்லெட்ஜ் ஆகிய ஐந்து நதிகளும் இந்தியாவின் வடகிழக்குப் பகுதியை வளமான பகுதியாக ஆக்கியிருந்தன. ஐந்து துணை நதிகளுக்கு இடைப்பட்ட இந்தப் பகுதிதான் பஞ்சாப் (பாஞ்ச் - ஐந்து; ஆப் ஆறு) என்று அழைக்கப்பட்டது. பண்டைய பஞ்சாபின் நிலப்பரப்பை அளவிட வேண்டுமானால் வடக்கில் காஷ்மீர்ப் பகுதியின் இமயமலை, மேற்கில் சிந்து நதி, கிழக்கில் யமுனை நதி ஆகியவை சூழ்ந்த சமவெளிப்பகுதி இது. இந்த ஆறு நதிகளுக்கும் இடையில் இரண்டு இரண்டு ஆறுகள் கொண்ட பகுதி ‘தோ ஆப்’ என்று அழைக்கப்பட்டது. சிந்த் சாகர் தோ ஆப், சாஜ் தோ ஆப், ரெச்னா தோ ஆப், பான் தோ ஆப், பிஸ்த் தோ ஆப், சிஸ் சட்லெட்ஜ் தோ ஆப் ஆகிய ஆறு தோ ஆப்களால் இந்தப் பகுதி பிரிக்கப்பட்டிருந்தது.

இப்படி ஆற்றிடைப் பகுதிகளால் சூழப்பட்டு வளங்களால் செழித்திருந்தாலும், இயற்கை அந்த நிலப்பகுதிக்கு ஒரு சோதனையையும் வைத்திருந்தது. வடக்கே இமயத்தாலும் தெற்கே மூன்று புறமும் கடல்களாலும் சூழப்பட்டிருந்த இந்திய தீபகற்பப் பகுதிக்கு, வெளியிருந்து வர முதன்மையான வழி பஞ்சாப்பினூடே நுழைவதுதான்.

வெளிநாடுகளிலிருந்து நிலவழியாக கைபர், போலன் கணவாய்களைத் தாண்டி உள்ளே வருபவர்கள் அனைவரும் பஞ்சாப் சமவெளிப் பகுதியைக் கடந்துதான் இந்தியாவுக்கு வரவேண்டும். இந்தியாவுக்கு ஒரு நுழைவாயிலாக பஞ்சாப் இருந்த காரணத்தால் மேற்கிலிருந்து இந்தியாவின் மேல் நடத்தப்பட்ட படையெடுப்புகள் அனைத்தும் பஞ்சாப் வழியேதான் நிகழ்ந்தன.

வரலாற்றில் பதிவு செய்யப்பட்ட அத்தகைய படையெடுப்புகளில் முதலாவது, அலெக்ஸாண்டரால் நிகழ்த்தப்பட்டது. இந்தியாவை நோக்கி வந்த அலெக்ஸாண்டரை எதிர்க்க முடியாமல் பஞ்சாபின் வடக்கிலிருந்த தட்சசீல அரசு சமாதானம் செய்து கொண்ட போதிலும், ஜீலம் நதிக்கரையை ஆண்ட போரஸ் அலெக்ஸாண்டரை எதிர்த்துப் போர் புரிந்ததும், அந்தப் போரில் தோல்வியுற்றாலும் அலெக்ஸாண்டரால் பாராட்டப்பட்டு நாடு போரஸுக்கு திருப்பி அளிக்கப்பட்டதும் கிரேக்க வரலாற்று ஆசிரியர்களால் ஆவணப் படுத்தப்பட்டிருக்கிறது.

அதன்பின் பியாஸ் ஆற்றங்கரை வரை அலெக்சாண்டரின் படைகள் வந்தாலும், ஆற்றைக் கடந்து மேலும் முன்னேற அவன் துருப்புகள் மறுத்துவிட்டன. இதனால் அலெக்சாண்டர் தனது இந்தியப் படையெடுப்பை பஞ்சாபுடன் முடித்துக்கொள்ள நேரிட்டது. ஆயினும் அவன் திரும்பிச் செல்லும்போது தனது பிரதிநிதிகளை அங்கு ஆட்சி செய்ய அமர்த்திவிட்டுத்தான் சென்றான். பின்னால் சந்திரகுப்த மௌரியர் இந்தப் பகுதிகளை வென்று தனது நாட்டுடன் இணைத்துக்கொள்ளும் வரை கிரேக்கர்களின் கையில்தான் பஞ்சாப் இருந்தது.

மௌரியப் பேரரசு சிதறுண்டதும், காந்தாரத்தின் ஆட்சியைப் பிடித்த பாக்டீரியாவின் அரசர் முதலாம் டிமிட்ரியஸ், பொயுமு 2ம் நூற்றாண்டில் பஞ்சாபின் மீது படையெடுத்து அதை ஆக்கிரமித்துக் கொண்டார். இதை அடுத்து இந்தோ-கிரேக்கர்களின் ஆட்சியின் கீழ் வந்த பஞ்சாப், பொயுமு முதல் நூற்றாண்டில் இந்தோ - சித்தியர்கள் என்று அழைக்கப்பட்ட சாகர்களின் படையெடுப்பைச் சந்தித்தது. இந்தோ-கிரேக்கர்களை வென்று காந்தாரத்திலிருந்து மதுரா வரை

தங்களது ஆட்சியை சாகர்கள் நிறுவினர். அதன் பின் பஞ்சாபை மையமாகக் கொண்டு குஷானப் பேரரசு அமைந்தது. அந்தப் பேரரசின் தலைசிறந்த அரசரான கனிஷ்கர் பஞ்சாபின் மேற்கிலுள்ள நகரமான புருஷபுரத்தைத் (தற்போதைய பெஷாவர்) தலைநகராகக் கொண்டு ஆட்சி செய்தார்.

பிறகு இந்தியாவின் பெரும் அரசுகளில் ஒன்றான குப்தப் பேரரசின் ஆட்சியின் கீழ் வந்த பஞ்சாப், சிறிது காலம் அமைதியைச் சந்தித்தது. ஆனால் அந்தப் பேரரசின் இறுதிக்காலத்தில் நாடோடிகளான ஹூணர்கள் பஞ்சாபின் மீது படையெடுத்தனர். தோரமானன், மிகிரகுலன் ஆகிய அரசர்களின் தலைமையில் ஹூணர்கள் பல முறை பஞ்சாபைத் தாக்கினர். இதனால் பெரும் அழிவைச் சந்தித்த பஞ்சாபை, ஹர்ஷவர்த்தனர் தனது ஆட்சியின் கீழ் கொண்டுவந்து, அங்குள்ள நகரங்களில் ஒன்றான தானெஸ்வரத்தைத் தன் தலைநகராக ஆக்கிக்கொண்டார்.

அதற்குப் பிறகு வட இந்தியாவில் பேரரசுகள் ஏதும் அமையாததால், மேற்கிலிருந்து வந்த ஆக்கிரமிப்புகளை அடிக்கடி பஞ்சாப் சந்தித்தது. பொயு 8ம் நூற்றாண்டில் படையெடுத்து வந்த அராபியர்கள் பஞ்சாபில் உள்ள மூல்தானைக் கைப்பற்றிக்கொண்டு தம் தலைநகராக ஆக்கிக் கொண்டனர். ஆனாலும் ஷாஹி வம்ச அரசர்கள் பஞ்சாபின் வட பகுதியைத் திறமையாகக் காத்து வந்தனர். எனவே மேற்கொண்டு முன்னேற அராபியர்களால் முடியவில்லை.

10ம் நூற்றாண்டில் துருக்கிய அரசான கஜினியிலிருந்து அதன் அரசன் முகமது இந்தியாவின் மீது தொடர்ச்சியான படையெடுப்புகளை மேற்கொண்டபோது பஞ்சாப் பேரழிவைச் சந்தித்தது. பஞ்சாபைக் கைப்பற்றிக்கொண்ட பிறகு, சோமநாதபுரம் போன்ற செல்வம் நிறைந்த கோவில்களைச் சூறையாட பஞ்சாபைத் தனது தளமாக ஆகிக்கொண்டான் கஜினி முகமது. அடுத்து பஞ்சாபின் மீது படையெடுத்து அதை வெற்றிகொண்டது மற்றொரு துருக்கிய அரசனான முகம்மது கோரி. கோரியின் ஆட்சிக்குப் பிறகு டில்லி சுல்தான்களின் ஆட்சியில் கீழ் வந்தது பஞ்சாப்.

துக்ளக் வம்சம் டில்லியை ஆண்டுகொண்டிருந்தபோது, மத்திய ஆசியாவிலிருந்து தைமூர் இந்தியாவின் மீது படையெடுத்து வந்தான். செங்கிஸ்கானைப் போல நாடோடிப் போர்வீரனான அவன் தனது படைகளுடன் பொயு 1398ஆம் ஆண்டு சிந்து நதியைக் கடந்து, பஞ்சாபிலுள்ள துளம்பா என்ற நகரைத் தாக்கினான்.

அவனது படைகள் அந்த நகரைச் சூறையாடி, நகர வாசிகளைக் கொன்று குவித்தன. அதன்பின் மூல்தான் நகரையும் தைமூர்

கைப்பற்றிக் கொண்டான். அடுத்ததாக, டில்லி மீது படையெடுக்கத் திட்டமிட்ட தைமூர் இந்த இடைப்பட்ட காலத்தில் பஞ்சாபின் பல பகுதிகளையும் சூறையாடி பல ஆயிரக்கணக்கானவர்களைக் கொன்றொழித்தான். டில்லி மீது படை எடுத்து துக்ளக்கை வென்று திரும்பும் வழியிலும் அவனால் பஞ்சாப் கடுமையான அழிவைச் சந்தித்தது. பல நகரங்கள் அழிக்கப்பட்டன.

பஞ்சாபின் மக்கள்

இப்படி அடிக்கடி படையெடுப்புகளால் பாதிக்கப்பட்டிருந்த பஞ்சாபின் மக்கள் போர்களினுடே வாழ்வதற்குப் பழகிவிட்டனர். பல சமயங்களில் அவர்கள் வீடுகளை இழந்தனர், அத்தோடு உற்றார், உறவினரையும் நண்பர்களையும் இந்தப் படையெடுப்புகளுக்கு பலி கொடுக்க நேரிட்டது. சில சமயம் மொத்த ஊரே சூறையாடப்பட்டு அழிக்கப்பட்டது. ஆனால் அழிவுகளிலிருந்து மீண்டெழுந்து வீடுகளையும் ஊர்களையும் புனர் நிர்மாணம் செய்வது அவர்களுக்குக் கைவந்த கலையாயிற்று.

இதுபோன்ற தொடர்ச்சியான படையெடுப்புகளால் பஞ்சாபின் இனங் களும் மாறிக்கொண்டே வந்தன. ஆக்கிரமிப்பாளர்கள் அங்குள்ள மக்களுடன் கலந்ததால், புதிய இனங்கள் உருவாயின. தைமூரின் படையெடுப்பு முடிந்த காலத்தில், பஞ்சாபின் மக்கள் விவரம் எந்தவிதமான கலவையாக இருந்திருக்கக்கூடும் என்று பார்ப்போம்.

அன்றைய இந்தியாவின் வடகிழக்குப் பகுதியில், சிந்து நதியின் இரு புறத்திலும் பதான்களும் பாலுசிகளும் வாழ்ந்து வந்தனர். அவர்கள் இஸ்லாமிய மதத்தைச் சேர்ந்தவர்கள். வடக்கில், இமயமலைப் பகுதியின் அடிவாரத்தில் இஸ்லாமியப் படையெடுப்புகளால் சமவெளியிலிருந்து விரட்டி அடிக்கப்பட்ட இந்துக் குடும்பங்கள் வாழ்ந்து வந்தன.

சிந்து நதிக்குக் கிழக்கே யமுனை நதி வரையிலான பகுதியில் பெரும்பாலும் இந்து மதத்தைச் சேர்ந்த ஜாட்களும் ராஜ்புத்திரர்களும் வைசியர்களான பணியாக்கள், மகாஜன்கள், அரோராக்கள் ஆகியோரும் வசித்தனர். அவர்களிடையே வெளிநாடுகளிலிருந்து வந்த இஸ்லாமியர்களும் அங்கு வாழ்ந்து இஸ்லாமிய மதத்தைத் தழுவியவர்களும் இருந்தனர். அரேபியா, பாரசீகம் (இன்றைய இரான்), துருக்கி ஆகிய நாடுகளிலிருந்து வந்து குடியேறிய மக்களால், அங்கு அரபு, பாரசீகம், துருக்கிய மொழி ஆகியவை பேசப்பட்டன. இது உள்ளூர் மொழிகளுடன் கலந்து பஞ்சாபி மொழியாக உருவெடுத்தது.

லோதி அரசாங்கத்தின் ஆட்சிக்கு உட்பட்டிருந்த பஞ்சாபில், இந்துக்கள் இஸ்லாமியர்களைவிட அதிகமாகவே இருந்தார்கள். ஆனாலும், இந்தியாவின் மற்ற அரசுகளை ஒப்பிட்டுப் பார்க்கும்போது அவர்களுடைய எண்ணிக்கை குறைவாகவே இருந்தது. லோடி ஆட்சிக்காலத்தின் போது, பஞ்சாபின் இந்து மக்கள்தொகையில் பெரும் மாறுதல்கள் ஏற்பட்டன.

ராஜபுதன அரசர்களில் பலர் ஆட்சியை இழந்து அக்கம் பக்கத்து மலைகளுக்கு ஓடிவிட்டனர். சிலர் மதமாற்றம் செய்யப்பட்டனர். அரசர்களின் ஆதரவு இல்லாததால், அங்குள்ள பிராமணர்களும் புரோகிதத் தொழிலை விட்டுவிட்டு கணக்கெழுதுதல், விவசாயம் ஆகிய தொழில்களைச் செய்யத் தொடங்கினார். சத்திரியர்களான 'கத்ரி' இனத்தவர், லோடி அரசின் நிர்வாக அமைப்பில் இணைந்து பணியாற்றத் தொடங்கியது மட்டுமல்லாமல், லேவாதேவி, வர்த்தகம் ஆகிய தொழில்களிலும் ஈடுபடத் தொடங்கினர். இதைப் போலவே பஞ்சாபின் மேற்குப் பகுதியில் அரோராக்களும் சட்லெட்ஜ் யமுனா ஆற்றிடைப் பகுதியில் இந்தத் தொழில்களை நடத்தி வந்தனர்.

சில ஜாட் குடும்பத்தினர், இஸ்லாமைத் தழுவினார், குஜ்ஜார்கள் இந்து மதக் கொள்கைகளைப் பின்பற்றி வந்தனர். இந்துக்களைத் தவிர, தாந்திரீக புத்தமதத்தைப் பின்பற்றுபவர்களும் ஜைனர்களும் அங்கே வாழ்ந்து வந்தனர். இதற்கிடையில் கோரக்நாத்தைக் குருவாகக் கொண்ட ஹாடயோகிகளின் ஒரு புதிய பிரிவு உருவாகி வந்தது. சிந்த் சாகர் தோ-ஆப்பைத் தலைமையிடமாகக் கொண்டு பஞ்சாப் முழுவதிலும் இந்த வழிபாட்டுமுறையைப் பின்பற்றுபவர்கள் பரவி வந்தனர். அவர்களுடைய வழிபாட்டுத் தலங்களில் துனி என்று அழைக்கப்படும் ஒரு ஜோதி எரிந்துகொண்டே இருக்கும். யாத்திரிகர்களுக்காக 'பண்டார்' என்ற ஒரு பொது சமையலறையும் உண்டு.

ஆறுகளால் சூழப்பட்ட, வளம் மிகுந்த பகுதியான பஞ்சாபில் விவசாயம் முக்கியத் தொழிலாக இருந்ததில் வியப்பொன்றுமில்லை. இதன் காரணமாகவே இன்றும் இந்தியாவின் தானியக் களஞ்சியமாக பஞ்சாப் கருதப்படுகிறது. விவசாயத் தொழிலை மேற்கொண்டவர்களில் பெரும்பாலானோர் ஜாட் சமூகத்தைச் சேர்ந்தவர்கள். பின்னாளில் சீக்கிய சமூகத்தில் பெரும்பான்மையினராகத் தம்மை இணைத்துக்கொண்டவர்களில் ஜாட்கள் முக்கியமானவர்கள். ஜாட்களின் மூலத்தைப் பற்றி பல்வேறு விதமான ஊகங்கள் நிலவி வருகின்றன. ஐரோப்பிய ஆராய்ச்சியாளர்கள் அவரை சித்தியர்கள் என்று கூறுகின்றனர். மற்றும் பலர் அவர்களை ஆதிகாலம் முதல் அங்கு வாழ்ந்து வந்த மண்ணின் மைந்தர்கள் என்று கூறுகின்றனர்.

இன்றைய நிலையில் இஸ்லாமிய மதத்தைச் சேர்ந்த ஜாட்கள் பாகிஸ்தானிலுள்ள பஞ்சாபிலும், சீக்கிய மதத்திலுள்ள ஜாட்கள் இந்தியாவிலும், ஜாட் இந்துக்கள் பஞ்சாப், ஹரியானா, ராஜஸ்தான், உத்தரப் பிரதேசம் ஆகிய மாநிலங்களிலும் பெரும்பாலும் காணப் படுகின்றனர்.

பக்தி இயக்கங்கள்

மேலே பார்த்தது போல், பொயு 1400களில் பல மதங்களையும், பல இனங்களையும் பல மொழிகளையும் பேசும் ஒரு சமூகமாக பஞ்சாப் உருவெடுத்து வந்தது. இதனால் நன்மைகளும் தீமைகளும் சேர்ந்தே விளைந்தன. மதச் சண்டைகளும் சாதிச் சச்சரவுகளும் அடிக்கடி நிகழ்ந்தன. நாட்டின் மற்ற பகுதிகளில் நிலவியதைப் போலவே இந்துக்களுக்குள் உயர் சாதி, தாழ்ந்த சாதிப் பாகுபாடுகள் கடைப் பிடிக்கப்பட்டன. அங்கிருந்த மக்களுக்கு ஒரு தெளிவான ஆன்மிகப் பாதை ஏதும் இல்லாமல் வெறும் சடங்குகளில் தம்மை ஈடுபடுத்திக் கொண்டனர். மதகுருமார்கள் தங்கள் மதமே உயர்ந்தது என்பதை நிலைநிறுத்துவதில் நேரம் செலவிட்டார்களே தவிர மக்களை ஆன்மிகப் பாதையில் உயர்த்துபவர்களாக இல்லை.

நாட்டின் மற்ற பகுதிகளிலும் சிறிது காலத்துக்கு முன்பு கிட்டத்தட்ட இதே நிலை இருந்தது என்றாலும், இந்து மதத்தில் பக்தி இயக்கம் ஒரு பெரும் சீர்திருத்த இயக்கமாக உருவெடுத்திருந்தது. பொயு 7ஆம் நூற்றாண்டின் இறுதியில் தென்னிந்தியாவில் தோன்றிய இந்த இயக்கம், 13 - 14ஆம் நூற்றாண்டுகளில் வட நாடு முழுவதும் பரவியது.

தென்னிந்தியாவில் ஆழ்வார்களும் நாயன்மார்களும் பக்தி இயக்கத்தை முன்னெடுத்துச் சென்றது போல, வட நாட்டில் மீரா பாய், நாமதேவர், சமர்த்த ராமதாசர், கபீர், துளசிதாஸ், ஜெயதேவர் போன்றோர் இந்த இயக்கத்தில் குறிப்பிடத்தக்கவர்களாக விளங்கினார். வெறும் சடங்குகளால் மட்டுமல்லாமல், இறைவனின் மீது அப்பழுக்கற்ற பக்தி செலுத்துவதன் மூலம் அவனை அடையலாம் என்பதே பக்தி இயக்கத்தின் மையக் கருத்தாக இருந்தது. எளிமையான பாடல்களால் இறைவனைத் தோத்திரம் செய்வதே பக்தி இயக்கத் தோன்றல்களின் வழிமுறையாக இருந்தது. இதனால் சமூகத்தில் பல படிகளில் இருந்தவர்களும் இந்த இயக்கத்தில் எளிதாகக் கலக்க முடிந்தது. தீண்டத்தகாதவர்கள் என்று கருதப்பட்டவர்களும், சமூகத்தின் பொதுவாழ்விலிருந்து ஒதுக்கப்பட்டு இருந்த பெண்களும் பக்தி இயக்கத்தில் பங்கு வகித்தனர்.

இது போன்ற சமூகச் சீர்திருத்தக் கூறுகளையும் பக்தி இயக்கம் தன்னுள்ளே கொண்டிருந்தது. மக்களுக்குச் சேவை புரிவது, வெள்ளங்கள், பூகம்பங்கள் போன்ற இயற்கைச் சீற்றங்களின் போது மக்களுக்கு உதவுவது, உணவு இல்லாதவர்களுக்கு அன்னதானம் அளிப்பது போன்ற சமூகக் கடமைகளையும் பக்தி இயக்கத்தினர் மேற்கொண்டனர். பக்தி இயக்கப் பெரியோர்களிடம் இருந்த மற்றொரு குறிப்பிடத்தக்க அம்சம் நாடு முழுவதும் பயணம் செய்து தமது கொள்கைகளைப் பரப்பியது.

இந்து மதத்தில் பக்தி இயக்கம் வளர்ந்து வந்தது போலவே, இஸ்லாமிய மாதத்தில் சூஃபி இயக்கம் உருவெடுத்தது. மற்ற சமயக் கருத்துகளைப் படித்தும் அவற்றில் தேவையானவற்றை உள்வாங்கிக்கொண்டும் சூஃபிக்கள் தமது இயக்கத்தை வளர்த்து வந்தனர். இந்து மதத்தில் இருந்த பக்தி இயக்கப் பெரியார்களைப் போலவே சூஃபிக்களும் பாடல்கள் மூலமும் நடனத்தின் மூலமும் இறைவனை வழிபட்டு வந்தனர். இறைவனிடம் பரிபூரண சரணாகதி அடையவேண்டிய அவசியத்தையும் தமது பாடல்களின்மூலம் சூஃபிக்கள் வலியுறுத்தினர்.

மற்ற இஸ்லாமியர்களுக்கும் சூஃபிக்களுக்கும் இருந்த முக்கியமான வேறுபாடு என்ன? ஒரு புறம் தமது மதத்தை ஏற்காதவர்களைத் தண்டித்தும் மற்ற சமய வழிபாட்டுத் தலங்களை இடித்தும் இஸ்லாமியர்கள் முன்னேறி வந்தபோது, சூஃபிக்கள் அமைதி மார்க்கத்தில் ஈடுபட்டு வந்தனர். தானே முன்வந்து இஸ்லாத்தில் இணைபவர்களையன்றி யாரையும் கட்டாயமாக சூஃபிக்கள் மதம் மாற்றவில்லை. சூஃபிக்கள் அல்லாத இஸ்லாமியர்களின் அச்சுறுத்தல் களால் மனம் நொந்து போயிருந்த மக்களுக்கு, சூஃபிக்களின் அமைதி வழி நிம்மதியைக் கொடுத்தது. இந்து சமூகத்தின் அடித்தளத்தில் இருந்தவர்கள் இஸ்லாத்துக்கு மதம் மாறத் தொடங்கினர். சூஃபிக்களின் வழியைத் தங்கள் வழியாகத் தேர்ந்தெடுத்துக் கொண்டனர்.

ஒரு புறம் பக்தி இயக்கம் மறு புறம் சூஃபி இயக்கம் என்று இரு மதங்களிலும் தோன்றிய மறுமலர்ச்சி இயக்கங்களின் சந்திப்பாக பஞ்சாப் இருந்தது. இரு இயக்கக் கோட்பாடுகளாலும் மக்கள் கவரப்பட்டார்கள். போர்களினால் அமைதியிழந்திருந்த மக்களுக்கு பக்தி மார்க்கம், ஒரு நல்ல மருந்தாக அமைந்தது. பக்தி இயக்கத்தையும் சூஃபி மார்க்கத்தையும் சுவீகரித்துக் கொண்ட இப்பகுதி மக்கள், தங்களை ஆன்மிகப் பாதையில் இட்டுச் செல்ல சரியான ஒரு வழிகாட்டியை எதிர்பார்த்துக் காத்திருந்தனர்.

சீக்கியர்களின் குரு பரம்பரை

பதினான்காம் நூற்றாண்டின் பிற்பகுதியில், தைமூரின் படையெடுப்பிற்குப் பிறகு, பஞ்சாப் பகுதியில் சிறிது அமைதி நிலவியது. டெல்லி சுல்தான்கள் வரிசையில் லோடி வம்சம் நாட்டை ஆண்டுகொண்டிருந்தது. இந்தச் சமயத்தில், லாகூருக்கு அருகே உள்ள தல்வாண்டி என்ற இடத்தில் 1469ம் ஆண்டு நானக் பிறந்தார். தல்வாண்டி இந்தியாவின் மீது படையெடுக்கும் வெளிநாட்டுப் படைகள் செல்லும் நேர் வழியில் அமைந்திருந்ததால், ஒவ்வொரு முறையும் அழிவைச் சந்தித்துக்கொண்டிருந்தது. பல முறை அந்த ஊர் அடியோடு அழிக்கப்பட்டு, பிறகு அந்த ஊர்வாசிகளின் அயராத உழைப்பினால் மீண்டெழுந்தது. இது போதாதென்று உள்ளூர் அரசுகளும் அடிக்கடி சச்சரவில் ஈடுபட்டுக்கொண்டிருந்தன. இது போன்ற ஒரு குழப்பமான சூழ்நிலையில் நானக் வளரவேண்டியிருந்தது. இளமையிலேயே நல்ல கவி பாடும் திறனை நானக் பெற்றிருந்தார். தத்துவங்களை அடிப்படையாக வைத்து அவர் தமது பாடல்களை இயற்றினார். ஓயாது இந்து முஸ்லீம் சண்டைகளைச் சந்தித்துக்கொண்டிருந்ததாலோ என்னவோ அவர் முதலில் இயற்றிய பாடல்களில் சமயங்கள் கடந்த பார்வை மையக்கருத்தாக இருந்தது.

'இங்கே இந்துவும் இல்லை, முஸல்மானும் இல்லை'

- குரு கிரந்த சாஹிப் - ராக் பைரோன், ப-1136

இறைவனின் முன்னால் அனைவரும் சமம் என்பதே நானக்கின் அடிப்படைத் தத்துவம். அறிவும் திறமையும் நானக்குக்கு சிறு வயதிலேயே அமைந்திருந்தாலும், குழந்தை மேதைகள் வழக்கமாகச் சந்திக்கும் சவால்களை நானக்கும் சந்திக்க வேண்டியிருந்தது. பள்ளிப்படிப்பில் அவர் மனம் செல்லவில்லை. மாறாக சிலேட்டில் அவர் கவிதைகளை எழுதித் தள்ளிக்கொண்டிருந்தார். இது அவர் குடும்பத்தினருக்கு திருப்தி தரவில்லை. எனவே தனிப்பாடங்களுக்கு ஏற்பாடு செய்தனர். தனிப்பாடங்களின் மூலம் சமஸ்கிருதம், அரபு, பாரசீக மொழிகளை அவர் கற்றார்.

எதையும் கேள்வி கேட்கும் தன்மையுள்ள நானக் அவரது ஆசிரியர் களிடமும் பல கேள்விகளை எழுப்பினார். சத்திரிய வம்சத்தைச் சேர்ந்த அவருக்கு உபநயனம் செய்விக்க அவரது பெற்றோர்கள் முயன்றபோது, பூணூலை அணிய மறுத்தது மட்டுமல்லாமல், ஒருவருடைய நடத்தையிலும், குணத்திலும் பூணூல் அணிவது எந்தவிதமான மாறுதல்களை விளைவிக்கிறது, தனிமனிதனை அது எவ்வாறு உயர்த்துகிறது என்று புரோகிதரிடம் கேள்விகளை அடுக்கினார். பண்டைய பழக்க வழக்கங்களை காரணமில்லாமல் மனிதர்கள் பின்பற்றுவதை வெறுத்த அவர், சடங்குகளால் மனித வாழ்க்கை மேம்படுவதில்லை என்பதை மீண்டும் மீண்டும் வலியுறுத்தினார்.

அவர் பணியில் சேரும் வயது வந்தவுடன், அவரது சகோதரரின் கணவர் சுல்தான்பூர் நவாபிடம் அவரை வேலைக்குச் சேர்த்துவிட்டார். வேலையை என்னவோ ஒழுங்காகச் செய்தாலும் நானக்கின் மனம் ஆன்மிகப் பாதையையே நாடியது. இதைக் கவனித்துவந்த அவரது தங்கை, அவருக்குத் திருமணம் முடித்து அவரைத் ‘திருத்த’ நினைத்தார். நானக்குக்கு பத்தொன்பது வயது ஆனபோது சுலக்னி என்பவருடன் அவருக்குத் திருமணம் நடந்தது. அவருக்கு ஸ்ரீசந்த் மற்றும் லட்சுமிதாஸ் என்ற இரண்டு மகன்கள் பிறந்தனர். இல்லற வாழ்வில் ஈடுபடுத்தப்பட்டாலும், நானக் தமது பக்திச் சொற் பொழிவுகளை விட்டுவிடவில்லை. ஓய்வு நேரங்களில் நானக்கின் போதனையைக் கேட்க வரும் சீடர்கள் கூட்டம் நாளுக்கு நாள் அதிகரித்து வந்தது.

ஆனால் இந்த நிலை அதிக நாள் நீடிக்கவில்லை. குடும்ப வாழ்க்கையில் உழன்று கொண்டிருந்த நானக்கின் மனம் ஆன்மிகப் பாதையை நாடியது. அமைதியின்றித் தவித்த அவர், தமது இருப் பிடத்திலிருந்து கிளம்பி, தூர தேசங்களுக்குச் செல்லவேண்டிய நேரம் வந்துவிட்டது என்று உணர்ந்தார். பல்வேறு தரப்பட்ட மக்களைச் சந்தித்து அவர்களோடு உரையாடி தனது ஆன்மிகப் பாதையை

வகுத்துக்கொள்ளவேண்டும் என்று நினைத்தார் அவர். அதன்படி 1496ல் தமது பயணங்களைத் தொடங்கினார். தனது முதல் யாத்திரையில், இந்தியாவின் பல புனிதத்தலங்களையும் தரிசித்து இலங்கை வரை சென்ற அவர், இரண்டாவது முறை மேற்கு நோக்கிப் பயணம் மேற்கொண்டு இஸ்லாமியர்களின் புனித மெக்கா வரை சென்று வந்தார். பல ஞானிகளையும், அறிவாளிகளையும் துறவி களையும் தமது பயணத்தில் சந்தித்து அவர்களோடு உரையாடி தமது ஆற்றலைப் பெருக்கிக் கொண்டார். அவரது கோட்பாடுகளும் மெல்ல மெல்லத் தெளிவாகிக் கொண்டு வந்தது. பின்வரும் பாடல் அதை அழகாக எடுத்துக் காட்டுகிறது.

> கடவுள் ஒருவரே. அவர் மட்டுமே உள்ளார்
> அனைத்தையும் உருவாக்கியவர் அவர், அனைத்திலும்
> இருப்பவர் அவர்
> அச்சமும் வெறுப்பும் இல்லாதவர் அவர்
> காலங்களைக் கடந்தவர், பிறப்பில்லாதவர், சுயம்பு
> ஞானத்தை அருள்பவர்
> அவர் அருளாலேயே அவரை உணரமுடியும்
> அவர்தான் தொடக்கம். எல்லாக் காலத்திலும் இருப்பவர் அவரே
> உண்மையும் அவரே, நித்தியமும் அவரே, ஓ நானக்
>
> - குரு கிரந்த சாகிப்

நானக்கைப் பொறுத்தவரை கடவுள் ஒருவரே. அவர் உருவம் இல்லாதவர். உண்மை, அறம், தைரியம் மற்றும் ஞானத்தின் உருவானவர் அவருடைய கடவுள். சாதி, மத வேறுபாடுகள் இல்லாமல் ஒவ்வொருவருக்குள்ளேயும் கடவுள் உறைந்திருக்கிறார் என்று நானக் நம்பினார்.

நானக் ஜைன குருமார்களைக் கடுமையாக நிந்தித்தார். அவர்கள் தங்கள் பெற்றோர்களின் தொழிலை விட்டுவிட்டு அவர்களை அழச் செய்துவிட்டார்கள். அவர்கள் தங்கள் தலைகளை மொட்டை யடித்துக்கொண்டு இடுப்பில் கட்டப்பட்ட பிட்சை பாத்திரத்துடன் நடப்பவர்கள். அவர்களை நெருங்க முடியாத அழுக்கானவர்கள் என்றெல்லாம் நானக் வர்ணித்திருக்கிறார். இதற்கெல்லாம் அவர்கள் நாஸ்திக வாதிகளாக இருந்ததுதான் அடிப்படைக்காரணமாக இருந்திருக்கக்கூடும். இதைப் போலவே இந்து மதக் கொள்ளை களையும் உருவ வழிபாட்டையும் நானக் நிராகரித்தார். சித்து வேலைகள் செய்யும் யோகிகளையும் அவர் விட்டு வைக்கவில்லை. யோகம் என்பது காவி உடை உடுத்துவதினாலும், தண்டம் ஏந்துவதி

னாலும், உடல் முழுவதும் சாம்பலைப் பூசிக்கொள்வதாலும், வாத்தியங்களை முழங்குவதாலும் கிடைப்பதில்லை. இணைப்பினால் வரும் மாசுகளின் நடுவே மாசற்று இருப்பதே யோகம் ஆகும்.

நானக்கைப் பொருத்தவரை கடவுள் நம்மால் புரிந்துகொள்ள முடியாதவர், நம் அறிவுக்கு எட்டாதவர், எல்லையில்லாதவர், காலங்களைக் கடந்து நிற்பவர், கண்டறிய முடியாதவர், பிறப்பில்லாதவர். அவருக்கு விருப்பமான பொழுதில் இந்த உலகத்தை அவர் சிருஷ்டித்தார். அதன் பின் அவருக்கு வேண்டிய சில குணங்களால் அவரை அறியுமாறு தன்னை மாற்றிக்கொண்டார். படைத்தல் காத்தல் அழித்தல் என்ற முத்தொழிலையும் அவரே செய்கிறார்.

அவர் ஒருவரே; அவர்தான் பிரம்மா, விஷ்ணு, சிவன் எல்லாம். அவரே எல்லாவற்றையும் செய்கிறார். கடவுளுடன் தொடர்பை ஏற்படுத்திக் கொள்ள அவர் தன்னை எப்படி வெளிப்படுத்திக்கொள்கிறார் என்று அறிய வேண்டியது அவசியம். அதை அறிந்துகொள்வதன் விளைவுகளைப் பற்றியும் புரிதல் வேண்டும். உலகில் காணும் எல்லாமே கடவுளின் படைப்பு என்பதே உண்மையான அறிவாகும். அதைப் போலப் பெயருக்கும் ('நாம்') சொல்லுக்கும் ('சப்தம்') உள்ள வேறுபாட்டை அறிந்துகொள்வதும் அவசியமாகும்.

பெயரினாலேயே ஒருவன் அறியப்படுகிறான். பெயரில்லாமல் நிறைவு கிடைப்பதில்லை. அதே சமயம் சாதனை என்னும் புதையல் சொல்லை உச்சரிப்பதாலேயே கிடைக்கிறது. உருவமில்லாத, நிறமில்லாத, வடிவமில்லாத கடவுள் சொல்லால் மட்டுமே அறியப்படுகிறார். பெயரும் சொல்லும் கடவுளை நமக்கு அறிவிக்கின்றன. அதை அறிவிக்கும் ஊடகமாக குரு இருக்கின்றார். உண்மையான குரு இல்லாவிட்டால் ஒருவன் பிறப்பு, இறப்பு எனும் சுழலில் சிக்கிக் கொள்கிறான். உண்மையான குருவின் 'பிரசாதத்தால்' அஞ்ஞானம் அழிந்து உண்மையின் ஒளி புலப்படுகிறது. இறைவனின் நியதியை அறிந்து கொள்வதும் முக்கியமான ஒன்று. உலகில் உள்ள அனைத்தும் இறைவனின் நியதிக்குக் கட்டுப்பட்டே நடக்கின்றன. அதற்கு விதிவிலக்கு என்று ஒன்றும் இல்லை. உலகின் இயக்கத்தைக் கவனித்தாலே இந்த ஒழுங்கு புலப்படும். இறைவனே அனைத்தையும் இயக்குபவன். இந்த நியதியை ஏற்று இறைவனிடம் மனிதன் சரணடைய வேண்டும்.

முக்தியடைவதற்கு ஒருவன் எவ்வளவுதான் முயன்றாலும் ஒரு கட்டத்துக்கு மேல், இறைவனின் அருள் இருந்தால் அன்றி அது அவனுக்கு கிட்டாது. ஆனால், மனிதனின் முயற்சி போது

மானதில்லையே தவிர அது மிகவும் அவசியமானது. இறைவனின் மேல் உண்மையான அன்பு செலுத்தினால் அன்றி அவன் கருணையைப் பெறுவது கடினம். சக்வி (நாரைகள்) சூரியனின் மேல் அன்பு செலுத்துவதைப் போலவும், மயில் மழையின் மேல் அன்பு செலுத்துவதைப் போலவும், மீன்கள் நீரின் மேல் அன்பு செலுத்து வதைப் போலவும் மனிதன் இறைவனின் மேல் அன்பு செலுத்த வேண்டும். பக்தியோடு பாய், அதாவது பிரமிப்பு என்ற சொல்லும் சேர்ந்து பயன்படுத்தப்படும். பாய்-பக்தி, அதாவது இறைவனின் மேல் பிரமிப்பு கலந்த பக்தி இருந்தால் ஒருவன் எதற்கும் அஞ்சாதவனா கிறான். இறைவனின் மேல் அச்சம் இல்லாதவர்கள் எதற்கும் அஞ்சுகிறார்கள்.

இறைவன் உண்மை என்பது போலவே, அவர் படைத்த உலகம் பொய்யானது. உலகத்தின் மேல் பற்றுக்கொண்ட அனைவரும் 'தூபிதா' என்ற கஷ்டத்தால் அவதியுறுகின்றனர்.

நீ பணியாளனைத் துதித்தால், எஜமானனை எப்போதும் சந்திக்க மாட்டாய்.

உலகாயதமான பொருட்களின் மேல் பற்று வைப்பது, உண்மையின் கதவை மூடிவைக்கிறது. ஐந்து வகையான மாயைகள், காமம், ஆசைப்படுதல், உலகப் பொருட்களின் மேல் பற்று வைத்தல், கோபம், தற்பெருமை மனிதனை முடக்கிப் போடுகின்றன. மனிதனால் இவற்றை வெல்வது கடினமாகும். ஆனால் மனிதன் இவற்றை வென்றே ஆகவேண்டும். ஆனால் இந்தப் பற்றுக்களை அறுத்து விட்டுத்தான் மனிதன் இறைவனை நோக்கி முன்னேற முடியும். எண்ணற்ற பாவங்களை மனிதன் செய்தாலும், எல்லையற்ற கருணை கொண்டை இறையால் அவரை நோக்கி வரும் பாதையில் அவனைச் செலுத்த முடியும்.

கடலில் உள்ள நீர்த்துளிகள் போல், என் பாவங்கள் கணக்கிலடங்காதவை.

இறைவா, உன் கருணையால் கல்லும் நீரைக் கடக்க இயலும்.

இறைவனை அடையும் முயற்சியில் 'விசாமத்' என்ற அனுபவம், அதாவது பிரமிப்பு அளிக்கும் இறைவனின் பெருங்கருணையும் அவனை அடையும் முயற்சியில் கிடைக்கும் பேரின்பமும், முக்கிய மானது. இதன் மூலம் அவனுடைய அகங்காரம் குறைகிறது. அகங்காரம் குறையக் குறைய விசாமத் அதிகரிக்கிறது. இந்தச் சூழலின் மூலம் இறைவனை நோக்கி அவன் உயர்கிறான். முடிவில் இறைவனுடன் அவன் இரண்டறக் கலக்கிறான்.

குருநானக்கைப் பொருத்த வரையில், கர்ம வினைக்கும் இறைவனின் நியதிக்கும் தொடர்பு உண்டு. 'அடுத்தவரைக் குற்றம் சொல்லாதே, நீ செய்த வினைகளைப் பொறுத்தே நன்மையும் தீமைகளும் விளை கின்றன' என்கிறார் அவர். ஆனால், இறைவனின் நியதி கர்ம வினைகளை விடப் பெரியது. இறைவனைச் சரணடைந்து அவன் கருணையைப் பெறுவதன் மூலம் ஒருவன் கர்ம வினைகளிலிருந்து விடுதலை அடைய இயலும்.

இதில் குறிப்பிடத்தக்க விஷயம் என்னவென்றால் அவர் இயற்றிய பாடல்களை வைத்தே தமது போதனைகளை அவர் செய்தார். இதன் அடிப்படையிலேயே பின்னால் வந்த சீக்கிய குருக்களும் நானக்கின் பாடல்களையும் தாங்கள் அதற்கு மேல் எழுதிய பாடல்களையும் வைத்து தங்களுடைய போதனைகளைச் செய்தனர். ஓர் ஆன்மிக குருவாக இருந்துகொண்டே தன்னுடைய இல்லறக் கடமைகளையும் செய்ய நானக் தவறவில்லை. அவருடைய கோட்பாடான தூய்மை அற்றவைகளுக்குள் இருந்து கொண்டே தூய்மையைப் பேணுதல் என்பதற்கு இது ஒரு எடுத்துக்காட்டாக விளங்கியது.

நாடு முழுவதும் கிட்டத்தட்ட இருபத்து எட்டு ஆண்டுகள் நானக் பயணம் செய்தார். அதன்பின் லாகூருக்கு அருகில் ராவி நதிக்கரையில் ஓர் அமைதியான இடத்தைத் தேர்ந்தெடுத்து அங்கு தங்கினார். கர்தார்ப்பூர் என்ற ஒரு கிராமத்தைத் தன்னுடைய கோட்பாடுகளின் மையமாக அந்த இடத்தில் உருவாக்கினார் நானக். மக்கள் கூட்டம் கூட்டமாக அந்த இடத்தை நோக்கி வர ஆரம்பித்தனர். அவற்றில் பெரும்பாலானோர், வேளாண் தொழிலில் ஈடுபட்டிருந்த இந்துக்கள், தவிர இஸ்லாமிய மதத்தைச் சேர்ந்த சிலரும் வர ஆரம்பித்தனர். இப்படி தனக்கென ஒரு சமூகத்தை உருவாக்கிய நானக்கை குரு என்று அழைக்க ஆரம்பித்தனர் அம்மக்கள். சிஷ்யர்கள் என்ற வார்த்தை யிலிருந்து உருவான 'சீக்' என்ற சொல்லினால் அந்த மக்கள் 'சீக்கியர்கள்' என்று அழைக்கப்பட ஆரம்பித்தனர். இப்படியாக குரு நானக்கைப் பின்பற்றி சீக்கிய சமூகம் உருவானது.

நானக்கின் போதனைகள் பெரும்பாலும் பாடல்களால் ஆனவை. அவற்றை எழுத்துவடிவில் தம்மைப் பின்பற்றுபவர்களுக்கு அளிக்க தனிப்பட்ட ஒரு எழுத்து வடிவத்தை அவர் பின்பற்றினார். குருவின் முகத்திலிருந்து வந்தது என்று பொருள்படும் குர்முகி என்ற வார்த்தையினால், அந்த எழுத்து வடிவம் அழைக்கப்பட்டது. தம் வாழ்நாளில் இப்படியாக 974 பாடல்களை நானக் இயற்றினார். அவை சீக்கியர்களின் மதநூலான குரு கிரந்த சாகிப்பின் முக்கியப் பகுதியாக இன்றும் விளங்குகின்றன.

ஆன்மிகப் போதனைகளோடு, பல சமூக சீர்திருத்தங்களையும் நானக் மேற்கொண்டார். அவரைப் பின்பற்றுபவர்களிடையே சாதி, மத வேறுபாடுகள் கிடையாது. பெண்கள் மிக மோசமாக நடத்தப் படுவதைக் கண்டித்து அவர்களுக்கும் சம உரிமை வேண்டும் என்று போதித்தார். இதைத்தவிர லங்கார் என்ற பொது சமையலறை ஒன்றை ஏற்படுத்தினார். சீக்கியர்களின் கூட்டம் நடக்கும்போதெல்லாம், அவர்களே இங்கு சமைத்து, பரிமாறி, உண்டு வந்தார்கள். இது அவர்களிடையே சமூகப் பாகுபாடுகளை அகற்றி சமத்துவத்தை உருவாக்கியது.

நானக் செய்த சீர்திருத்தங்களால் கவரப்பட்ட மக்கள் பெருமளவு அவரை நாடி வர ஆரம்பித்தனர். இந்தக் காரணத்தாலும், நானக் பண்டைய மத வழக்கங்களை மாற்ற முற்பட்டதாலும் இந்து மற்றும் இஸ்லாமிய மதக்காவலர்கள் கலக்கமடைந்தனர். நானக்குக்கு எதிராக அவர்கள் டெல்லி சுல்தானான லோடியிடம் புகார் செய்தனர். ஆனால் பரந்த மனப்பான்மை கொண்டவரான லோடி அரசர் அந்தப் புகாரைக் கண்டுகொள்ளவில்லை. நானக்கும் தமது பணிகளை முன்புபோல் தொடர்ந்துகொண்டிருந்தார்.

இந்தச் சூழ்நிலையில் முகலாய அரசரான பாபர் இந்தியா மீது படையெடுத்து வந்தார். குரு நானக்கைப் பொருத்தவரையில் இந்தியாவின் மீதான பாபரின் படையெடுப்பு, ஒரு 'பாவம் தோய்ந்த கல்யாண ஊர்வலம்'. பாபருக்கும் லோடிக்கும் போர் நடந்த ஆண்டு களில் பஞ்சாபின் மக்கள் பெரும் அவதிக்குள்ளானார்கள். ஆண் பெண் வித்தியாசமில்லாது அனைவரும் கொடுமைப்படுத்தப்பட்டு மான பங்கப்படுத்தப்பட்டார்கள். நாட்டில் கட்டுப்பாடில்லாத நிலையில் சிறு அரசர்களின் கொடுமைகள் அதிகரித்தன. இஸ்லாமியர் அல்லாதோருக்கு ஜஸியா வரியும் யாத்திரை வரியும் விதிக்கப்பட்டன. இதைப் பற்றி நானக் குறிப்பிடுகையில், 'கலியுகம் ஒரு கத்தியைப் போன்று இருக்கிறது; இதில் ராஜாக்கள் கசாப்புக்கடைக்காரர்கள்; தர்மம் வேகமாக அழிந்துவருகிறது, பொய்யும் புனைசுருட்டும் நிறைந்த இருளில் உண்மையென்னும் சந்திரன் எங்கும் தென்பட வில்லை.' என்றார்.

ஆனாலும், தன்னுடைய கடமைகளை விட்டுவிடாமல், தன்னைத் தேடி வந்தவர்களுக்கு ஆன்மிக ஞானத்தை வழங்கியவாறே இருந்தார் நானக். பாபர் வட இந்தியாவில் தன் ஆட்சியை நிலை நிறுத்திய போது, நானக் தன்னுடைய கோட்பாடுகளைச் சீர்திருத்தி ஒரு இயக்கத்தை உருவாக்கியிருந்தார்.

குரு அங்கத்

பொயு 1539ம் ஆண்டு தொடக்கத்தில், தமது இயக்கத்தின் அடுத்த வாரிசாக ஒரு குருவை நியமிக்கவேண்டிய தருணம் வந்துவிட்டதை அறிந்த நானக், தமது இரு மகன்களில் ஒருவரை அடுத்த குருவாக நியமிக்கவில்லை. மாறாக, துர்காதேவியின் பக்தனாக இருந்து தமது இயக்கத்தில் சேர்ந்து, தமது அணுக்கத்தொண்டராக இருந்த லேஹ்னாவை இயக்கத்தின் வாரிசாக நியமித்தார். அவருக்கு அங்கத் (தம்முடைய அங்கத்தின் ஒரு பகுதி) என்ற பெயரையும் சூட்டினார். அதன்பின் அதிக நாட்கள் நானக் வாழவில்லை.

செப்டெம்பர் மாதம் 1539ம் ஆண்டு கர்தார்பூரில் இவ்வுலக வாழ்வை நானக் நீத்தார். அவரது மறைவு சீக்கியர்களுக்கு அளித்த பேரதிர்ச்சியைவிட, அவரது சீடரான அங்கத்துக்குப் பெரும் துயரத்தை அளித்தது. இதன் காரணமாக, உலகப் பணிகளில் இருந்து விடுபட்டு, துறவு வாழ்க்கையை அங்கத் மேற்கொண்டார். நானக்கின் இரண்டு மகன்களின் எதிர்ப்பைச் சந்திக்கவேண்டியிருக்கும் என்று கருதியதால் தான் இவ்வாறு அவர் செய்தார் என்று சொல்வோரும் உண்டு. ஏனெனில் கர்த்தார்ப்பூரில் நானக்கின் இருப்பிடத்தையும் அவர் சொத்துகளையும் அவரது மகன்கள் தமக்கு உரிமையாக்கிக் கொண்டனர். ஸ்ரீசந்த், குரு நானக்கை அடக்கம் செய்த இடத்தில் ஒரு சமாதியைக் கட்டினார். அங்கத்தை குருவாக ஏற்றுக்கொள்ளவும் அவர் மறுத்துவிட்டார்.

ஆனால், இயக்கப் பணிகள் நீண்ட நாட்கள் குரு அங்கத்தை தனியாக விட்டுவைக்கவில்லை. காடுர் என்ற இடத்தைத் தமது இருப்பிடமாக ஆக்கிக்கொண்ட அங்கத், குர்முகி எழுத்துருவைச் செம்மைப்படுத்தி நானக்கின் பாடல்களைப் புத்தகமாகத் தொகுத்ததோடு, தமது 62 பாடல்களையும் அதோடு இணைத்தார். அவர் புனைந்த பாடல்களை நானக் என்ற பெயரின் அடிப்படையில் அவர் இயற்றினார்.

குரு அங்கத்தின் பாடல்களில் இறைவன் எல்லா இடங்களில் நிறைந்திருத்தலும், சர்வ வல்லமை பொருந்திய தன்மையும், எல்லாம் அறிந்திருத்தலும் கூறப்பட்டன. ஒரு பாடலில் இறைவனை வணங்காத தலை வெட்டப்படுவதே சிறந்தது என்றுகூடக் கூறியிருக்கிறார் அங்கத். இறைவனின் புகழ் பாடியது மட்டுமல்லாமல், குருவின் பெருமைகளையும் அவர் பாடல்கள் உயர்த்திப் பேசின. இந்த விதத்தில் நானக்கிடமிருந்து அவர் வேறுபட்டார். முக்திக்கான சாவி குருவிடம் இருக்கிறது என்றும், குரு இல்லாத உலகத்தைக் கடும் இருள் சூழ்ந்திருக்கிறது என்றும் குறிப்பிட்டார் அவர்.

குழுவாக உண்பதற்காக லங்கார் என்ற சமையலறையையும் அங்கத் ஏற்படுத்தினார். கிவி மாதா என்று அழைக்கப்பட்ட அவர் மனைவி, அந்தச் சமையலறையின் நடவடிக்கைகளைக் கவனித்துக்கொண்டார். கிட்டத்தட்ட பதிமூன்று ஆண்டுகள் இயக்கத்தை முன்னெடுத்துச் செல்லும் பணியில் ஈடுபட்ட அங்கத் 1552ம் ஆண்டு மறைந்தார். தனது குருவைப் போலவே, தமது குடும்பத்தாரை வாரிசாக நியமிக்காமல், தமது சீடரான அமர்தாஸ் என்பவரை அடுத்த குருவாக நியமித்திருந்தார் அங்கத்.

குரு அமர்தாஸ்

கத்ரி வகுப்பைச் சேர்ந்தவரான அமர்தாஸ், சீக்கிய இயக்கத்தை மேலும் வலுப்படுத்தினார். அங்கத் சந்தித்த வாரிசுரிமைச் சிக்கல்களை இவரும் சந்திக்க வேண்டியிருந்தது. கடூரில் இருந்த அங்கத்தின் இடத்துக்கு அவரது மகன்கள் உரிமை கொண்டாடவே, அமர்தாஸ் கடூரை விட்டு பியாஸ் நதிக்கரைக்குச் சென்றார். குரு அங்கத், அவரது சீடர்களில் ஒருவரான கோவிந்த் என்பவரை வைத்து பியாஸ் ஆற்றங்கரையில் ஒரு புதிய கிராமத்தை நிர்மாணிக்கச் சொல்லியிருந்தார்.

கோவிந்த்வால் என்று அழைக்கப்பட்ட அந்தக் கிராமத்தை அமர்தாஸ் தமது இருப்பிடமாக்கிக்கொண்டார். தமது குருக்கள் ஒவ்வொருவரும் ஒவ்வொரு இடத்தில் தங்கிவந்ததால், அமைதியான அந்த இடத்தையே சீக்கிய மத குருக்களின் நிலையான இருப்பிடமாக்க விரும்பிய அமர்தாஸ, அங்கிருந்த குளத்தைச் சீர்படுத்தி, தமது ஆசிரமத்தையும் அந்தக் குளக்கரையில் அமைத்துக்கொண்டார். லங்கார் என்ற சமையலறையையும் சீர்படுத்தி தாம் உட்பட அனைவரும் அங்குதான் உணவு உண்ண வேண்டும் என்ற நடைமுறையை ஏற்படுத்தினார். முந்தைய குருக்களைப் போலவே இறைவனின் எல்லையில்லாக் கருணை, மனிதன் மாயையில் சிக்கித் துன்புறுதல், இறைவனைச் சரணடைந்து அதனிலிருந்து விடுபடுதல் என்ற கருத்துகளில் பல பாடல்களை இவர் இயற்றினார்.

இந்து பக்தி இயக்கத்தின் அடிப்படைகளில் ஒன்றான ஒவ்வொரு யுகத்திலும் இறைவனை ஒவ்வொரு முறையினால் வழிபட வேண்டும், கலியுகத்தில் நாமசங்கீர்த்தனம் மூலம் இறைவனை எளிதில் அடையலாம் என்ற கோட்பாட்டை இவர் எடுத்துக் கொண்டார். குருவின் வார்த்தைகளே (பானி) உண்மையானவை. அவையே பழம் போன்றவை. மற்ற வார்த்தைகள் எல்லாம் காய்களைப் போன்றவை என்று கூறினார் அமர்தாஸ். குரு நானக்,

அங்கத் ஆகியோரின் பாடல்களோடு தன்னுடைய பாடல்களையும் சேர்த்து இரண்டு பகுதிகளாக 'பானி' ஒன்றைத் தயாரித்தார் அமர்தாஸ். இதில் கபீர், நாமதேவர் ஆகியோரின் பாடல்களையும் சேர்த்தார்.

அமர்தாஸ் குருவாக இருந்த காலகட்டத்தில் அதிக அளவு மக்கள் சீக்கிய மதத்தில் இணைந்தனர். முன்பு இருந்தது போல் இல்லாமல், பல கிராமங்களில் அதிகமான அளவு சீக்கியர்கள் காணப்பட்டனர். அறுவடைத் திருநாளான பைசாகியும் தீபாவளியும் சீக்கியர்களின் புனித நாட்களாயிற்று. அந்நாட்களில் அதிக அளவு சீக்கியர்கள் கோவிந்த்வாலுக்கு வந்து, அங்கிருந்த குளத்தில் புனித நீராடினர்.

நானக் மேற்கொண்ட சமூக சீர்த்திருத்தங்களை முன்னெடுத்துச் சென்ற அவர், உடன்கட்டை ஏறும் வழக்கத்தையும் தம்முடைய இயக்கத்திலிருந்து அகற்றினார். பெண்கள் சுதந்தரமாகச் செயல்படவேண்டும் என்பதை வலியுறுத்தி, முக்காடு அணிதலை விலக்குதல், விதவைத் திருமணம் ஆகியவற்றையும் ஆதரித்தார். பெண் சிசுக்கொலை, மது அருந்துதல் ஆகியவற்றைக் கடுமையாகக் கண்டித்தார்.

சீக்கியர்களுக்கென ஒரு நிர்வாக அமைப்பை உருவாக்க முனைந்த அமர்தாஸின் முயற்சியால் சங்கத் என்ற சீக்கியர்களில் குழுக்கள் நாட்டின் பல்வேறு இடங்களில் தோற்றுவிக்கப்பட்டன. இந்தச் சங்கத்களை இருபத்து இரண்டு மஞ்சிஸ்களாக - அதாவது மாவட்ட சபைகளாக அவர் ஒருங்கிணைத்தார். பெண்களைப் பூசாரிகளாகவும் நியமித்து தமது இயக்கத்தின் தொலைநோக்குப் பார்வைக்கு வித்திட்டார் அமர்தாஸ். அவர் காலத்திலேயே பல மஞ்சிஸ்களின் தலைமைப் பகுதியைப் பெண்கள் வகிக்க ஆரம்பித்தனர்.

குரு ராம்தாஸ்

அமர்தாஸ், தமது இளைய மகளுக்கு ஜீவா என்பவரை மணமுடித்திருந்தார். இயக்கத்தின் கொள்கைகளில் ஆழ்ந்த ஈடுபாடு கொண்ட ஜீவா தமது மாமனாருக்கு அருமந்த சீடராகவும் விளங்கினார். அவருக்கு ராம்தாஸ் என்ற பெயர் சூட்டி சீக்கியர்களின் அடுத்த குருவாக நியமித்தார் அமர்தாஸ். தனது மாமனாரும், குருவுமான அமர்தாஸ் அமைத்த ஆசிரமத்தை விரிவுபடுத்தி குளத்தையும் செப்பனிட்டு சீக்கிய மதத்தின் மையமாக அதை உருவாக்கினார் ராம்தாஸ். குரு-கா-சக், சக் குரு ராம்தாஸ், ராம்தாஸ்பூர் என்று பல பெயர்களால் அழைக்கப்பட்ட இந்த இடம்தான், பிற்பாடு, பதினெட்டாம் நூற்றாண்டில் அமிர்த சரோவர் என்ற பெயரால் அழைக்கப்படவிருந்தது. (அதுவே அம்ரித்ஸராக மாறியது.)

இந்தக் குளத்தைச் சுற்றியும் ஆசிரமத்தைச் சுற்றியும் குடியிருப்புகள் உருவாக ஆரம்பித்தன. முந்தைய குருக்களைப் போலவே ராம்தாஸும் பல பாடல்களை இயற்றினார். அவரது பாடல்களின் முக்கியக் கருத்தாக குரு பக்தியே அமைந்திருந்தது. ஒரு நல்ல குருவை அடைவதற்கு இறைவனின் கருணை தேவை என்ற கருத்தை வலியுறுத்தினார் அவர்.

சீக்கியர்களின் குழுவுக்கு 'சங்கத்' என்று பெயர் சூட்டி அழைத்தார் ராம்தாஸ். சீக்கியர்களின் திருமணத்தை நடத்தி வைப்பதற்கு 'லவன்', திருமணத்தின் முந்தைய நாட்களில் இசைப்பதற்கு 'கோரியான்' என்று உலகாயத வாழ்வுக்கும் தேவையான பாடல்களை ராம்தாஸ் இயற்றினார். குருபீடத்துக்கு தமது அடுத்த வாரிசாக, அவரது இளைய மகனான அர்ஜன் தேவை நியமித்தார். சீக்கியர்களின் தலைமை இடமாக உருவெடுத்திருந்த ராம்தாஸ்பூரின் மேல் வாரிசுரிமைச் சிக்கல்கள் வராமலிருக்க இந்த ஏற்பாட்டை அவர் செய்திருக்கலாம். ஆனால், அவரது மூத்த மகனான ப்ரீத்தி சந்தை நியமிக்காமல், இளையவரான அர்ஜனைத் தேர்ந்தெடுத்ததால், இந்தச் சிக்கல்கள் முற்றிலும் தீரவில்லை.

குரு அர்ஜன் தேவ்

1581ல் ராம்தாஸ் மறைந்த பிறகு அவரது மகனான அர்ஜன் தேவ், அடுத்த குருவாக பொறுப்பேற்றார். நேரடி வாரிசு ஒருவர் குருபீடத்தில் அமர்வது இதுவே முதல்முறையாக இருந்தது. ஆனால், இந்த நியமனத்தை ஏற்காமல், ராம்தாஸின் சொத்துகளுக்கு ப்ரீத்தி சந்தும் உரிமை கொண்டாடினார். ஆனால், உள்ளூர்ப் பஞ்சாயத்தின் தீர்ப்பின் படி அவருக்கு ராம்தாஸ்பூரின் வருமானத்தில் ஒரு பகுதியே கிடைத்தது. குரு அர்ஜன் தேவுக்கு ஹர்கோவிந்த் மகனாக 1595ம் ஆண்டு பிறந்த பின்னர், ப்ரீத்தி சந்துக்கும் அர்ஜன் தேவுக்குமான மோதல்கள் தீவிரமடைந்தன. ஆனால் பகிரங்கமாக, அர்ஜனுடன் மோத ப்ரீத்தி சந்த் தயங்கினார்.

இதைத் தவிர வேறு பல சிக்கல்களையும் அர்ஜன் சந்திக்க வேண்டியிருந்தது. அவர் மேல் பொய்ப் புகார் ஒன்றை எழுதி அதில் பலரின் கையெழுத்துகளைப் பெற்று ஊர் நிர்வாகியிடம் சிலர் அளித்தனர். ஆனால் அது தவறான புகார் என்று நிரூபிக்கப்பட்டு, புகாரை அளித்தவர் அவமானப்படுத்தப்பட்டார். இன்னும் ஒருவர் ஹர்கோவிந்துக்கு விஷம் கொடுக்க முனைந்து அந்த முயற்சியில் அவரே கொல்லப்பட்டார். இந்த நிகழ்வுகளைப் பற்றி அர்ஜன் தம்முடைய பாடல்களில் குறிப்பிட்டுள்ளார். ஆனால் அர்ஜன் தேவ்,

ஒரு குருவாகத் தனது திறமையை விரைவில் நிரூபித்தார். தமது இருபத்து ஐந்து காலப் பொறுப்பில் பல புதிய சீர்திருத்தங்களைப் புகுத்தினார்.

அமிர்தசரஸை சீக்கியர்களின் மையமாக ஆக்கும் முயற்சிகளை மேற்கொண்டார் அர்ஜன் தேவ். அமிர்த சரோவர் குளத்தின் நடுவே ஒரு கோவில் கட்டுவதற்கான அடிக்கல்லையும் நாட்டினார். பொயு 1601ல் அங்கு ஒரு சாதாரணமான கோவில் எழுப்பப்பட்டிருந்தது. ஹர்மந்திர் என்று அழைக்கப்பட்ட அக்கோவிலுக்கு நாலு வர்ணத்தாரும் வரலாம் என்ற வகையில் நான்கு வாயில்களை வைத்து அமைத்திருந்தார் அர்ஜன் தேவ். கோவிலை வலம் வர குளத்தைச் சுற்றி பிரகாரங்களையும் அமைத்தார். ஆனால் கடவுளை அரூபமாக வழிபடும் சீக்கியர்களுக்கு கோவிலில் வைக்க சிலை ஏதும் இல்லை.

கோவிலைக் காலியான ஒரு இடமாக உருவாக்க விரும்பாத அர்ஜன் தேவ், அந்த இடத்தில் வழிபாடு நடத்தும் வகையில் வைப்பதற்காக சீக்கிய குருக்களின் பாடல்களைத் தொகுக்கும் முயற்சியில் ஈடுபட்டார். சீக்கிய குருமார்களைத் தவிர இந்து மற்றும் இஸ்லாமியத் துறவிகளான நாமதேவர், ஸைன், கபீர், ரவிதாஸ், ஃபரீத் ஆகியோரின் பாடல்களையும் சேர்த்துத் தொகுத்தார். இப்படி அர்ஜன் தேவால் தொகுக்கப்பட்ட இந்த நூல் ஆதி கிரந்த் என்று அழைக்கப்பட்டது. சுமார் 7000 பாடல்களையும் 1948 பக்கங்களையும் கொண்டதாக அந்த நூல் இருந்தது.

ஒவ்வொரு பாடலுக்கும் ஒரு குறிப்பிட்ட ராகமும் கொடுக்கப்பட்டது. தமிழ்நாட்டில் நாயன்மார்கள் பாடிய தேவாரத்தில் எப்படி ஒவ்வொரு பதிகமும் இந்தப் பண்ணில்தான் பாடவேண்டும் என்று முறைப் படுத்தப்பட்டதோ அத்தகைய வழிமுறை இங்கும் பின்பற்றப்பட்டது. எந்த நேரத்தில் எந்தவிதமான உணர்ச்சிகளோடு அந்தப் பாடல்கள் இயற்றப்பட்டனவோ, அதையொட்டியே ராகங்கள் பயன்படுத்தப் பட்டன. இப்படியாக கிரந்த சாகிப்பில் பயன்படுத்தப்பட்ட ராகங்கள் 31.

எல்லாத் தரப்பு மக்களுக்கும் புரியும்படியாக எளிமையான மொழியில் எழுதப்பட்டது இந்த நூல். கீதையையும் குரானையும் போல, சீக்கியர்களுக்கான புனித நூலாக, ஆதி கிரந்த் உருவெடுத்தது. இதன்மூலம் சீக்கியர்களுக்கென ஒரு தனிப்பட்ட அடையாளமும் உருவாகத் தொடங்கியது. பிறப்பு, திருமணம், இறப்பு ஆகியவற்றில் அவர்களுக்கென தனியான சடங்குகள் ஏற்பட்டன. சீக்கியர்களின் இயக்கத்தைப் பொருத்தவரையில் சமத்துவம் பேணப்பட்டது. பொது வழிபாடு, பொதுவாக லங்கார் என்ற சமையலறையில் உண்ணுதல்

ஆகியவற்றின் மூலம் எல்லாரும் சமம் என்ற கருத்து வலியுறுத்தப்பட்டது. இருப்பினும், சீக்கியர்கள் அவர்களுடைய சாதி சார்ந்த இணைப்பைத் தொடர்வதற்குத் தடையேதும் இருக்கவில்லை என்பது இங்கு குறிப்பிடத்தக்கது.

ஆகஸ்ட் 1604 ம் ஆண்டு 16ம் தேதி, கிரந்த சாகிப் (இங்கே சாகிப் என்பது மரியாதையைக் குறிக்கும் சொல் - திரு என்பது போல) நூல் ஹர்மந்திர் சாகிப் கோவிலில் வைக்கப்பட்டது. சீக்கியர்கள் அனைவரும் அமிர்தசரஸ் சென்று அதை வழிபட ஆரம்பித்தனர். அது புனித யாத்திரைக்கான தலமாகவும் ஆகியது. இதைத் தவிர, தரன் தரன் மற்றும் ஹர்கோவிந்த்பூர் என்ற நகரங்களையும் அர்ஜன் நிர்மாணித்தார். வளர்ந்துவரும் சீக்கியர்களின் எண்ணிக்கைக்கேற்ப பல வழிபாட்டுத் தலங்களை அமைக்க வேண்டிய அவசியத்தை உணர்ந்தே குரு இந்த நடவடிக்கைகளை மேற்கொண்டார். சீக்கிய 'சங்கத்தை' நிர்வகிப்பதற்காகத் தம்முடைய பல பிரதிநிதிகளை அவர் நியமித்தார். ஒவ்வொரு வருடமும் இந்த நிர்வாகிகள், குருவுக்கான காணிக்கைகளுடன் பல சீக்கியர்களுடனும் குருவைக் காண்பதற்காக வருவது வழக்கமாயிற்று. இந்தக் காணிக்கைகளைக் கொண்டே பல பொதுநலச் சேவைகளை மேற்கொள்வது சீக்கிய குருக்களுக்குச் சாத்தியமாயிற்று.

ஒருபுறம் சீக்கிய மதம் இவ்வாறு வளர்ந்துகொண்டிருந்த வேளையில், நாட்டின் அரசியல் பல மாறுதல்களைக் கண்டிருந்தது. குரு நானக்கின் காலத்திலேயே லோடி அரசரைத் தோற்கடித்து பாபர் தலைமையிலான மொகலாய வம்சம் டெல்லி ஆட்சிப்பீடத்தில் ஏறியிருந்தது. பாபரும் அவருடைய பேரனான அக்பரும் சீக்கியர்களுடன் இணக்கமாகவே இருந்தனர். குரு ராம்தாஸின் காலத்தில் அக்பர் கோவிந்த்வாலுக்கு வந்து அங்குள்ள லங்கரில் உணவருந்தினார். தமது அரசு சார்பாக சீக்கியர்களுக்கான கோவில் கட்டட நிலங்களை அளிப்பதாகவும் கூறினார். இவ்வாறு ஆட்சியாளர்கள் இணக்கமாக இருந்ததால், முதல் நான்கு குருக்கள் அரசியல் ரீதியாகப் பெரும் சிக்கல் எதையும் சந்திக்கவில்லை.

ஆனால், அக்பரின் மகன் ஜஹாங்கீர் பதவியேற்றதும், நிலைமை தலைகீழாக மாறியது. அவர் ஆட்சிக்கட்டிலில் ஏற பெரிதும் துணை புரிந்த இஸ்லாமிய மதகுருக்கள், ஆட்சியில் சக்தி வாய்ந்தவர்களாக இருந்தனர். இஸ்லாமிய மதத்தைப் பின்பற்றாதவர்கள் அனைவரும் எதிரிகளாகவே பார்க்கப்பட்டனர். சீக்கியர்களும் இதற்கு விதிவிலக்கல்ல. கிழக்கு பஞ்சாபில் சூஃபிக்களின் தலைமைப் பொறுப்பை வகித்த ஷேக் அகமத் என்பவர் ஜஹாங்கீருக்கு நெருக்கமாக இருந்தார்.

அவர் கொடுத்த தொடர் அழுத்தத்தால் குரு அர்ஜன் தேவ் ஜஹாங்கீரின் அரசவைக்கு வருமாறு நிர்பந்திக்கப்பட்டார். இஸ்லாமிய நம்பிக்கைகளுக்கு எதிராக ஒரு நூலைத் தொகுத்ததாக அவர் மீது குற்றம் சாட்டப்பட்டது. சீக்கியக் கோட்பாடுகளைக் கைவிட்டு உடனடியாக இஸ்லாமியராக மதம் மாறவும் அவர் வலியுறுத்தப் பட்டார்.

பேரரசருடன் நேரடி மோதலைத் தவிர்க்கவேண்டி அர்ஜன் தேவ், இந்த அழைப்புகளைக் கண்டுகொள்ளாமல் இருந்து வந்தார். ஆனால் விதி வேறு ரூபத்தில் விளையாடியது. ஜஹாங்கீரின் புதல்வரான குஸ்ரூ தன் தந்தைக்கு எதிரான கலகத்தில் ஈடுபட்டார். மக்களும் அவருக்கு ஆதரவு அளித்ததாகக் கூறப்படுகிறது. ஜஹாங்கீரின் படைகளுக்கும் குஸ்ரூவின் படைகளுக்கும் பல இடங்களில் மோதல்கள் நடைபெற்றன. அந்தப் போர்களின் ஒரு பகுதியாக லாகூரைக் கைப்பற்ற தன் படைகளுடன் விரைந்தார் குஸ்ரூ.

போகும் வழியில், தரன் தரன் என்ற இடத்தில் குரு அர்ஜன் தேவைச் சந்தித்தார். எதற்காக இந்தச் சந்திப்பு நிகழ்ந்தது என்பது சரிவரப் பதிவு செய்யப்படவில்லை. வழக்கமாக அவரைச் சந்திக்கவரும் ஒரு பிரமுகராகக் கருதியே அர்ஜன் தேவ் அவரைச் சந்தித்திருக்கக்கூடும். ஆனால் இந்தச் சந்திப்பு ஜஹாங்கீருக்குக் கோபமூட்டியது. தனது அரசுக்கு எதிராகப் புரட்சி செய்துவரும் குஸ்ரூவுக்கு, ஆதரவு தெரிவிக்கும் முகமாகவே குரு அர்ஜன் தேவ் சந்தித்தார் என்று முடிவு கட்டிய ஜஹாங்கீர், ஆக்ராவின் மீது படையெடுத்து குஸ்ரூவைத் தோற்கடித்து அவரின் கண்களைக் குருடாக்கிய பின், அர்ஜன் தேவைச் சிறைப்பிடித்தார்.

இதைப்பற்றி தன் சுயசரிதையான ஜஹாங்கீர் நாமாவில் குறிப்பிட்ட ஜஹாங்கீர், ‘அவரைச் சிறைப்பிடிக்கவும், அவரது வீடு, வசிக்கும் பகுதிகள், குழந்தைகள் ஆகியவற்றை முர்தஸாகானிடம் ஒப்படைக் கும்படியும், அவரது சொத்துகளை முடக்கும்படியும், அவரைச் சித்திரவதை செய்து கொல்லும்படியும் உத்தரவிட்டேன்’ என்று எழுதியிருக்கிறார்.

குரு அர்ஜன் தேவ் மிகக்கொடுமையான சித்திரவதைக்கு உள்ளானார். ஒரு கொதிக்கும் இரும்புத் தட்டில் அவரை உட்காரவைத்து, அவர் மீது சூடான மணல் கொட்டப்பட்டது. கொதிக்கும் தண்ணீரில் பல முறை மூழ்கடிக்கப்பட்டார். இறுதியில் ராவி நதியில் மூழ்கடிக்கப்பட்டு கொலை செய்யப்பட்டார். அவரது கடைசி நேரங்களில் அவருடன் இருந்த சூஃபி நண்பரான மியான் மிர்ரிடம், ‘உண்மையான சீக்கியர் துன்பங்கள் நேரும்போது பொறுமை இழந்து கடவுளை இகழக்

கூடாது என்பதற்காகவே இந்தச் சித்திரவதைகள் அனைத்தையும் தாங்கிக்கொண்டேன்' என்று கூறியிருக்கிறார்.

சீக்கியர்கள் வரலாற்றில் இந்தப் படுகொலை ஒரு முக்கியத் திருப்பத்தை ஏற்படுத்தியது. அமைதி மார்க்கமாக, சமுதாயச் சீர்திருத்த இயக்கமாக உருவெடுத்து, தனக்கென ஒரு பாதை வகுத்துச் சென்று கொண்டிருந்த சீக்கியர்களை, முகலாயர்களின் கடும் எதிரியாக மாற்றியது மட்டுமல்லாமல், ஒரு ராணுவ இயக்கமாக மாற்றவும் இந்த நிகழ்வு அடித்தளம் அமைத்தது. தனக்கு அடுத்ததாகத் தன் மகன் ஹர்கோவிந்த் குருவாகப் பதவி ஏற்கவேண்டும் என்று கூறியிருந்த அர்ஜன் தேவ், அவரை ஆயுதங்கள் தரிக்குமாறும் தனக்கென ஒரு படையை உருவாக்கிக்கொள்ளுமாறும் கட்டளையிட்டிருந்தார்.

குரு ஹர்கோவிந்த்

அவர் தந்தை கொல்லப்பட்டிருந்த போது ஹர்கோவிந்தின் வயது பதினொன்றுதான். குருவின் மரணத்தால் கொதித்துப் போயிருந்த சீக்கியர்களைக் கட்டுக்குள் கொண்டுவந்தது மட்டுமல்லாமல், ஒரு சிறந்த படைப்பிரிவொன்றை உருவாக்கும் முயற்சியில் ஹர்கோவிந்த் இறங்கினார். குதிரை ஏற்றம், வில்வித்தை, மல்யுத்தம் ஆகியவற்றில் சீக்கியர்களுக்குப் பயிற்சி அளிக்கப்பட்டது. ஆன்மிகக் கடமை களோடு உடல் வலிமையும் மன வலிமையும் சீக்கியர்களின் முக்கியமான தகுதிகளாகக் கருதப்பட்டன. மீரி (உலகம் சார்ந்த), பீரி (ஆன்மிகம் சார்ந்த) என்ற நடவடிக்கைகள் இரண்டிலும் சீக்கியர்கள் ஈடுபட்டனர். தனது ஆன்மிகத் தேடல்களைச் சிறிதும் குறைக்காமல், அதேசமயம் முகலாயர்களின் தாக்குதல்களைச் சந்திக்க உலகம் சார்ந்த நடவடிக்கைகளிலும் சீக்கியர்கள் ஈடுபடவேண்டியது அவசியம் என்பதை ஹர்கோவிந்த் வலியுறுத்தினார்.

இதன் காரணமாக, அமிர்தசரஸில் அகால் தக்த் என்ற இடத்தை நிர்மாணித்தார். கடவுளின் சிம்மாசனம் என்ற பொருள் கொண்டது இந்த 'அகால் தக்த்'. சீக்கியர்களின் ஆன்மிகத் தேடலுக்கான இடமாக ஹர்மந்திர் சாகிப் விளங்கியதைப் போல, அவர்களது உலகம் சார்ந்த வாழ்க்கைக்கு ஆதாரமாக அகால் தக்த் விளங்கியது. அந்நாளில் ஒரு சாதாரண மேடை போன்று அமைக்கப்பட்ட இந்த இடத்தில் அமர்ந்து கொண்டு தனது தினசரி நடவடிக்கைகளைக் கவனித்தார் ஹர்கோவிந்த். இங்கு அமர்ந்துதான் அவர் சீக்கியர்களின் குறைகள், தகராறுகள், கோரிக்கைகள் ஆகியவற்றைக் கேட்டறிந்து தீர்வுகளை வழங்கினார். போராட்டங்களின்போது அடுத்த கட்ட நடவடிக்கை களைப் பற்றிய விவாதங்களும் முக்கிய முடிவுகளும் இங்குதான்

எடுக்கப்பட்டன. பின்னாளில் அகால் தக்த் ஐந்து மாடிகள் கொண்ட கட்டமாக எழுப்பப்பட்டு உச்சியில் பொன்னால் ஆன கும்மட்டமும் வைக்கப்பட்டது. இதைத் தவிர லோஹ்கர் என்ற இடத்தில் பாதுகாப்புக்காக ஒரு கோட்டையையும் அமைத்தார் ஹர்கோவிந்த்.

ஒரு மத, சமூக இயக்கமாக இருந்த சீக்கியர்கள் படைதிரட்ட ஆரம்பித்ததும், ஜஹாங்கீர் கவலை கொண்டார். அவர்களது எதிர்ப்பை முளையிலேயே கிள்ளி எறியாவிட்டால் பிரச்னைகள் பெரிதாகலாம் என்று கருதிய அவர், ஹர்கோவிந்தை குவாலியர் கோட்டையில் சிறையில் வைத்தார். ஆனால் இது சீக்கியர்களின் முனைப்பைச் சிறிதும் குலைக்கவில்லை. முடிவில் ஹர்கோவிந்த் சிறையிலிருந்து விடுதலை செய்யப்பட்டார்.

இது ஒரு புறமிருக்க, சீக்கிய இயக்கத்துக்குள்ளாகவே கலகக் குரல்கள் அவருக்கு எதிராக எழுந்தன. பலர் அவர் எடுத்த ராணுவ நடவடிக்கைகளை எதிர்த்தனர். அர்ஜன் தேவின் மூத்த சகோதரரான ப்ரீத்தி சந்த், அர்ஜனுக்குப் பிறகு தாம்தான் குரு என்று அறிவித்து போர்க்கொடி தூக்கினார். ப்ரீத்தி சந்தின் மறைவுக்குப் பிறகு அவரது மகன் மிஹர்பன், தானே ஏழாவது குரு என்று அறிவித்துக்கொண்டார். ஹர்கோவிந்தின் நடவடிக்கைகளை ஏற்காத சீக்கியர்கள் சிலர் அவரோடு இணைந்துகொண்டனர். முந்தைய குருக்களைப் போல் இல்லாமல், ஹர்கோவிந்த் ஓரிடத்தில் தங்காமல் இடம் விட்டு இடம் சென்றுகொண்டேயிருக்கிறார்; அரசரால் சிறைக்கு அனுப்பப் பட்டார்; வேட்டையாடுவதில் காலம் கழித்து வேட்டை நாய்களைத் தனக்குத் துணையாக வைத்துக்கொண்டிருக்கிறார்; பாடல்களை இயற்றவுமில்லை, அவற்றை இசைக்கவுமில்லை என்றெல்லாம் அவர் மீது குற்றச்சாட்டுகளை அவர்கள் அடுக்கினர். ஆனாலும், இந்தப் போட்டி இயக்கத்தால் பெரும் பாதிப்புகளை ஏற்படுத்த இயலவில்லை.

இதற்கிடையில் டில்லியில் அரசியல் மாற்றம் நிகழ்ந்து ஜஹாங்கீரின் மகன் ஷாஜகான் அரியணை ஏறியிருந்தார். ஒருநாள் அவரும் குரு ஹர்கோவிந்தும் அமிர்தசரஸில் வேட்டையில் ஈடுப்பட்டிருந்தனர். ஒரு வெள்ளைக் கழுகை வீழ்த்திய விஷயத்தில் இருவருக்கும் தகராறு ஏற்பட்டது. இருவரும் அதன் மீது உரிமை கொண்டாடினர். வெகுண்ட ஷாஜகான், தனது தளபதிகளில் ஒருவரான முக்லீஸ் கானின் தலைமையில் குருவைச் சிறைப்படுத்த ஒரு படையை அனுப்பினார். சீக்கியப் படைகள் முகலாயர்களோடு மோதி அவர்களைத் தோற் கடித்தது மட்டுமல்லாமல், முக்லீஸ்கானையும் போரில் கொன்றனர்.

வலுவான முகலாயப் பேரரசு இந்தத் தோல்வியைச் சகித்துக்கொள்ளாது என்றும், தம்மைத் தாக்க அடுத்தடுத்து முயற்சிகள் மேற்கொள்ளப்படும் என்று உணர்ந்த ஹர்கோவிந்த் அமிர்தசரஸை விட்டு வெளியேற முடிவு செய்தார். அமிர்தசரஸின் மீது முகலாயர்கள் படையெடுத்து கோவில்களுக்கு இடர் ஏற்படுத்துவதற்கு தாமே ஒரு காரணமாக இருக்கக்கூடாது என்று நினைத்த அவர் கத்ராபூரை நோக்கி விரைந்தார்.

இதற்கிடையில் சீக்கியர்களுக்கும் முகலாயர்களுக்கும் இடையே லஹிரா என்ற இடத்திலும் கத்ராபூரிலும் போர்கள் நிகழ்ந்தன. இந்தப் போர்களில் முகலாயர்கள் தோல்வி அடைந்தது மட்டும் இல்லாமல், கத்ராபூர் சண்டையில் அவர்களின் தளபதி பைன்டே கான் கொல்லப் பட்டார். இதனால் முகலாயர்களின் அச்சுறுத்தல்கள் தொடரும் எனக் கருதிய ஹர்கோவிந்த் நாடு முழுவதுமான யாத்திரைகளைத் தொடங்கினார். பல முக்கிய இடங்களிலும் ஹர்கோவிந்த் செய்த பிரசாரங்கள், சீக்கிய மதத்தில் பல புதியவர்கள் சேர வழிவகுத்தது. அதைத்தவிர பல ஊர்களிலும் சீக்கியர்கள் வழிபடும் இடமாக குருத்வாராக்களை உருவாக்கினார் ஹர்கோவிந்த்.

ஒவ்வொரு குருத்வாராவிலும் ஆதி கிரந்த் நூல் வழிபடுவதற்காக வைக்கப்பட்டது. தனது யாத்திரைகளை முடித்துக்கொண்டு இமய மலை அடிவாரத்திற்குச் சென்ற ஹர்கோவிந்த் அங்கு கிரத்பூர் என்ற ஊரை உருவாக்கினார். பின்னாளில் இது அனந்த்பூர் சாகிப் என்று பிரபலமடைந்தது.

குரு ஹர் ராய்

ஹர்கோவிந்தின் மறைவுக்குப் பிறகு அவரது மகன்கள் யாரும் அடுத்த குருவாகப் பதவியேற்க விரும்பவில்லை. ஏற்கெனவே மறைந்துவிட்ட அவரது மூத்த மகனான குர்தித்தாவின் மைந்தனான தீர் மால் குருவாகப் பொறுப்பு ஏற்க மறுத்து பொயு 1640ல் கர்த்தார்ப்பூர் சென்று விட்டார். அங்கு அரசர் ஷாஜகான் அவருக்கு அளித்த இடத்தில் தங்கி அரசருக்கு ஆதரவான நடவடிக்கைகளில் ஈடுபட்டார். ஹர்கோவிந்தின் இளைய மகனான தேஜ் பகதூர், பகலே என்ற இடத்துக்குச் சென்று தமது வாழ்க்கையை நடத்தி வந்தார்.

எனவே, ஹர்கோவிந்த் அவரது இன்னொரு பேரனும் தீர் மாலின் இளைய சகோதரருமான ஹர் ராய் என்பவரை அடுத்த குருவாக நியமித்தார். அமைதி விரும்பியான அவர் முகலாயர்களிடம் போர்களில் ஈடுபடவிரும்பாமல் ஆன்மிகப் போதனைகளில் தன் வாழ்நாளைக் கழித்தார். மற்ற குருக்களைப் போலப் பாடல்கள்

எதையும் இயற்றவில்லை அவர். நாட்டிலுள்ள பல முக்கியத் தலங்களுக்குப் பயணித்த அவர் தனது சீடர்களையும் நாடு முழுவதும் அனுப்பி சீக்கியர்களின் கொள்கைகளைப் பரவச்செய்தார்.

முகலாயப் பேரரசின் அடுத்த அரசராக ஔரங்கசீப் பொறுப்பேற்றதும், நாட்டில் பல முக்கிய மாற்றங்கள் நிகழ்ந்தன. அவரது ஆட்சியின் முதலாம் பாதியில் கடுமையான சமூக, அரசியல் மாற்றங்களை ஔரங்கசீப் செய்தார். பல இந்து கோவில்களை இடித்தார். இஸ்லாமியர் அல்லாதவர்களுக்குக் கொடுக்கப்பட்ட நிலங்களின் மீதான வரிச்சலுகைகளை நீக்க உத்தரவிட்டார். அக்பரால் நீக்கப் பட்டிருந்த, இஸ்லாமியர் அல்லாதவர்களின் மேல் விதிக்கப்பட்ட ஜசியா வரியை மீண்டும் கொண்டுவந்தார். இது நாடு முழுவதும், குறிப்பாக பஞ்சாபில் எதிர்ப்பு அலைகளை எழுப்பியது. தால்பெட் என்ற இடத்திலும் நர்னௌல் என்ற இடத்திலும் கிளர்ச்சிகள் வெடித்தன. இப்படி மாநிலமெங்கும் ஆங்காங்கு எழுந்த கிளர்ச்சி களால் விவசாய உற்பத்தி பாதிக்கப்பட்டது.

இந்தச் சச்சரவுகளில் கலந்துகொள்ளாமல் ஒதுங்கியிருந்தாலும், விதி ஹர் ராயை விடவில்லை, ஔரங்கசீப் ஆட்சிக்கு வருவதற்கு முன்பு, ஷாஜகானின் மூத்தமகனும் இளவரசனுமான தாரா ஷிகோ இவரைச் சந்திக்க விரும்பியபோது மறுப்பேதும் சொல்லாமல் அவரைச் சந்தித்தார் ஹர் ராய். அடுத்த அரசராக ஆசைப்பட்டு தந்தைக்கு எதிராகக் கலகத்தை உண்டுபண்ணிக்கொண்டிருந்த ஷாஜகானின் மற்றொரு மகனான ஔரங்கசீபுக்கு இது எரிச்சலை ஏற்படுத்தியது.

ஷாஜகானை சிறையிலடைத்து டில்லி அரசைக் கைப்பற்றிய ஔரங்கசீப், தனது ஆட்சியை நிலைநிறுத்தியவுடன் அம்பர் அரசரனான ஜெய் சிங்கை அழைத்து ஹர் ராயை தன்னுடைய அரசவைக்கு அழைத்து வருமாறு கூறினார். தனது கொள்ளுப் பாட்டனான அர்ஜன் தேவுக்கு நேர்ந்த கதி தனக்கும் நேரலாம் என்பதை உணர்ந்த ஹர் ராய் அரசவைக்குச் செல்ல மறுத்தார். இறைவனின் சேவகனான தாம் எவருக்கும் கட்டுப்பட்டு எங்கும் செல்லவேண்டிய தில்லை என்று கூறிய அவர், தனக்குப் பதிலாக தன் மகன் ராம் ராயை ஔரங்கசீபின் அரசவைக்கு அனுப்பினார்.

சீக்கியர்களின் புனித நூலான கிரந்த் சாகிப் இஸ்லாமியர்களை அவமானப்படுத்துகிறது என்ற குற்றத்தை ஔரங்கசீப் ராம் ராயிடம் சுமத்தினார். அத்தகைய வரிகள் சிலவற்றை கிரந்தத்திலிருந்து படிக்கவும் ராம் ராயைப் பணித்தார் ஔரங்கசீப். இஸ்லாமைக் குறை கூறுவது போன்ற அந்த வரிகளைப் படிக்காமல் தவிர்த்த ராம் ராய் மற்ற

வரிகளை முழுவதுமாகக் கூறினார். அதனால் அவருக்கு மன்னிப்பு அளிக்கப்பட்டது.

தன்னிடம் பத்திரமாகத் திரும்பிய போதிலும், ராம் ராயை, குரு ஹர் ராய் மன்னிக்கவில்லை. ஆதி கிரந்தத்தை வேண்டுமென்றே மாற்றி விட்டதாக அவர் மீது கோபம் கொண்ட ஹர் ராய், முறைப்படி ராம் ராயை தனது அடுத்த வாரிசாக அறிவிக்காமல் தனது இளைய மகனான ஹர் க்ரிஷ்ணனை எட்டாவது குருவாக நியமித்தார்.

குரு ஹர் க்ருஷ்ணன்

1661ல் ஹர் ராய் மறைந்தபோது ஹர் க்ருஷ்ணனுக்கு வயது ஐந்துதான். மிகச் சிறிய வயதிலேயே குருவாகப் பதவி ஏற்றபோதிலும், அதிக நாள் அந்தப் பதவியில் ஹர் க்ருஷ்ணன் நீடிக்கவில்லை. அம்மை நோய் கண்டு மூன்று வருடங்களில் இறந்துவிட்டார். இறக்கும் முன் அவர் குறிப்பாகச் சொல்லிய 'பாபா பகலே' (பகலே கிராமத்தில் வசிக்கும் துறவி) என்ற வார்த்தையைக் கொண்டு அடுத்த குருவை அந்தக் கிராமத்தில் தேடினர், அப்போது சீக்கிய மதத்தில் முக்கியப் பொறுப்புகளில் இருந்தவர்கள்.

கடைசியில் அவர்கள் அடையாளம் கண்டுகொண்டது, குரு ஹர்கோவிந்தின் இளைய மகனான தேஜ்பகதூரரை. இம்முறை மறுக்க முடியாமல், குரு பீடத்தில் தேஜ்பகதூர் ஏறினார்.

குரு தேஜ்பகதூர்

குருவாகப் பதவியேற்க கர்த்தார்ப்பூர் வந்த தேஜ்பகதூர், அவரது அண்ணன் மகனான தீர் மாலின் எதிர்ப்பைச் சந்தித்தார். எனவே, கிராத்பூருக்குச் சென்ற அவர், அங்கும் அவருடைய இன்னொரு சகோதரரான சூரஜ் மாலின் எதிர்ப்பைச் சந்திக்க நேரிட்டது. இப்படி அங்குமிங்கும் அலைந்த பிறகு, மக்கோவால் என்ற இடத்தில் தமது இருப்பிடத்தை தேஜ் பகதூர் அமைத்துக்கொண்டார். ஆனால், அங்கும் நீண்ட நாட்கள் தங்காமல் சீக்கியர்களின் கொள்கைகளைப் பிரசாரம் செய்வதற்காக, நாடு முழுவதும் பிரயாணம் செய்ய ஆரம்பித்தார் அவர். அந்தப் பிரயாணத்தின்போது டெல்லியில் ஆலம் கான் ரோஹிலா என்பவரால் அரசு ஆணையின் பேரில் கைது செய்யப் பட்டார். பின்பு, மேவார் அரசர் ஜெய் சிங்கின் தலையீட்டினால் விடுதலை செய்யப்பட்டார்.

தமது யாத்திரையைத் தொடர்ந்த தேஜ் பகதூர், டெல்லியிலிருந்து ஆக்ராவுக்கும், ஆக்ராவிலிருந்து அலகாபாத், காசி, பாட்னா ஆகிய

ஊர்களுக்கும் சென்றார். அங்கெல்லாம் சீக்கியர்களுடைய 'சங்கத்'கள் இருந்தன. அவற்றின் நிர்வாக ஏற்பாடுகளைக் கவனித்து, சீரமைக்கும் பணியில் ஈடுபட்டிருந்தார் அவர். இதற்கு இடையில், அவர் பாட்னாவில் தங்கியபோது, அவர் மனைவி கர்ப்பம் தரித்திருந்ததால், தனது குடும்பத்தாரை அங்கேயே விட்டுவிட்டு தனது பயணத்தைத் தொடர்ந்தார். பயணத்தின் ஒரு பகுதியாக அவர் பங்களாதேஷில் இருந்தபோது அவருக்கு ஒரு மகன் பிறந்த செய்தி அவரை எட்டியது. ஆயினும் கிழக்கு நோக்கிய தனது பயணத்தைக் கைவிடாமல், தேஜ்பகதூர் அஸ்ஸாமை அடைந்தார். அங்கு ஒரு குருத்வாராவை அமைக்கும் பணியில் இறங்கினார். மீண்டும் 1672ல் அவர் தனது பயணத்தை முடித்துக்கொண்டு பஞ்சாப் திரும்பினார். ஆறு வயதாகியிருந்த மகன் கோவிந்தை அப்போதுதான் அவர் முதன்முதலில் காண நேர்ந்தது.

குருவாகப் பொறுப்பேற்று கிட்டத்தட்ட ஐந்து ஆண்டுகளுக்குள் மற்ற குருக்களை விட அதிகமாகப் பயணம் செய்திருந்தார் தேஜ் பகதூர். தான் சென்ற இடங்களில் எல்லாம் சீக்கியர்களை ஒன்றிணைத்து ஒரு பலமான சக்தியாக அவர்களை உருமாற்றியிருந்தார். சீக்கியர்களும் அவரைப் பெரிதும் மதித்தனர். அவருடைய குதிரையான ??ரீ தார், பொறுப்புடன் அவர்களால் கவனிக்கப்பட்டது. அவருடைய மகனான கோவிந்தின் பிறப்பும் பெரும் உற்சாகத்துடன் அவர்களால் கொண்டாடப்பட்டது.

இதற்கிடையில் டெல்லி அரசரான ஔரங்கசீபின் மதவெறி உச்சத்தை எட்டியிருந்தது. 'மற்ற மதத்தினரின் வழிபாட்டுத்தலங்களையும் பள்ளி களையும் இடிக்க அரசர் உத்தரவிட்டார்' என்று ஔரங்கசீப்போடு இருந்த சரித்திர ஆசிரியர் முஷ்டாக் கான் குறிப்பிடுகிறார்(1669). அதோடு 'மற்ற மதப் பிரசாரங்களையும் போதனைகளையும் உடனடியாகத் தடைசெய்யுமாறும்' தனது ஆளுநர்களுக்கு பேரரசர் உத்தரவிட்டார்.

தேஜ் பகதூர் பல வழிபாட்டுத் தலங்களைக் கட்டியதும் அவற்றின் மூலமாக காணிக்கைகளை வசூலித்த செய்தியும் ஔரங்கசீபுக்கு எட்டியிருந்தது. குருவின் சீடர்கள் அனைவரையும் இந்த இடங்களில் இருந்து வெளியேற்றுமாறு அவர் உத்தரவிட்டார். புரியா என்ற இடத்தில் இருந்த சீக்கியர்களின் கோவில், அரசரின் இந்த ஆணையைப் பின்பற்றி இடிக்கப்பட்டது. அங்கு ஒரு மசூதியும் கட்டப்பட்டது. ஆனால், ஆத்திரமடைந்த சீக்கியர்கள் அந்த மசூதியை இடித்துவிட்டு மீண்டும் ஒரு சீக்கியர்களின் கோவிலைக் கட்டினர். இது ஔரங்கசீபுக்கு மேலும் கோபமூட்டியது. குரு தேஜ் பகதூரின்

பாடல்கள் இந்த நிலைமையின் தீவிரத்தைச் சுட்டிக்காட்டுகின்றன. ‘அச்சப்படாமல், வாழ்க்கையின் சவால்களைச் சந்திக்கத் தயாராகு மாறு’ சீக்கியர்களுக்கு அவர் தன் பாடல்கள் மூலம் செய்தி அனுப்பிக்கொண்டே இருந்தார். ஊர் ஊராகப் போய் தனது போதனைக் கூட்டங்களை நடத்திக்கொண்டிருந்த தேஜ் பகதூரைப் பற்றியும் ஔரங்கசீபுக்குச் செய்திகள் சென்றுகொண்டிருந்தன. இந்தக் கூட்டங்களைத் தடை செய்யுமாறு உள்ளூர் நிர்வாகிகளுக்கு உத்தரவுகள் வந்தன.

கோவில்களை இடிக்கக் கூறும் அரசரின் உத்தரவுகளை நிறை வேற்றுவதில் சில ஆளுநர்கள் அதிகமான தீவிரம் காட்டினர். அதில் ஒருவரான காஷ்மீரின் ஆளுநர் இஃப்திகார் கான், காஷ்மீரில் உள்ள பண்டிட்டுகளின் தலங்களை இடிப்பதிலும் அவர்களை மதம் மாற்றுவதிலும் முனைந்தார். இதைப் பற்றி காஷ்மீரின் வரலாற்றாசிரியர் பி.என்.கே பம்சாய் குறிப்பிடுகையில் ’இஃப்திகார் கான் மதம் மாற்றுவதற்காக பண்டிட்டுகள் மீது கடும் அழுத்தத்தைக் கொடுத்தான். அவற்றில் சிலர், அனந்தபூர் சென்று தேஜ் பகதூரைத் தஞ்சமடைந்து தங்களைக் காக்க உதவி செய்யுமாறு வேண்டினர்.’ என்கிறார்.

அவர்களின் குறைகளைக் கேட்டறிந்த பின்னர் குரு தேஜ் பகதூர் ஆழ்ந்து யோசித்தார். இறுதியில் அவர்களுக்கு உதவத் தீர்மானித்த அவர், ஔரங்கசீபின் அரசு தம்மை மதம் மாற்றிவிட்டால் பண்டிட்களும் மதம் மாறுவார்கள் என்று பேரரசருக்கு சவால் விட்டார். சிறிது காலமாக அரசுடன் சச்சரவு இல்லாமல் ஒதுங்கி யிருந்த சீக்கிய குரு இப்படி ஒரு சவாலை அரசுக்கு எதிராக திடீரென்று எழுப்பியது ஆச்சரியமான விஷயமாகும். இன்று பண்டிட்டுகளுக்கு நேர்ந்தது நாளை சீக்கியர்களுக்கும் நேரலாம் என்ற தொலைநோக்குப் பார்வை காரணமாக இந்த முடிவுக்கு வந்திருக்கலாம் அவர். அரசை எதிர்த்து அந்த முயற்சியில் தன்னைத் தியாகம் செய்யத் தீர்மானித்த அவர், தனது மகனான கோவிந்தை அடுத்து குருவாக நியமித்தார். அரசுக்கு எதிராகப் போராட்டத்திலும் இறங்கினார். இந்தச் செய்தி ஔரங்கசீபுக்கு எட்டியவுடன் அவர் ஆத்திரமடைந்தார். குருவை உடனடியாக டெல்லிக்குக் கொண்டுவருமாறு ஆணை பிறப்பித்தார்.

இதற்கிடையில் தானாகவே டெல்லி நோக்கிப் புறப்பட்ட தேஜ் பகதூர், வழியில் மாலிக்பூர் ரங்கரன் என்ற இடத்தில் கைது செய்யப்பட்டார். அவரை ஓர் இரும்புக் கூண்டிலடைத்து டெல்லி நோக்கி அனுப்பிவைத்தனர் அரசு அதிகாரிகள். 1675ம் ஆண்டு நவம்பர் மாதம் 5ம் தேதி தேஜ் பகதூரை டெல்லிக்குக் கொண்டுவந்த பின்

கடவுளின் தூதர் என்று அவரை நிரூபிக்கச் சொல்லி, பல சித்து வேலைகளைச் செய்து காட்டச்சொன்னார்கள் அரசு அதிகாரிகள். கடவுளின் தொண்டர் என்று நிரூபிக்க சித்து வேலைகள் அவசிய மில்லை என்று அதை மறுத்தார் தேஜ் பகதூர். எனவே அவரை இஸ்லாமிய மதத்துக்கு மாறச் சொல்லி சித்திரவதை செய்தனர்.

ஆனால் தேஜ் பகதூர் அசையவில்லை. அவரை மேலும் அச்சுறுத்தும் விதமாக அந்த ஆண்டு நவம்பர் 11ம் தேதி, அவரது உதவியாளர்களான பாய் மாதி தாஸ், தயாள் தாஸ், சதி தாஸ் ஆகியோர் குருவின் முன்னிலையில் கொல்லப்பட்டனர். மாதிதாஸை இரண்டாக வெட்டியும், தயாள் தாஸை காளவாயில் எரித்தும், சதி தாஸை உயிரோடு கொளுத்தியும் இந்தத் தண்டனைகள் நிறைவேற்றப் பட்டன. இதுவும் தேஜ் பகதூரை மனம் மாறச் செய்யவில்லை என்று கண்ட அரசர், அன்று இரவே குருவின் தலையைத் துண்டித்து அவரைக் கொன்றார். இந்தத் தண்டனை பொதுமக்கள் முன்னிலையில் நிறைவேற்றப்பட்டது.

அன்றிரவு பெய்த பெருமழையினூடே அவரது தலையை சீடர்களில் ஒருவரான பாய் ஜெய்தா எடுத்துக்கொண்டு அனந்தபூரை நோக்கி விரைந்தார். தேஜ் பகதூரின் மகனான கோவிந்திடன் அது ஒப்படைக்கப்பட்டது. தேஜ்பகதூரின் உடல் லக்கி ஷா லுபானா என்பவரால் ரகாப்கஞ்ச் என்ற இடத்துக்கு எடுத்துச்செல்லப்பட்டது. முறைப்படி அங்கு சடங்குகள் செய்வது ஆபத்தை விளைவிக்கும் என்பதை அறிந்த லக்கி ஷா அவர் வீட்டில் குருவின் உடலை வைத்து அந்த வீட்டை தீ வைத்துக்கொளுத்திவிட்டார்.

குரு கோவிந்த் சிங்

இளவயதிலேயே தன் தந்தையை இழந்த கோவிந்த், தந்தைக்கான சடங்குகளை முறைப்படி செய்த பிறகு, அடுத்த குருவாக நியமிக்கப்பட்டார். கொடூரமாகக் கொல்லப்பட்ட தந்தையைப் போற்றி அவர் பல பாடல்கள் இயற்றியிருக்கிறார். சமூக ஆன்மிகச் சீர்திருத்தங்களோடு, சீக்கிய சமுதாயம் ஆயுதமேந்திப் போராட வேண்டிய அவசியம் குறைந்துவிடவில்லை என்பதை உணர்ந்த அவர், சீக்கியர்களை வலுவுள்ள படைவீரர்களாக மாற்றத் தீர்மானித் தார். மானத்தை இழந்து அடிமைகளாக சீக்கியர்கள் வாழவேண்டிய தில்லை என்றும், சீக்கியர்களுக்குத் துன்பம் இழைப்பவர்கள் அதற்கான விலையைக் கொடுத்தே ஆக வேண்டும் என்றும் அவர் முடிவுசெய்தார்.

கோவிந்த் ஒரு சிறப்பான ஆளுமை கொண்ட மனிதர். உயரமாகவும், தமக்குத் தகுந்த உடைகளையே உடுப்பவராகவும், பல ஆயுதங்களைத் தரித்தவராகவும், தனது சிம்மாசனத்தில் உட்கார்ந்திருக்கும்போது ஒரு வெள்ளைக் கழுகை தனது இடது கையில் வைத்திருப்பவராகவும்' விவரிக்கப்படுகிறார். சமஸ்கிருதம், ப்ராஜ், பாரசீகம், அரபி, அவத் போன்ற மொழிகளைக் கற்றுத் தேர்ந்திருந்தார் கோவிந்த். வானியல், யோகா, ஆயுர்வேதம் முதலியவற்றிலும் அவர் சிறந்து விளங்கினார்.

தேஜ் பகதூரின் படுகொலையால் நிலைகுலைந்திருந்த சீக்கியர்களை ஒன்றிணைப்பது அவருடைய முதல் பணியாக இருந்தது. ஆனால் குரு கோவிந்தையும் தொல்லைகள் விடவில்லை. மற்ற குருக்களைப் போல் முகலாயர்களிடமிருந்து அல்லாமல், உள்ளூர் அரசர்களிட மிருந்துதான் அவருக்குப் பிரச்சனைகள் வர ஆரம்பித்தன. பிலாஸ்பூர் என்ற ஊரின் அரசரான ராஜா பீம் சிங் ஒருமுறை குருவின் யானையை யும் அவரது பரிவாரங்களையும் தனக்காகக் கேட்டிருந்தார். குரு அவற்றைத் தர மறுக்கவே அரசருக்கும் அவருக்கும் சச்சரவு மூண்டது.

அனந்தபூரில் தங்கியிருந்த குருவை பீம் சிங் தாக்கினார். ஆனால் அந்தப் போரில் தோல்வி அரசருக்கே கிடைத்தது. இது அந்தப் பகுதியிலிருந்த மற்ற அரசர்களுக்கு கிலியையும் ஆத்திரத்தையும் ஒருங்கே மூட்டியது. தம்மை எதிர்த்து பலமுள்ள சக்தியாக கோவிந்த் வளர்ந்து விடுவாரோ என்று எண்ணிய அரசர்கள் தங்களுக்குள் ஒரு கூட்டணியை ஏற்படுத்திக்கொண்டனர். இந்தச் சவாலைச் சந்திக்க வேண்டிய கட்டாயத்துக்கு சீக்கியர்கள் தள்ளப்பட்டனர்.

இந்த அரசர்களுள் ஒரு விதிவிலக்காக சிர்மூர் என்ற அரசின் ராஜாவான மேதினி ப்ரகாஷ் இருந்தார். குரு கோவிந்துடன் நட்புக்கொள்ள வேண்டிய அவர், ஒரு விருந்துக்காக அவரை தன்னுடைய அரசுக்கு அழைத்தார். இதற்கான ஒரு உள்நோக்கமும் அவருக்கு இல்லாம லில்லை. ஸ்ரீநகரின் அரசரான ராஜா பதே ஷாவுக்கும் மேதினி ப்ரகாஷுக்கும் பகை இருந்தது.

பீம் சிங்கைத் தோற்கடித்த கோவிந்தைப் போல ஒருவர் தனக்குத் துணையாக இருப்பது தமக்கு வலு சேர்க்கும் என்றும் நினைத்த மேதினி ப்ரகாஷ் அவரைத் தம் அரண்மனைக்கு வரவழைத்து இருந்தார். ஆனால் அரண்மனையில் நீண்ட காலம் தங்க விரும்பாத குரு தமக்கென ஓரிடத்தை ஒதுக்கித்தருமாறு அரசரிடம் கேட்டார். அதற்கேற்ப யமுனை ஆற்றங்கரையில் பாவ்னோட்டா என்ற இடத்தை குருவுக்கு ராஜா மேதினி ப்ரகாஷ் அளித்தார். ஆற்றங்கரையில் ஒரு ஆசிரமும் அமைக்கப்பட்டது. கிட்டத்தட்ட மூன்று வருடங்கள் அங்கே தங்கினார் குரு கோவிந்த்.

இந்த அமைதியும் நீண்ட நாள் நீடிக்கவில்லை. மேதினி ப்ரகாஷின் எதிரியான பதே ஷாவும், குருவின் எதிரியான பீம் சிங்கும் மற்ற மலை நாட்டு அரசர்களுடன் கூட்டணி அமைத்து அந்த ஆசிரமத்தைத் தாக்கினர். உக்கிரமாக நடைபெற்ற அந்தப் போரின் இடையில் சீக்கியர்களால் அமர்த்தப்பட்ட, கிட்டத்தட்ட 500 பதான் கூலிப் படையினர் எதிரிப்படையினரிடம் அணி மாறிச் சென்றுவிட்டனர். இந்தப் பின்னடைவைப் பொருட்படுத்தாமல், கிர்பால் தாஸ், பிர் புது ஷா ஆகிய தளபதிகளின் தலைமையில் சீக்கியர்கள் வீரமாகப் போர் புரிந்தனர். போரின் முடிவில் சீக்கியர்களுக்கே வெற்றி கிடைத்தது. மலை அரசர்களில் ஒருவரான ஹரி சந்த் போரில் கொல்லப்பட்டார்.

இதன்பின் அனந்த்பூர் திரும்பிய குரு கோவிந்த், அடிப்பட்ட புலி போன்று கோபமடைந்திருக்கும் மலை அரசர்கள் தம்மீது மீண்டும் போர் தொடுப்பார்கள் என்று எதிர்பார்த்தார். எனவே அனந்த்பூரைப் பலப்படுத்தும் முயற்சியில் இறங்கினார். அனந்த்பூரைச் சுற்றியுள்ள அனந்த்கர், லோகர், கேஷ்கர், பதேகர் ஆகிய இடங்களில் கோட்டைகள் எழுப்பப்பட்டன.

இதற்கிடையில் தக்காணத்தின் மீது படையெடுத்துச் சென்ற ஔரங்கசீப் நீண்ட நாட்களாக திரும்பாததால் துணிச்சலடைந்திருந்த மலை அரசர்கள், அவருக்குக் கொடுக்க வேண்டிய கப்பத்தை நிறுத்திவிட்டனர். இதனால் ஆத்திரமடைந்த மியான் கான் என்ற முகலாயர்களின் மலைநாட்டுப் பிரதிநிதி, ஆலிஃப் கான் என்பவரின் தலைமையில் ஒரு படையை மலைநாடுகளுக்கு அனுப்பினார்.

ராஜா பீம் சிங்கைத் தாக்க வந்தார் ஆலிஃப் கான். குரு கோவிந்திடம் இரு முறை மோதிய பீம் சிங் இம்முறை குருவிடமே தஞ்சமடைந்தார். முகலாயர்களிடமிருந்து தம்மைக் காக்க வேண்டினார். குரு கோவிந்தும் அவருக்கு உதவ இணங்கி தம்முடைய படைப்பிரிவு ஒன்றை பீம் சிங்குக்குத் துணையாக அனுப்பினார். பியாஸ் நதிக் கரையில் நடந்த போரில் ஆலிஃப் கான் தோற்கடிக்கப்பட்டு போர்க் களத்தை விட்டு ஓடிவிட்டார். ஆனால் இந்தப் போர் நடந்த சில நாள்களுக்கெல்லாம் பீம் சிங் மீண்டும் கட்சி மாறி முகலாயர்களுடன் இணைந்து கொண்டார்.

தக்காணப் போர் முடிந்து திரும்பிய ஔரங்கசீப் நடந்ததை அறிந்து, குரு கோவிந்தின்மீது சினம் கொண்டார். குரு கோவிந்த் சிங்கின் மதப் பிரசாரக் கூட்டங்களைக் குலைக்குமாறு பஞ்சாபின் தளகர்த்தர்களுக்கு உத்தரவிட்டார். இதை எதிர்க்கும் விதமாக மார்ச் 1694ல் நாடு முழுவதும் உள்ள சீக்கியர்களின் மாநாடு ஒன்றை கோவிந்த் கூட்டினார். போருக்குத் தயாராக தகுந்த ஆயுதங்களை எடுத்து

வருமாறும், தம்முடைய தாடிகளை மழிக்காமல் வருமாறும் சீக்கியர்களுக்குக் கட்டளை இட்டிருந்தார் குரு. துணிச்சலாக தங்களை வெளிக்காட்டிக்கொண்டே இந்தக் கூட்டத்துக்கு வரவேண்டும் என்பதற்காகவே இந்தக் கட்டளையை குரு இட்டிருந்தார். அந்தக் கூட்டத்திற்கு வந்த சீக்கியர்களை முகலாயப் படைகள் தடுத்தன. பல இடங்களில் இரு தரப்புக்கும் போர் நிகழ்ந்தது. அவற்றில் வெற்றி அடைந்து ஒரு பெரும் கூட்டம் அனந்த்பூரில் பைசாகி தினத்தன்று கூடியது.

இதனால் பெரும் ஆத்திரமடைந்த முகலாயர்கள் திலவர் கான் என்ற முகலாயத் தளபதியின் தலைமையில் குருவைச் சிறைப்படுத்த தாக்குதல் ஒன்றைத் தொடுத்தனர். யாரும் அறியாவண்ணம் இரவில் தாக்கி, சீக்கியர்களைத் தோற்கடித்துவிடலாம் என்ற எண்ணத்தில் திலவர்கான் நள்ளிரவில் அனந்த்பூரை நெருங்கினர். ஆனால், டமடமவென குரு கோவிந்தின் முரசான ரஞ்சித் நகரா முழங்கியது. சீக்கியர்கள் விழிப்புடன் இருக்கிறார்கள் என்பதால் திகிலடைந்த முகலாயர் படை வேகமாகப் பின்வாங்கியது.

தன் முயற்சியில் மனம் தளராமல் ஹுசைன் கான் என்பவரின் தலைமையில் அடுத்ததாக ஒரு படையை முகலாயர்கள் அனுப்பினர். இம்முறை ராஜா பீம் சிங்கும் மற்ற மலை அரசர்களும் அவர்களுடன் சேர்ந்துகொண்டனர். குரு கோவிந்துக்கும் முகலாயர்களுக்கும் நடைபெற்ற போரில் சீக்கியர்களுக்கே மீண்டும் வெற்றி கிடைத்தது. ஹுசைன் கானும் மலை அரசர்களுள் ஒருவரான ராஜா கிர்பால் சிங்கும் கொல்லப்பட்டனர். சீக்கிய தளபதிகளில் ஒருவரான பாய் சங்காட்டியவும் போரில் மரணமடைந்தார்.

அடுத்த மூன்று வருடங்கள் சீக்கியர்களுடன் முகலாயர்கள் எந்தப் போரிலும் ஈடுபடாமல் அமைதிகாத்தனர். இதில் குறிப்பிடத்தக்க அம்சம், முகலாயர்களுடனான போர்கள் மலை அரசர்களுடன் தொடர்ந்துகொண்டிருந்த போதிலும் சீக்கியர்கள் மீது அவர்கள் தாக்குதல் ஏதையும் தொடுக்காததுதான். சீக்கியர்களின் வீரமும், அனந்தபூரின் அரண்களும், அவர்களுடனான போர்களில் முகலாயர்களுக்கு ஏற்பட்ட தோல்வியும் முகலாயர்களைப் போர்களில் ஈடுபடாதவண்ணம் தடுத்தன.

இந்த அமைதிக்காலத்தை குரு கோவிந்த் நன்கு பயன்படுத்திக் கொண்டார். உபநிஷத்துகளை மொழிபெயர்ப்பதிலும் சீக்கியர்களின் நிர்வாக அமைப்பில் சீர்திருத்தங்களைச் செய்வதிலும் அவர் ஈடுபட்டார். சீக்கிய சங்கத்களுக்கு அவர் தொடர்ந்து கடிதம் எழுதிய வண்ணம் இருந்தார். இந்தியாவின் கிழக்குப் பகுதியில் இருந்த சங்கத்களான டாக்கா, சிட்டகாங், சோன்தீப், சில்ஹெட் ஆகிய

வற்றிற்கு எழுதிய 'ஹுக்கும்நாமா' என்ற கடிதங்களில் இயக்கத்திற்கான தங்கம் மற்றும் பணத்தைத் தவிர தரமான ஆடைகள், வாட்கள், மாட்ச்லாக் துப்பாக்கிகள், போர் யானைகள் ஆகியவற்றைக் கொண்டுவரச் சொல்லியிருக்கிறார்.

நாம் ஏற்கெனவே பார்த்ததுபோல், கோவிந்தின் காலத்திலும் சீக்கிய இயக்கத்திற்குள்ளும் கலகங்கள் தொடர்ந்தன. அர்ஜன் தேவ் காலத்திலிருந்து ப்ரீத்தி சிங்கின் பரம்பரையினர் தாங்கள்தான் உண்மையான வம்சாவளி என்று கூறி வந்தனர். உள்ளிருந்தும் வெளியிலிருந்தும் தாம் சந்தித்த பூசல்களால் குரு ஆழ்ந்த சிந்தனையில் இறங்கினார். குரு நானக்கைப் போலவே அவரும் கடவுள் ஒருவரே என்று நம்பினார். அவரே படைப்பவர், காப்பவர், அழிப்பவர் என்பதில் அவர் உறுதியாக இருந்தார். நன்மைக்கும் தீமைக்கும் நடைபெறும் போராட்டத்தில், இறைவன் குறுக்கிட்டு நன்மையை நிலைநாட்டுவார் என்பது அவர் கருத்து.

இதன் தொடர்பாக, இறைவன் நிகழ்த்திய அவதாரங்களின் பால் அவர் கவனம் சென்றது. ராமனும் கிருஷ்ணனும் பூமியில் அவதாரங்கள் எடுத்தது எதற்காக. தீமையை அழிப்பதற்காக அல்லவா! தீமையை அழிக்க ஆயுதங்கள் ஏந்துவது இறைவனுக்கு ஏற்றதே என்ற முடிவுக்கு அவர் வந்தார். அதுபோலவே தம்மையும் ஒரு கருவியாக இறைவன் படைத்திருக்கிறார் என்று உணர்ந்தார் அவர்.

இது தொடர்பாக சீக்கிய மதத்தில் அவர் செய்த முக்கியமான சீர்திருத்தம் 1699ம் ஆண்டு நிகழ்ந்தது. அந்த வருடம் பைசாகி விழாவின் போது கிட்டத்தட்ட 80,000 பேர் அனந்த்பூரில் கூடினர். அந்த நிகழ்வுக்கு இந்தியாவிலிருந்த அனைத்துப் பகுதிகளிலிருந்தும் சீக்கியர்களை குரு அழைத்திருந்தார். ஏதோ பெரிய மாற்றம் ஏற்படப்போவதை அவர்கள் அனைவரும் உணர்ந்திருந்தனர்.

அந்தக் கூட்டத்தில் வீர உரை ஆற்றிய குரு கோவிந்த் ஒரு கட்டத்தில் தன்னுடைய வாளை உருவி, சீக்கிய மதத்திற்காகத் தன் தலையைக் கொடுக்க விரும்புபவர்களைத் தன்னருகே வரும்படி அழைத்தார். இந்த விபரீதமான அழைப்பைக் கண்டு திகைத்துப் போன கூட்டத்திலிருந்து தயா ராம் என்ற லாகூரிலிருந்த வந்த ஒருவர், தனது தலையை அர்ப்பணிக்க முன்வந்தார். அவரைத் தனி அறைக்கு அழைத்துச்சென்ற குரு ரத்தம் தோய்ந்த வாளுடன் சிறிது நேரத்திற்குப் பின்பு வெளியில் வந்தார்.

இதே போல ஹஸ்தினாபூரைச் சேர்ந்த தரம் தாஸ், துவாரகாவிலிருந்து வந்த மொஹ்கம் சந்த், பூரியிலிருந்து வந்த ஹிம்மத், பிடாரிலிருந்து

வந்த சாகிப் சந்த் ஆகியோர் ஒன்றன்பின் ஒன்றாக அந்த அறைக்கு அழைத்துச் செல்லப்பட்டனர். ஒவ்வொரு முறையும் ரத்தம் தோய்ந்த வாளுடன் அந்த அறையிலிருந்து குரு வெளிப்பட்டார்.

அவர்கள் ஐவரின் கதையும் முடிந்தது என்று கூட்டத்தினர் முடிவு கட்டியிருந்த வேளையில் அந்த அறையிலிருந்து காவித் துணியும் டர்பனும் அணிந்து அவர்கள் வெளிப்பட்டனர். உண்மையான தியாகிகளைக் கண்டறிவதற்காகவே இந்தச் சோதனையை நடத்திய தாகக் கூறிய குரு, வாளில் இருந்தது ஒரு ஆட்டின் ரத்தமே என்ற ரகசியத்தையும் வெளிப்படுத்தினார். இதே போன்ற தியாக மனப்பான்மையை சீக்கியர்கள் ஒவ்வொருவரும் வெளிப்படுத்த வேண்டும் என்று கூறிய குரு, கல்ஸா என்ற புதியதொரு கோட்பாட்டை வெளியிட்டார்.

அதன்படி கல்ஸாவின் ஒவ்வொரு உறுப்பினரும் ஐந்து முக்கியமான பொருட்களை உடைமைகளாகக் கொள்ளவேண்டும். அவை, கேஷ் (நீண்ட தலைமுடி), கங்கா (சீப்பு), கரா (இரும்பு கை ஆபரணம்), கச் (கச்சம்), கிர்பான் (குறுவாள்) என்கிற ஐந்து 'க' எனும் எழுத்தில் ஆரம்பிக்கும் பொருட்கள். இவை ஒவ்வொன்றுக்கும் ஒரு பின்னணி இருந்தது. நீண்ட தலைமுடி வளர்ப்பது பண்டைக்கால வழக்கம். அதைச் சீராக வைத்துக்கொள்ள சீப்பு தேவை. கச்சம் என்கிற கால்சட்டை பொறுமையைக் குறிக்கிறது. கையில் அணிந்திருக்கும் இரும்பு ஆபரணம் கத்தி வீச்சிலிருந்து பாதுகாப்பு அளிக்கிறது. குறுவாள் எதிரிகள் தாக்கும் போது திருப்பித்தாக்கக்கூடிய வல்லமையை அளிக்கிறது.

இந்த ஐந்து பொருட்களையும் கட்டாயமாக்கியது மட்டுமில்லாமல், அன்றிலிருந்து சீக்கியர்கள் அனைவரும் சிங் என்ற அடை மொழியோடு அழைக்கப்படவேண்டும் என்ற விதியையும் குரு கோவிந்த் உருவாக்கினார். அதன்படி தன்னுடைய பெயரையும் கோவிந்த் சிங் என்று மாற்றிக்கொண்டார் குரு. அன்றிலிருந்து இன்றுவரை சீக்கியர்களுக்கு சிங் என்ற பெயர் நிலைத்திருக்கிறது. தமது நீண்ட தலைமுடியை மறைக்க சீக்கியர்கள் பல வண்ண டர்பன்களை அணியத் தொடங்கினர். அங்கு கூடியிருந்த சீக்கியர்கள் முறைப்படி கல்ஸாவிற்கு மாற்றும் சடங்கையும் குரு அங்கேயே நடத்தினார்.

முதலில் தியாகம் செய்ய வந்த ஐவரையும் (அவர்கள் பஞ்ச்ப்யாரே, பிரியமான ஐவர் என்று அழைக்கப்பட்டனர்) வைத்து அந்தச் சடங்கு நடத்தப்பட்டது. ஓர் இரும்புப் பாத்திரத்தில் நீர் ஊற்றி அதனோடு சர்க்கரை சேர்க்கப்பட்டது. அதை ஒரு வாளால் கலக்கியபடியே கிரந்த

சாகிப் ஓதப்பட்டது. அமிர்தம் என்று அழைக்கப்பட்ட இந்தப் பானம் அந்த ஐவருக்கும் வழங்கப்பட்டது. இன்றளவும் இந்தச் சடங்குதான் சீக்கியர்களை கல்ஸாவில் சேர்க்கும் முறையாகப் பின்பற்றப் படுகிறது. அடுத்த சில நாட்களில் கிட்டத்தட்ட 50,000 சீக்கியர்கள் இம்முறையில் தீக்ஷை அளிக்கப்பட்டு சேர்த்துக்கொள்ளப்பட்டனர்.

சீக்கியர்களுக்கு இவ்வாறு ஒரு தனி அடையாளத்தை குரு கோவிந்த் சிங் உருவாக்கியதால், அவர் மீது ஏற்கெனவே கோபம் கொண்டிருந்த மலை அரசர்கள் அவரை எப்படியாவது ஒழித்துவிடத் துணிந்தனர். கல்ஸா என்று பெயருடைய புதிய படை ஒன்றை குரு கோவிந்த் சிங் உருவாக்கியிருக்கிறார் என்றும் அதனை வைத்து டெல்லிமீது படையெடுக்கத் திட்டமிட்டிருக்கிறார் என்றும் முகலாய அரசிடம் புகார் செய்தனர். பேரரசுக்கு எதிரான கலகத்தில் ஈடுபடுமாறு தங்களையும் தூண்டி விடுவதாகவும் அதில் அவர்கள் கூறியிருந்தனர்.

தக்காணத்தில் மீண்டும் ஒரு போரில் ஈடுபட்டிருந்த ஔரங்கசீப்பை இந்தத் தகவல் சென்றடைந்தது. பைந்தா கான், தின் பெக் என்ற இரு தளபதிகளுடன் ஒரு படையை சீக்கியர்களை அடக்க அவர் அனுப்பினார். அந்தப் படைகளோடு மலை அரசர்களும் சேர்ந்து கொண்டனர். அவர்களுக்கும் சீக்கியர்களுக்கும் நடைபெற்ற போரில் மீண்டும் சீக்கியர்களே வெற்றியடைந்தனர். குரு கோவிந்த் சிங்குடன் நடைபெற்ற துவந்த யுத்தத்தில் பைந்தா கான் கொல்லப்பட்டார். தின் பெக் படுகாயமடைந்தார். மலை அரசர்கள் ஓட்டம் பிடித்தனர். மற்றொரு முகலாயப்படை தோல்வி அடைந்தது. ஆனாலும் தொடர்ந்து அவர்களுக்கும் சீக்கியப் படைகளுக்கும் சிறு மோதல்கள் நடைபெற்ற வண்ணம் இருந்தன.

இதற்கிடையில் பிலாஸ்பூரின் அரசராக பீம் சிங்கின் மகன் அஜ்மர் சந்த் பொறுப்பேற்றுக்கொண்டார். பதவி ஏற்றவுடன் அவர் செய்த முக்கியமான பணிகளில் ஒன்று தக்காணத்திற்குச் சென்று ஔரங்கசீபைச் சந்தித்ததுதான். எப்படியாவது சீக்கியர்களை ஒடுக்கி குரு கோவிந்த் சிங்கைச் சிறைப்பிடிக்கவேண்டும் என்று அவர் பேரரசரிடம் கேட்டுக்கொண்டார். பல முறை தோல்வியடைந்திருந்ததால், இரண்டில் ஒன்று பார்க்க விரும்பிய ஔரங்கசீப் தனது தளகர்த்தர்களில் ஒருவரான நவாப் வாஸிர் கானை ஒரு பெரும்படையுடன் அனுப்பினார்.

வழக்கம்போல் மலை அரசர்களின் படைகளும் அதோடு சேர்ந்து கொண்டது. படைபலத்தால் மட்டுமே சீக்கியர்களைத் தோற்கடிக்க முடியாது என்பதை அறிந்த வாஸிர் கான் அனந்த பூரை முற்றுகையிட்டு உணவுப் பொருட்கள் உட்செல்வதைத் தடுத்தார்.

அனந்தபூருக்கு நீர் அளிக்கும் ஓடையும் திசைதிருப்பி விடப்பட்டது. இது உள்ளே இருப்பவர்களின் நிலையைக் கவலைக்கிடமாக்கியது.

இச்சமயத்தில் ஔரங்கசீப் கோவிந்த் சிங்கிற்கு ஒரு செய்தி அனுப்பினார். அதில் அனந்த்பூரை விட்டு வெளியேறினால் அவர் களுக்குப் பாதுகாப்பு அளிப்பதாகவும் தான் விரும்பும் இடத்தை அவர்கள் அடையலாம் என்றும் வாக்குறுதி அளித்தார். நிலைமை மோசமாகி வருவதை உணர்ந்த குரு கோவிந்த் சிங் தன்னால் மக்கள் பாதிப்பிற்கு உள்ளாவதை விரும்பாமல், இதற்கு ஒப்புக்கொண்டு தனது பாதுகாவலர்களுடன் கோட்டையை விட்டு வெளியே வந்தார்.

சிறிது தூரம் சென்ற அவரது பரிவாரங்கள் சர்சா என்ற ஆற்றங்கரையை அடைந்ததும், ஒப்பந்தத்தை மீறி முகலாயர்களும் மலை அரசர்களும் அவர்களைத் தாக்கினர். குருவின் தாயார், அவரது இரு மனைவிகள், நான்கு மகன்கள் ஆகியோரைச் சூழ்ந்துகொண்டு கடுமையாகத் தாக்க ஆரம்பித்தனர் முகலாயர்கள். ஆனால் உதே சிங் என்ற குருவின் தளபதி தனது படைகளுடன் முகலாயர்களை எதிர்கொண்டார். நடந்த போரில் அவரும் அவரது படை வீரர்களும் உயிரிழந்தாலும் மற்றவர்கள் ஆற்றைக் கடந்து தப்பித்தனர். இருந்தாலும் மழையினாலும் ஆற்று வெள்ளத்தினாலும் சிலர் உயிரிழக்க நேரிட்டது.

குருவின் தாயார், அவரது இரு மனைவிகள், மூன்று மற்றும் நான்காவது மகன்கள் ஆகியோர் அந்தக் குழப்பத்தில் அந்தக் கூட்டத்திலிருந்து பிரிந்துவிட்டனர். 500 பேர் அடங்கிய குழுவாக அனந்த்பூரிலிருந்து கிளம்பிய குருவின் பரிவாரங்கள் இப்போது 40 பேராகச் சுருங்கிவிட்டது. அந்தப் பரிவாரத்தில் குருவோடு அவரின் மூத்த மகனான அஜித் சிங்கும் இளைய மகனான ஜுய்ஹர் சிங்கும் இருந்தனர். முகலாயர்கள் தங்களைத் துரத்தி வருவதை அறிந்த அவர்கள் சம்கௌர் என்ற கிராமத்தை அடைந்தபோது முகலாயப் படை அவர்களைப் பிடித்துவிட்டது.

40 பேர் அடங்கிய அந்தக் குழுவினர் பெரும் எண்ணிக்கையில் வந்த முகலாயர்களோடு தீரத்தோடு போரிட்டனர். குருவின் மகன்களான அஜித் சிங்கும், ஜுய்ஹர் சிங்கும், பாஞ்ச்பியாரேக்களில் இருவரான மொக்ஹம் சிங்கும் ஹிம்மத் சிங்கும் அந்தச் சண்டையில் கொல்லப்பட்டனர். இதற்கிடையில் குரு கோவிந்த் சிங், தயா சிங், தரம் சிங், மான் சிங் ஆகியோர் தப்பியோடி அவர்களுக்குப் பாதுகாப்பான இடத்தை நோக்கி விரைந்தனர்.

ஜாத்பூரா என்ற இடத்தை அவர்கள் அடைந்தபோது அங்கிருந்த இஸ்லாமியர்கள் அவரை வரவேற்று தஞ்சமளித்தனர். ஔரங்கசீபின்

கொடுங்கோலாட்சியை அக்காலத்தில் பல இஸ்லாமியர்கள் விரும்ப வில்லை. அவர்களில் சிலர்தான் குருவுக்குத் தஞ்சமளித்தவர்கள்.

இப்போது குருவை விட்டுப் பிரிந்து சென்ற மனைவிகளும், தாய், மற்ற இரு மகன்களும் என்னவானார்கள் என்று பார்ப்போம். அவரது இரு மனைவிகளும் ஒரு பண்டிதருடன் டெல்லி சென்றார்கள். குருவின் தாயாரோடு தங்கியிருந்த அவரது இரு மகன்களையும் அவர்களது வேலையாள் வாஸிர் கானிடம் காட்டிக்கொடுத்துவிட்டான். அவர்களைக் கைது செய்து சிர்ஹிந்த் கோட்டையில் அடைத்த வாஸிர் கான் அவர்களை இஸ்லாமிய மதத்திற்கு மாறச் சொல்லித் துன்புறுத்தினான். முறையே எட்டு மற்றும் ஆறு வயதான வயதான சிறுவர்கள் இருவரும் மதம் மாற மறுத்துவிட்டனர்.

ஆத்திரமடைந்த வாஸிர்கான் அவர்கள் இருவரையும் உயிரோடு சமாதி கட்ட உத்தரவிட்டான். அவர்களைச் சுற்றி செங்கற்களால் ஆன சுவர் எழுப்பப்பட்டது. அவர்கள் தலை வரை அச்சுவர் எழுப்பப்பட்டதும் மற்றொரு முறை அவர்களை மதம் மாறச் சொல்லி வற்புறுத்தினான் வாஸிர் கான், அப்போதும் அவர்கள் மறுத்துவிட்டனர். அவர்கள் வெளியில் கொண்டுவரப்பட்டு வாளால் வெட்டிக் கொல்லப் பட்டனர். இந்தச் செய்தி குருவின் தாயை எட்டியவுடன் அதிர்ச்சியால் அவரும் மரணமடைந்தார்.

அனைத்தையும் தெரிந்துகொண்ட பிறகும் சிறிதும் மனம் கலங்காமல் தனது பயணத்தைத் தொடர்ந்தார் குரு. தினா என்ற கிராமத்தில் தங்கிய அவர் ஔரங்கசீபுக்கு இரண்டு கடிதங்களை எழுதினார். 'ஃபதேநாமா' என்ற முதல் கடிதத்தில் 'ஔரங்கசீப் (சிம்மாசனத்தின் பெருமை) என்ற பெயர் உங்களுக்குச் சிறிதும் பொருந்தாது. ஏனென்றால் நீங்கள் மோசடியான வழியைத் தேர்ந்தெடுத்திருக்கிறீர்கள். உங்கள் ராஜதந்திரம் என்பது ஏமாற்றுவதாகும். அறத்தின் வழி செல்லும் எனக்கு இது உவப்பானதல்ல. என் மனச்சாட்சி இதற்கு இடமளிக்க வில்லை'.

இரண்டாவதாக அவர் எழுதிய கடிதத்தின் பெயர் ஸாபர்நாமா. இதில் அனந்த்பூர் கோட்டையிலிருந்து பாதுகாப்பாக வெளியேற உறுதியளிக் கிறேன் என்ற ஒப்பந்தத்தை மீறி நம்பிக்கைத் துரோகம் செய்து விட்டதாக பகிரங்கமாகக் குற்றம் சாட்டியிருந்தார் குரு கோவிந்த் சிங். அரசரும் அவரது தளபதிகளும் பொய்யைச் சொல்லி தம் பரிவாரங் களை வெளியே அழைத்துக் கொலை செய்துவிட்டதாகக் கூறிய குரு 'அடுத்தவரை அநியாயமாக ரத்தம் சிந்தவிட்டால், உங்களுடைய ரத்தமும் அதே போல் சிந்தப்படும்' என்றும் கூறியிருந்தார். ஸாபர்நாமா முழுவதும் பாரசீக மொழியில் எழுதப்பட்டிருந்தது.

தக்காணத்தில் முகாமிட்டிருந்த ஔரங்கசீபிடம் இந்தக் கடிதங்கள் கொடுக்கப்பட்டதும் அவர் மனம் மாற்றமடைந்தது. லாகூரின் துணை ஆளுநராக இருந்த முனீம் கானுக்கு தனது இரு தூதுவர்களை அனுப்பி குரு கோவிந்த் சிங்குடன் சமாதானம் செய்துகொள்ளச் சொன்னார் ஔரங்கசீப்.

இதற்கிடையில் தினாவில் தங்கியிருந்த கோவிந்த் சிங் தனது போதனைகளைத் தொடர்ந்தார். கல்ஸா மீண்டும் அங்கே கூடியது. வாஸிர் கான் தன்னை மீண்டும் தாக்கக்கூடும் என்று ஊகித்த கோவிந்த் சிங் கல்ஸாவுடன் புறப்பட்டு தனது பயணத்தைத் தொடர்ந்தார். அவர் ஊகித்தது போலவே வாஸிர் கானின் படைகள் முக்த்ஸர் என்ற இடத்தில் அவர்களை வழிமறித்தன. அங்கு நடைபெற்ற போரில் வாஸிர்கானின் படை தோற்றது.

அடுத்ததாக சட்லெட்ஜ் நதிக்கரையில் டமடம சாகிப் என்று இப்போது அழைக்கப்படும் இடத்தை அடைந்த குரு அங்கே தங்கி ஆசிரமம் அமைத்துக்கொண்டார். அங்கே மேலும் ஒரு லட்சம் பேர் சீக்கியர்களாக மதம் மாறினர். அங்கே நடந்த மேலும் ஒரு குறிப்பிடத் தக்க நிகழ்வு, கிரந்த சாகிப் தனது முழு வடிவத்தை அடைந்து எழுத்துப் பிரதியாகப் பதிப்பிக்கப்பட்டது ஆகும். அதற்குப் பல பிரதிகள் எடுக்கப்பட்டு நாடு முழுவதும் விநியோகிக்கப்பட்டன.

ஔரங்கசீபின் தூதர்கள் இப்போது குருவை வந்தடைந்தனர். அவரது கடிதங்களால் மனம் மாறிய அரசர், குருவை நேரடியாகச் சந்திக்க விரும்புவதாகத் தெரிவித்தனர். அரசரைச் சந்திக்கச் சென்ற முந்தைய குருக்களுக்கு நேர்ந்த கதியையும், ஔரங்கசீப் ஏற்கெனவே இழைத்த துரோகத்தையும் கருதி ஔரங்கசீபை சந்திக்கச் செல்லவேண்டாம் என்று அவரது சீடர்கள் குருவைத் தடுத்தனர். ஆனால் குரு அதற்கு ஒப்பவில்லை.

ஔரங்கசீபைச் சந்தித்து தங்கள் பக்க நியாயத்தை எடுத்துச் சொல்லி அவரை நல்வழிப்படுத்த ஒரு முயற்சி எடுக்க கோவிந்த் சிங் விரும்பினார். டமடமாவிலிருந்து கிளம்பி தெற்கு நோக்கிப் பயணித்தார் குரு. அவர் ராஜஸ்தானத்தைக் கடந்தபோது, ஔரங்கசீப் மரணமடைந்தார் என்னும் செய்தி அவரை எட்டியது.

ஔரங்கசீபின் புதல்வர்களுக்கு இடையே வாரிசுரிமைப் போர் மூண்டது. ஔரங்கசீபின் புதல்வர்களில் ஒருவரான மௌஸம், குரு கோவிந்த் சிங்கின் உதவியை நாடினார். முன்பொருமுறை காஷ்மீரின் மீது மற்ற மலை அரசர்களை அடக்குவதற்காகப் படையெடுத்து வந்த போது, குரு மீது போர் தொடுக்காமல் மௌஸம் விட்டிருந்தது கோவிந்த் சிங்கின் நினைவில் இருந்தது. எனவே அந்த இளவரசருக்கு

உதவத் தீர்மானித்து ஒரு படையை அனுப்பி வைத்தார். இன்னொரு இளவரசரான ஆஸம் என்பவருக்கும் மௌஸத்திற்கும் இடையே நடைபெற்ற போரில் ஆஸம் கொல்லப்பட்டு அவரது படைகள் தோல்வியடைந்தன. பகதூர் ஷா என்ற பெயருடன் டெல்லி அரியணையில் மௌஸம் ஏறினார்.

அரசர் பகதூர் ஷாவும் குரு கோவிந்த் சிங்கும் ஆக்ராவில் சந்தித்தனர். தனக்கு உதவியளித்த குருவுக்கு அரசர் தனது நன்றியைத் தெரிவித்தார். சுமூகமாக நடைபெற்ற அந்தப் பேச்சுவார்த்தையின்போது பஞ்சாப் அமைதியாக வாழப் பல வாக்குறுதிகளை அரசரிடமிருந்து பெற குரு விரும்பினார். ஆனால், ஔரங்கசீபின் மற்றொரு புதல்வரான கம்பக் ஷா தக்காணத்தில் கலகம் செய்வதாகச் செய்தி ஒன்று அப்போது பகதூர் ஷாவை எட்டியது. அவரை அடக்குவதற்காக தக்காணம் நோக்கிப் புறப்பட்ட பகதூர் ஷா, குருவையும் தன்னுடன் வருமாறு அழைப்பு விடுத்தார்.

தாம் பஞ்சாப் திரும்புவது தாமதமாகிக்கொண்டே வந்தாலும், இந்த நீண்ட பயணத்தின் போது அரசருடன் அளவளாவுவதற்கு அதிக சந்தர்ப்பங்கள் கிடைக்கும், அவரிடம் வாஸிர் கானை அடக்குவதற்கும், சீக்கியர்கள் தமது மதத்தை அச்சமின்றிப் பின்பற்ற வழி செய்வதற்கும் முகலாயர்களின் கொடுமைகளை பஞ்சாபிலிருந்து அகற்ற வழிவகைகள் செய்வதற்கும் கோரிக்கைகளை விடுத்து இந்தப் பிரச்சனைகளுக்கு தீர்வு காணலாம் என்று நினைத்த குரு கோவிந்த் சிங் அரசரோடு தக்காணம் செல்லத் தீர்மானித்தார்.

பயணத்தின்போது இருவருக்கும் இடையே சுமூக உறவு நிலவினாலும், பகதூர் ஷா மேற்கொண்டு பிரச்னைகள் குறித்துப் பிடிகொடுத்துப் பேசவில்லை. முகலாயர்களின் வழக்கமான வழிகளை பகதூர் ஷாவும் கையாளத் தொடங்கியதை உணர்ந்த குரு, இதற்கு மேலும் அவரிடம் பேச்சு நடத்துவதில் பயன் இல்லை என்பதை அறிந்தார். நந்தெர் என்ற இடத்தில் தங்கிய அவர், தமது மதப்பிரசாரத்தைத் தொடங்கினார். பின்னாளில் தக்காணத்தில் சீக்கியர்களின் முக்கிய மையங்களில் ஒன்றாக அது திகழ்ந்தது.

ஒரு நாள் அங்கு மாலை நேரப் பிரார்த்தனைகளை நிறைவு செய்த பிறகு குரு கோவிந்த் சிங் தமது அறையில் ஓய்வெடுத்துக்கொண்டிருந்தார். பேரரசருடன் குரு மேற்கொண்ட நீண்ட பயணச் செய்தி எட்டியிருந்ததால் வாஸிர் கான் கலக்கமடைந்திருந்தான். எங்கே குருவின் கோரிக்கைகளை ஏற்று அரசர் தன்னைத் தண்டித்துவிடுவாரோ என்று பயந்த அவன் குருவைக் கொல்ல இரண்டு பதான்களை

அனுப்பியிருந்தான். அவர்கள் குருவைச் சந்திக்க அனுமதி கோரிய போது, அவர்கள் யாரென்று அறியாத குருவின் பாதுகாவலர்கள் அவர்களை உள்ளே அனுமதித்தனர்.

தமது உடைக்குள் மறைத்து வைத்திருந்த கத்தியால் குருவை அவர்கள் காயப்படுத்தினர். சுதாரித்துக்கொண்ட கோவிந்த் சிங் தம்முடைய வாளால் ஒருவனைக் கொன்றுவிட்டார். மற்றொருவன் தப்பியோட முயன்றபோது குருவின் காவலர்களால் கொல்லப்பட்டான். அங்கிருந்த வைத்தியர் உடனடியாக குருவிற்குச் சிகிச்சை அளித்து காயத்தையும் தைத்துவிட்டார். காயம் ஆறிவரும் வேளையில் ஒரு நாள் குரு கோவிந்த் சிங் கடும் பயிற்சியில் ஈடுபட்டார். அப்போது தையல் கிழிந்து ரத்தம் கொட்டியது. அதிக ரத்த இழப்பால் குரு நினைவிழந்தார். அவருக்கு மீண்டும் சிகிச்சை அளிக்கப்பட்டது.

ஆனால், தமது முடிவு நெருங்கிவிட்டதை உணர்ந்த கோவிந்த் சிங், தமது சீடர்களை அழைத்தார். மானிட வடிவிலான சீக்கிய குருக்களின் வம்சம் தன்னுடன் முடிவுக்கு வந்ததாகத் தெரிவித்த அவர், கிரந்த சாகிப்பையே இனிமேல் குருவாகக் கருதிப் போற்றுமாறு உத்தர விட்டார். பத்து குருக்களின் பாடல்கள் அடங்கிய கிரந்த சாகிப் அவர்களுக்கு வழிகாட்டும் என்றும் அதையே வழிபடுமாறும் கூறினார். முக்கிய முடிவுகளை பாஞ்ச் ப்யாரே என்று அழைக்கப்பட்ட ஐவர் குழு எடுக்கும் என்றும் தான் அவர்களுள் ஒருவராக என்றும் இருப்பேன் என்றும் தெரிவித்தார். சீக்கியர்களின் பாதுகாப்பை கல்ஸா உறுதி செய்யும் என்ற நம்பிக்கையோடு குரு கோவிந்த் சிங் உயிர் நீத்தார். அன்றிலிருந்து கிரந்த் சாகிப், குரு கிரந்த் சாகிப் என்று அழைக்கப்பட்டு சீக்கியர்களின் வழிபாட்டுக்குரிய இடமான குருத்வாராக்களில் இருந்து வருகிறது.

குரு கோவிந்த் சிங்கைப் பொறுத்தவரை தொடக்கம் முதல் இறுதி வரை, தியாகம் நிறைந்த வரலாறு அவருடையது. சிறு வயதிலேயே அவரது தந்தை கொலை செய்யப்பட்டார். பின்பு தன்னுடைய தாய், மகன்கள் என்று முழு குடும்பத்தினரையும் இயக்கத்திற்காக தியாகம் செய்தார். ஆனாலும் அறவழியிலிருந்து பிழறாமல் தமது கொள்கை களில் உறுதியாக இருந்து சீக்கிய சமூகத்திற்கு ஒரு சிறந்த உதாரணமாக அவர் விளங்கினார். இன்றுவரை சீக்கிய குருக்களில் போற்றுதலுக்கு உரியவராக அவர் இருந்துவருகிறார்.

இவ்வாறாக நானக்குடன் தொடங்கிய சீக்கியர்களின் குரு பரம்பரை கோவிந்த் சிங்குடன் நிறைவடைந்தது. ஒரு ஆன்மிக வழியாக, சமூகச் சீர்திருத்த இயக்கமாக நானக்கால் தோற்றுவிக்கப்பட்ட சீக்கியர்களின் மதம் பின்னாளில் ஒரு போர்க்குணம் மிகுந்த சமுதாயமாக

உருவெடுத்தது. குரு கோவிந்த் சிங் அதை முறைப்படுத்தி கல்ஸா என்ற அமைப்பையும் உருவாக்கினார். சீக்கியர்களின் சமூகத்திற்கு ஓர் உறுதியான கட்டமைப்பையும் உருவாக்கித் தந்தார் கோவிந்த் சிங். அதன்பின் எத்தனையோ சோதனைகளைச் சந்தித்தாலும், அந்தக் கட்டமைப்பு இன்று வரை அதிக மாற்றங்களில்லாமல் நீடித்து வருகிறது.

தன்னாட்சி - பண்டா சிங் பகதூர்

இந்திய வரலாற்றைப் பொறுத்த வரை ஔரங்கசீப்பின் மறைவுக்குப் பிந்தைய சில வருடங்கள் மிகக் குழப்பமான, கொடுஞ்செயல்கள் பல நிகழ்ந்த காலகட்டம். அதே சமயம் சீக்கியர்களைப் பொறுத்தவரை இந்த வருடங்கள் தங்களுக்கென்று ஓர் அரசை உருவாக்குவதற்கான அடித்தளத்தை நிறுவுவதில் கழிந்தது. இதில் முக்கியப் பங்காற்றிய வர், குரு கோவிந்த் சிங்கால் தேர்ந்தெடுக்கப்பட்டு கால்ஸாவின் தலைமைப் பொறுப்பை ஏற்றுக்கொள்ள வலியுறுத்தப்பட்டிருந்த பண்டா சிங்.

கோவிந்த் சிங் நந்தேரில் தங்கியிருந்த போது, அங்கு மாதோ தாஸ் பைராகி என்ற சாது தனது ஆதரவாளர்களுடன் தங்கியிருந்தார். அவர்களுக்கும் கல்ஸாவுக்கும் இடையில் மோதல்கள் மூண்டன. பைராகியின் ஆதரவாளர்கள் இம்மோதலில் தோற்கடிக்கப்பட்ட பின்னர், அவர் குரு கோவிந்த் சிங்கைச் சந்தித்தார். அவரை சீக்கிய மதத்தில் ஏற்றுக்கொண்ட குரு, அவருக்கு பண்டா சிங் என்ற நாமத்தையும் அளித்திருந்தார். தனது மறைவுக்கு முன்னால் சீக்கியர் கள் அனைவரையும் பண்டா சிங்கின் தலைமையில் ஒன்றுபடுமாறும் கட்டளை (ஹுக்கும் நாமா) இட்டிருந்தார். அதன் அடையாளமாகத் தனது அம்பறாத் துணியிலிருந்து ஐந்து அம்புகளையும், நிஷான் சாகிப் என்ற கொடியையும், நகரா என்ற முரசையும் அவருக்கு அளித்திருந்தார். பண்டா சிங், பாஞ்ச் பியாரே என்ற ஐவருடன் சேர்ந்து

கோவிந்த் சிங்கின் மறைவினால் நிலைகுலைந்து போயிருந்த கல்சாக்களை ஒன்றிணைப்பதில் இறங்கினார்.

முதற்கட்டமாக ஐவருடன் நந்தெரில் இருந்த இருபது சீக்கியர்களைத் திரட்டிக்கொண்டு பஞ்சாப் நோக்கி விரைந்தார். அவர் பஞ்சாபை அடைவதற்கு முன்னால் கோவிந்த் சிங்கிற்கு நேர்ந்த கதியும் பண்டா சிங்கின் தலைமையேற்பைப் பற்றிய கட்டளையும் சீக்கியர்களுக்கு எட்டியிருந்தது. எனவே சுற்றுவட்டாரத்திலிருந்த சீக்கியர்கள் அனைவரும் அவர்களைச் சந்திக்க அங்கு கூடிவிட்டனர். சீக்கியர்களுக்கென்று ஓர் அரசை உருவாக்கி தம்மை நிலைநிறுத்திக் கொள்ளாவிடில் தொடர்ந்து தொல்லைகளைச் சந்திக்கவேண்டியிருக்கும் என்று கருதிய பண்டா சிங் அதற்கான முயற்சிகளில் ஈடுபட்டார்.

தங்கள் பலத்தை நிரூபிக்க, முகலாயர்களின்மீது தாக்குதல் நடத்தி பஞ்சாப் பகுதியில் இருந்த அவர்களின் கோட்டைகளை அழிக்க வேண்டும் என்று உறுதிபூண்ட அவர்கள், தாக்குதலுக்காக முதலில் தேர்ந்தெடுத்தது சமனா என்ற இடத்தை. குரு தேஜ் பகதூரின் கொலைக்குக் காரணமானவர்களுக்கும், குரு கோவிந்த் சிங்கின் இளைய மகன்களைக் கொன்றவர்களுக்கும் உறைவிடமாக சமனா இருந்தது. எனவே பழிவாங்கும் நோக்குடன் அந்த இடத்தை சீக்கியர்கள் தாக்கினர். படுகொலைகளால் ஆத்திரமடைந்திருந்த சீக்கியர்கள் உக்கிரமாகத் தாக்கியதில் கிட்டத்தட்ட 10,000 முகலாயர்கள் கொல்லப்பட்டனர். சமனாவைக் கைப்பற்றிக்கொண்ட சீக்கியர்கள், அடுத்ததாக தங்கள் கவனத்தை குராம், தஸ்கா, முஸ்தபாபாத் ஆகிய இடங்களை நோக்கித் திருப்பினர். அங்கும் அவர்களுக்கு வெற்றியே கிடைத்தது. பண்டா சிங்கின் புகழ் பஞ்சாபில் பரவ ஆரம்பித்தது. சாதுரா என்ற இடத்தில் முகலாயர்கள் இந்துக்களைக் கொடுமைப்படுத்துவதை கேள்விப்பட்ட பண்டா சிங் அடுத்து அந்த இடத்தைத் தாக்கி அங்குள்ள முகலாயர்களைக் கொன்று குவித்தார்.

முகலாயர்களின் அரசு வாரிசுரிமைப் பிரச்சனைகளில் ஈடுபட்டிருந்ததால், கிட்டத்தட்ட மூன்று ஆண்டுகள் பண்டா சிங்கின் எழுச்சியைக் கவனிக்க இயலவில்லை. இதுவரை பெரும்பாலும் தற்காப்புப் போர்களிலேயே ஈடுபட்டிருந்த சீக்கியர்கள், பண்டா சிங்கின் தலைமையில் ஒவ்வொரு இடமாகத் தாக்கி வீழ்த்திக் கொண்டிருந்தார்கள். ஆனால், இந்த நிலைமையை டெல்லி அரசு நீண்ட நாள் வேடிக்கை பார்த்துக்கொண்டிருக்கவில்லை. சிர்ஹிந்தை ஆண்டு கொண்டிருந்த, சீக்கியர்களின் பழைய எதிரியான வாஸிர்கானின் தலைமையில் முகலாயப் படை சீக்கியர்களை சட்லெட்ஜ் நதிக் கரையில் சந்தித்தது. பல முகலாயப் படை வீரர்கள் கொல்லப்பட்ட அந்தப் போரிலும் சீக்கியர்களே வென்றனர்.

சீக்கியர்களுக்கு எதிராகப் பல அட்டூழியங்களைப் புரிந்தது மட்டு மல்லாமல், குரு கோவிந்த் சிங்கையும் அவரது குடும்பத்தாரையும் கொன்ற வாஸிர்கானைப் பழிவாங்க இதுதான் சரியான சந்தர்ப்பம் என்று உணர்ந்த பண்டாசிங்கின் படை நேராக சிர்ஹிந்த் நோக்கி விரைந்தது. கிட்டத்தட்ட 20,000 பேர் கொண்ட வாஸிர்கானின் படை பலம் வாய்ந்தது. பீரங்கிகள், மஸ்கட் துப்பாக்கிகள், யானைப்படை என்று வலுவாக இருந்த முகலாயப் படையை கத்தி, வில் ஆயுதப் படைகளைக் கொண்டு சீக்கியர்கள் தாக்க முனைந்தனர்.

சிர்ஹிந்த்திற்கு பத்து மைல்கள் தொலைவில் சப்பார் சிரி என்ற இடத்தில் நடைபெற்ற கடுமையான போரில் வாஸிர்கானும் மற்ற முகலாயத் தளபதிகளும் கொல்லப்பட்டனர். போரில் தப்பியோடிய முகலாயர்களை சிர்ஹிந்த் வரைக்கும் சென்று தாக்கிய சீக்கியப் படை அந்தக் கோட்டையையும் கைப்பற்றிக்கொண்டது. அந்த நகரைச் சூறையாடி அழித்துவிடும் வெறியில் இருந்தனர் சீக்கியர்கள். ஆனால் நகரைக் காப்பாற்றும்படி நகரின் இந்து சமுதாயத்தினர் விடுத்த வேண்டுகோளை ஏற்று, பண்டா சிங் நகரத்தை அழிக்கும் முடிவைக் கைவிட்டார்.

இந்தப் பெரும் தோல்வியால் ஆத்திரமடைந்த முகலாய அரசர் பகதூர் ஷா, 'நானக்கை வழிபடுபவர்கள் எங்கே இருந்தாலும் அவர்களைக் கொன்றுவிட' உத்தரவிட்டார். முஸ்லீம்கள் அல்லாதவரின் மீது விதிக்கப்படும் ஜிஸியா வரியை இருமடங்காக உயர்த்தும் படியும் ஆணையிட்டார். இதற்கிடையில், பஞ்சாபின் பல முக்கியப் பகுதிகளைத் தாக்கி வீழ்த்திய பண்டாசிங், தன்னால் கைப்பற்றப்பட்ட பகுதிகளுக்கு ஆளுநர்களை நியமித்து, சீக்கியர்களின் நிர்வாகத்தைப் பலப்படுத்த முயற்சிகள் மேற்கொண்டார்.

அந்தக் காலகட்டத்தில், கிழக்கில் கர்னால் நகரிலிருந்து மேற்கில் லாகூர் வரையான பகுதிகளில் சீக்கியர்களின் அரசு பரவியிருந்தது. டெல்லிக்கு மிக அருகில் உள்ள கர்னால் நகர் வரை சீக்கியர்களின் ஆதிக்கம் இருந்ததை முகலாய அரசர் பகதூர் ஷா விரும்பவில்லை. சீக்கியர்களுடன் மோத ஒரு பெரும் படை திரட்டப்பட்டு அதற்கான தகுந்த சந்தர்ப்பத்தை எதிர்நோக்கிக் காத்திருந்தனர் முகலாயர்கள்.

இதற்கிடையில் ஷாஜகானால் கட்டப்பட்ட முக்லிஸ்பூர் என்ற கோட்டையைத் தாக்கி அதை வீழ்த்தினார் பண்டா சிங். இமயமலைச் சரிவில் கட்டப்பட்டிருந்த இந்தக் கோட்டை அழியும் நிலையில் இருந்ததைக் கண்ட பண்டா, அதை வலுப்படுத்தி லோக் கர் என்ற புதுப் பெயரையும் அளித்தார். சீக்கியர்களின் அரசிற்கு அதைத் தலைநகராக ஆக்கிய அவர், கால்ஸாவின் கொடியை அங்கு ஏற்றினார்.

சீக்கியர்களின் நாணயங்களும் அங்கு அச்சடிக்கப்பட்டன. குரு நானக்கின் பெயரிலும் குரு கோவிந்த் சிங்கின் பெயரிலும் அவை வெளியிடப்பட்டன.

இந்நிலையில் சீக்கியர்களை வீழ்த்த முகலாயர்களின் படை டெல்லியிலிருந்து பகதூர் ஷாவின் மூத்த மகனின் தலைமையில் புறப்பட்டது. சீக்கியர்களுக்கும் இந்த முகலாயப் படைகளுக்கும் பல இடங்களில் போர் நிகழ்ந்தது. சிர்ஹிந்தில் நடைபெற்ற போரில், நூற்றுக்கணக்கான சீக்கியர்கள் கொல்லப்பட்டனர். இப்படி ஒவ்வொரு போரின் முடிவிலும் கொல்லப்பட்ட சீக்கியர்களின் தலைகள் அரசரின் பார்வைக்காக டில்லிக்கு அனுப்பிவைக்கப் பட்டன. போரில் தோல்வியுற்றுப் பின்னடைந்த பண்டாவின் படைகள் லோக் கர் கோட்டைக்குள் தஞ்சம் புகுந்தன.

இந்நிலையில் அரசர் பகதூர் ஷா நேரடியாகக் களம் இறங்கி அந்தக் கோட்டையை முற்றுகையிட்டார். இங்கு ஏற்பட்ட மற்றொரு கடுமையான போரில் எண்ணிக்கையில் குறைவாக இருந்த சீக்கியர்கள் தீரத்துடன் போரிட்டு முகலாயப் படைகளை நீண்ட நேரம் தடுத்தது மட்டுமல்லாது, பண்டாவையும் அங்கிருந்து தப்பிக்க விட்டனர். இதனால் கடும் கோபமடைந்த பகதூர் ஷா, அவரை எங்கிருந்தாலும் பிடித்து தன்முன்னே கொண்டு வருமாறு தன் படை வீரர்களுக்கு உத்தர விட்டார். ஆனால் அவர்கள் யாரிடமும் சிக்காமல் தலைமறைவான பண்டா, நாடு முழுவதும் உள்ள கால்ஸாக்களை ஒன்று கூடுமாறு உத்தரவிட்டார்.

சில காலம் கழித்து, புதிதாகத் திரட்டப்பட்ட இந்தப் படையைக் கொண்டு மீண்டும் தனது படையெடுப்புகளைத் தொடங்கினார் பண்டா. இம்முறை அவர் முதலில் தாக்கியது இமயத்தின் அடிவாரத் தில் இருந்த மலை அரசுகளை. அவரது படைபலத்தைக் கண்ட பல அரசுகள் அவருடன் சமாதானம் செய்துகொண்டன. அதன்பின் தனது பார்வையை சமவெளியின் மீது திருப்பிய பண்டா, முகலாயர்கள் ஆட்சியின் கீழ் இருந்த குர்தாஸ்பூரின் மேல் படையெடுத்தார். அதை வெற்றிகொண்டு கைப்பற்றிக்கொண்ட பின், ராய்பூர், பஹ்ராம்பூர், படலா ஆகிய இடங்களையும் பண்டா சிங்கின் படை வீழ்த்தியது. அடுத்து ஜம்முவின் மீது அவரது படை திரும்பி அங்குள்ள நகரங்களையும் வீழ்த்தியது.

இதற்கிடையில் நோய்வாய்ப்பட்டு, அரசர் பகதூர் ஷா இறந்து விட்டார். அவருக்கு அடுத்தபடியாக அரசரான ஜஹாந்தர் ஷா, அவரது மருமகனான ஃபரூக் சியாரால் கொல்லப்பட, அடுத்ததாக ஃபரூக் சியார் மன்னராக்கப்பட்டார். இந்த அரியணைப் போட்டிகளின்

நடுவே, பண்டாவும் அவரது படைகளும் முன்பு இழந்த சீக்கியர்களின் கோட்டைகளை மீண்டும் கைப்பற்றிக்கொண்டன. லோக் கர் கோட்டை மீண்டும் சீரமைக்கப்பட்டு, சீக்கியர்களின் தலைநகராகப் புனர்நிர்மாணம் செய்யப்பட்டது.

அடுத்த இரண்டு ஆண்டுகள் சில சிறிய போர்கள் நடந்தாலும், முகலாயர்களால் இந்தக் கோட்டையைப் பிடிக்க முடியவில்லை. ஆனால், இந்த நிலை நீண்ட காலம் நீடிக்கவில்லை. தன் அரியணையைப் பலப்படுத்திக்கொண்ட ஃபரூக் சியார், சீக்கியர்களை அழித்து பண்டாவைச் சிறைப்படுத்துமாறு ஜம்முவின் ஆளுநருக்கு உத்தரவிட்டார்.

முகலாயப் படைகள் மீண்டும் லோக் கரைச் சூழ்ந்தன. மீண்டும் ஒரு கடுமையான போர். சீக்கியர்கள் தோற்றாலும் பண்டா மீண்டும் தப்பி தலைமறைவானார். லோக் கர் முகலாயர்களின் வசம் வந்த செய்தியைத் தெரிவிக்க ஜம்முவின் ஆளுநர் தன் மகனையே நேரடியாக டெல்லிக்கு அனுப்பிவைத்தார். அதன் அடையாளமாக நூற்றுக்கணக்கான சீக்கியர்களின் தலைகளையும் அரசரின் பார்வைக்கு எடுத்து வந்தார் ஆளுநரின் மகன். இது சியாருக்கு மிகுந்த மகிழ்ச்சியை ஏற்படுத்தியது. ஜம்முவின் ஆளுநருக்கும் அவரது மகனுக்கும் பல பரிசுகளை அளித்து அவர்களது பதவிகளையும் உயர்த்தினார் அரசர்.

கால்ஸாவை மீண்டும் மலைப்பகுதியில் ஒன்றிணைக்கும் பணியில் இறங்கினார் பண்டா. பொயு 1713க்கும் 1715க்கும் இடையே மின்னல் வேகத்தாக்குதல்களை அவர்கள் முகலாயப் படைகள் மீது நிகழ்த்தி னாலும், படைபலம் குறைவாக இருந்ததால் பெரும் வெற்றி எதையும் அவர்களால் பெறமுடியவில்லை. ஆனால் 1715ல் மலைகளிலிருந்து துணிச்சலுடன் இறங்கி பல பகுதிகளைப் பிடித்து படாலா என்ற இடம் வரை முன்னேறியது சீக்கியர் படை.

இம்முறை இரண்டிலொன்று பார்த்துவிடுவது என்ற முடிவில் இருந்த முகலாய அரசர் ஃபரூக் சியார், தனது படைகள் அனைத்தையும் படாலாவை நோக்கிச் செல்ல உத்தரவிட்டார். லாகூரின் ஆளுநரின் தலைமையில் அந்தப் படை சீக்கியர்களோடு மோதின. போரில் பின்னடைந்த சீக்கியப்படைகள் குர்தாஸ் நங்கல் என்ற இடத்திற்குப் பின்வாங்கிச்சென்றன, சீக்கியர்களை அடியோடு அழித்துவிட வேண்டும் என்ற வெறியில் இருந்த முகலாயர்கள் அவர்களைத் தொடர்ந்து விரட்டிச்சென்று அந்த இடத்தை முற்றுகையிட்டு கடுமையாகப் போர் புரிந்தன. இம்முறை சீக்கியர்களை வென்றது மட்டுமல்லாமல் பண்டாவையும் சிறைப்பிடித்தன முகலாயப் படைகள்.

டெல்லியை நோக்கிப் புறப்பட்ட வெற்றி ஊர்வலத்தில் இருநூறு சீக்கியர்களின் தலைகளோடு விலங்கிடப்பட்ட பண்டாவும் இருந்தார். தலைகளின் எண்ணிக்கை குறைவாக இருந்ததால், அரசர் கோப மடைவார் என்று எண்ணிய முகலாயப் படைத்தலைவர்கள், அக்கம்பக்கத்து கிராமங்களில் இருந்த சீக்கியர்களைக் கொன்று குவிக்குமாறு தனது படைகளுக்கு உத்தரவிட்டனர். இப்படியாக சாதாரண குடிமக்களும் கொல்லப்பட்டு அவர்களது தலைகளும் ஊர்வலத்தில் சேர்க்கப்பட்டன. இந்த ஊர்வலம் டெல்லியை அடைந்த போது சுமார் இரண்டாயிரம் தலைகள் இருந்தன என்று வில்லியம் இர்வின் தனது பொலிட்டிகல் ஹிஸ்டரி ஆஃப் சீக்ஸ் என்ற நூலில் குறிப்பிடுகிறார். வார்த்தைகளால் விவரிக்க முடியாத கடுமையான சித்திரவதைகளைச் செய்து பண்டாவை முகலாயர்கள் டெல்லியில் கொன்றனர்.

தனது வீரத்தால் சீக்கியர்களுக்கு ஓர் அரசை நிறுவியதோடு மட்டு மல்லால், பெரும் படைபலம் கொண்ட முகலாய அரசர்களைப் பல முறை தோற்கடித்து தீரச்செயல்கள் பல புரிந்த பண்டா சிங்கை, சீக்கியர்கள் ‘பண்டா சிங் பகதூர்’ என்று பெருமிதத்தோடு அழைத்தனர். போர் வெற்றிகள் மட்டுமல்லாது, பண்டா செய்த மிக முக்கியமான சீர்திருத்தம், ஜமீந்தாரி முறையை சீக்கியர்களிடமிருந்து ஒழித்தது. வயல்களின் உரிமையாளராக இருந்த ஜமீந்தார்களிடம் சீக்கியர்கள் கொத்தடிமைகளாக வேலை பார்த்துவந்த முறையை ஒழித்து, குடியானவர்களை அவர்கள் உழும் நிலத்திற்கு உரிமை யாக்கும் முறையை பஞ்சாப் எங்கும் பண்டா கொண்டுவந்தார். இப்படியாக சீக்கியர் வரலாற்றில் பண்டா சிங் ஒரு குறிப்பிடத்தக்க இடத்தைப் பிடித்தார்.

ஆப்கானியப் படையெடுப்புகள்

பண்டா சிங் பகதூரின் மறைவை அடுத்த வந்த ஒரு நூற்றாண்டு சீக்கிய வரலாற்றில் குழப்பங்களும் அழிவுகளும் நிகழ்ந்த ஒரு காலகட்டம். பாராவிலிருந்த சையீதுகளின் ஆதரவால் பதவியேற்றிருந்த ஃபரூக் ஸியார், அவர்களாலேயே 1719ல் கொல்லப்பட்டார். அதன்பின் மூன்று பேர் அடுத்தடுத்துப் பதவியேற்றனர். அவர்களில் கடைசியாக ஆட்சிப் பொறுப்பு வகித்த முகம்மது ஷா முப்பது ஆண்டுகள் அரசராக இருந்த போதிலும், முகலாயப் பேரரசின் சீரழிவைத் தடுக்க இயலவில்லை. அரசின் கீழிருந்த மாகாணங்கள் ஒவ்வொன்றும் தனியாட்சி மேற்கொள்ளத் துவங்கி, அவர்கள் இஷ்டம்போல் வரி வசூல் செய்யத் துவங்கினார்கள். அந்த வருமானத்தையும் மத்திய அரசுக்கு அவர்கள் அனுப்பவில்லை. மராட்டியர்கள் இந்த நிலையைச்

சாதகமாகப் பயன்படுத்திக்கொண்டு, தங்கள் அரசை விரிவாக்கம் செய்ய ஆரம்பித்தனர். குஜராத், மால்வா ஆகிய பகுதிகளை வென்று, ராஜஸ்தானின் சம்பல் பகுதி வரை அவர்கள் தங்கள் ஆட்சியின் கீழ் கொண்டுவந்தனர்.

பாரசீகத்தின் ஷாவாகப் பதவியேற்ற இரண்டு ஆண்டுகளுக்குப் பின் நாதிர் ஷா 1738ல் ஆப்கானின் மேல் படையெடுத்து கந்தகாரைக் கைப்பற்றிக்கொண்டார். அதன்பின், முகலாயர்களின் ஆட்சிக்குட் பட்டிருந்த காபூலையும் வென்ற அவர் 1739ல் லாகூரின் படையெடுத்து அந்நகரையும் வென்றார். அந்த நகரின் ஆளுநராக இருந்த ஸக்காரியா கான், இரண்டு மில்லியன் ரூபாய்கள் கொடுத்து அதைத் தக்கவைத்துக் கொள்ள வேண்டியிருந்தது. அதன் பின் டெல்லியைத் தாக்கிய அவர், அங்கு சாதாரண குடிமக்களைக் கொன்று குவித்து பேரழிவை நிகழ்த்தினார். பெரும் செல்வத்தையும், நகைகளையும் கொள்ளை யடித்துக்கொண்டு தாயகம் மீண்டார் அவர். இதைத்தவிர, சியால் கோட், பஸ்ரூர், லாகூர் மாகாணத்தில் இருந்த ஔரங்காபாத், குஜராத் ஆகிய பகுதிகளையும் முகலாயர்கள் அவருக்கு உரிமையாக எழுதித்தர வேண்டியிருந்தது.

இந்தப் படையெடுப்பினாலும், முகலாயர்களுக்கும் நாதிர் ஷாவுக்கும் இடையே நடைபெற்ற போர்களாலும் சீக்கியர்கள் பாக்கு வெட்டியைப் போல் இடையில் சிக்கித்தவித்தனர். பண்டா சிங்கிற்கு அடுத்து வலுவான தலைவர்கள் யாரும் சீக்கியர்களிடையே உருவாக வில்லை. அவர்களின் முக்கியத் தலமாக அமிர்தசரஸைஅவர்கள் ஆக்கிக்கொண்டு, ஆன்மிகப் பாதையில் தங்கள் கவனத்தைச் செலுத்த ஆரம்பித்தனர். இது ஒரு புறம் இருந்தாலும் தங்கள் சுதந்தர வேட்கையையும் முகலாயர்களுக்கு எதிரான தங்கள் கொள்கையையும் அவர்கள் கைவிடவில்லை.

சீக்கியர்களுக்குள் நீறு பூத்த நெருப்பாக இது இருந்ததற்குச் சாட்சியாக தத்-கால்ஸாக்கள் எனும் குழுக்கள் அதிகரிக்க ஆரம்பித்தன. லாகூரின் ஆளுநரான ஸக்காரியா கானுக்கு இது நிம்மதியைத் தரவில்லை. சாம-தான-பேத-தண்ட முறைகளில் முதலாவதான சமாதான முறையைப் பயன்படுத்தத் திட்டமிட்ட அவர், சீக்கியர்களின் தலைவராகத் தேர்ந்தெடுக்கப்படுபவருக்கு 'நவாப்' என்ற பதவியையும் கௌரவத்தையும் அளிக்க முன்வந்தார். பல கிராமங்களை ஜாகிர்களாகவும் அவர்களுக்கு அளித்தார் அதன்படி கபூர் சிங் என்பவர் நவாபாகத் தேர்ந்தெடுக்கப்பட்டார். அமிர்தசரஸைத் தலைமையாகக் கொண்டு அவர் தன் ஆட்சியை மேற்கொண்டார். கஜானா, லங்கார், பொருட்களின் பராமரிப்பு, ஆயுதப் பராமரிப்பு என்று

பொறுப்புகளை சீக்கியர்களின் பல பிரிவினருக்கு பிரித்தளித்தார் அவர். ஆனாலும் அவரால் அனைவரையும் திருப்தி செய்ய முடியவில்லை. சீக்கியர்களில் சில பிரிவினர் கொள்ளை, அரசு அதிகாரிகளுடன் மோதல் என்ற போக்குகளைக் கடைப்பிடிக்க ஆரம்பித்தனர்.

டெல்லியைச் சூறையாடி, பெரும் செல்வத்துடன் பிறகு ஆப்கானுக்குத் திரும்பிக்கொண்டிருந்த நாதிர்ஷாவின் பரிவாரங்களின் மேல் ஒரு கெரில்லாத் தாக்குதலைத் தொடுத்தனர் சீக்கியர்கள். அந்தச் செல்வத்தின் ஒரு பகுதியையும் எடுத்துக்கொண்டனர். இந்தத் துணிச்சலான செயலைப் பற்றி நாதிர்ஷா, லாகூரின் ஆளுநராக இருந்த ஸக்காரியா கானிடம் 'இவர்கள் ஒரு நாள் உங்கள் நாட்டை கைப்பற்றப்போகிறார்கள்' என்று போகிறபோக்கில் கூறிவிட்டுப் போகவே, ஆத்திரமடைந்த ஸக்காரியா கான், சீக்கியர்களை ஒழிக்கும் வேலையில் இறங்கினார்.

லாகூரில் தினசரி சீக்கியர்கள் கொண்டுவரப்பட்டு அவர்கள் தலை வெட்டப்பட்டது. தன்னிடம் வருகிற ஒவ்வொரு சீக்கியரின் தலைக்கும் தலா ஐம்பது ரூபாய் என்ற விலையை ஸக்காரியா கான் நிர்ணயித்திருந்தார். அது போதாதென்று அமிர்தசரஸின் நிலச் சுவான்தாரரானான மஸ்ஸா ரங்காரை அழைத்து சீக்கியர்களின் கோவிலையும் அதை அடுத்துள்ள தர்பார் சாகிப்பையும் கைப்பற்ற உத்தரவிட்டார். அதன்படி அந்த இடங்களைக் கையகப்படுத்திய ரங்கார், தன்னுடைய ஆட்களை அங்கு வசிப்பதற்காக அனுப்பி சில பகுதிகளைக் குதிரை லாயமாகப் பயன்படுத்திக்கொண்டார். புனிதமான இடமான ஹர்மந்திர் சாகிப்பை பெண்கள் நடனமாடும் இடமாக மாற்றினார். ஆனால் இதற்கான விலையை அவர் சீக்கிரமே கொடுக்க நேர்ந்தது. மாறுவேடமணிந்த இரு சீக்கியர்கள் அவர் வண்டியில் ஏறும்போது அவரைக் கொன்றனர். இருந்தாலும் லாகூர் ஆளுநர்களின் அட்டூழியம் சிறிதும் குறையவில்லை. ஸக்காரியா கானிற்குப் பின்னால் வந்த அவரது வழித்தோன்றல்களும் இந்தப் படுகொலைகளைத் தொடர்ந்து மேற்கொண்டதால் சீக்கியர்கள் பெரும் கொடுமைகளை அனுபவித்துக்கொண்டிருந்தனர்.

இதற்கிடையில் ஆப்கானிஸ்தானில், நாதிர் ஷா கொல்லப்பட்டு, அகமது ஷா அப்தாலி ஆட்சியைப் பிடித்தார். ஆட்சி கைக்கு வந்த அடுத்த ஆண்டே அவர் செய்த முதல் வேலை இந்தியாவின் மீது படையெடுத்ததுதான். 1748லிருந்து 1768வரை எட்டு முறை இந்தியாவின் மேல் படையெடுத்து வந்து டெல்லி முதலான முக்கிய நகரங்களைச் சூறையாடுவதை ஒரு பொழுதுபோக்காக வைத்திருந்தார் அகமது ஷா. தொடர்ச்சியான இந்தப் படையெடுப்பு

களின்போதும், தங்களது புனித நகரான அமிர்தசரஸைக் கைப்பற்றும் முயற்சியை சீக்கியர்கள் கைவிட்டுவிடவில்லை. ஜஸ்ஸா சிங் அலுவாலியா என்பவரின் தலைமையில் டால் கால்ஸா படைப்பிரிவு அமிர்தசரஸைத் தாக்கி முகலாயப் படைத்தலைவரான சலபத் கானைக் கொன்று தர்பார் ஸாகிப்பையும் ஹர்மந்திர் ஸாகிப்பையும் மீட்டது. அமிர்தசரஸின் புனித குளமும் சுத்தம் செய்யப்பட்டு கோவிலின் வழக்கமான வழிபாடுகள் தொடங்கின.

ஆனால் அத்தோடு சும்மா இருக்காமல், டெல்லி மீது படையெடுத்து கொள்ளையடித்த செல்வத்தோடு நாடு திரும்பிக்கொண்டிருந்த அப்தாலியின் படையை சீக்கியர்கள் தாக்கினர். மதுரா, பிருந்தாவன் ஆகிய கோவில்களிலிருந்து அகமது ஷா கொள்ளையடித்த பெருமளவு செல்வத்தை அவர்கள் கைப்பற்றிக்கொண்டனர். ஆப்கானியப் படையால் கைப்பற்றப்பட்ட இந்துக்களையும் அவர்கள் சிறை மீட்டனர். இது அப்தாலிக்கு ஆத்திரமூட்டியது.

இதற்கிடையில் லாகூரில் முகலாய ஆளுநராக இருந்த மிர் மன்னு கட்சி மாறி அகமது ஷா அப்தாலிக்கு தனது ஆதரவைத் தெரிவித்தார். அதன் அடையாளமாக பஞ்சாபை, மூல்தான், காஷ்மீர், சிர்ஹிந்த் ஆகிய பகுதிகளோடு சேர்த்து ஆப்கானிய அரசின் பகுதியாக அறிவிக்கவும் செய்தார். இதை சீக்கியர்கள் ஏற்கவில்லை. இவையெல்லாம், தாங்கள் ஆட்சி செய்யும் பகுதிகள் என்று பகிரங்கமாக அறிவித்தனர் சீக்கியர்கள். பஞ்சாபின் பாதுகாவலர்கள் கால்ஸாதான் என்றும் அவர்கள் அந்த அறிவிப்பில் குறிப்பிட்டிருந்தனர். இதன் அடையாளமாக, தங்களது வருவாயில் ஐந்தில் ஒரு பகுதியை சீக்கிய அரசுக்குச் செலுத்தும் மக்களுக்கு 'ராக்கி' என்ற கயிறைக் கட்டி அவர்களுக்கு பாதுகாப்பையும் அளித்தது சீக்கியர்களின் படை. திறமையான நிர்வாகத்தை சீக்கியர்கள் தந்ததால், மக்கள் அதிக அளவில் சீக்கியர்களுடைய தலைமையை ஒத்துக்கொண்டு இந்த ஏற்பாட்டுக்கு இசைந்தனர். இதையும் அப்தாலி ரசிக்கவில்லை.

எனவே, அடுத்த முறை அப்தாலி படையெடுத்தபோது, அமிர்தசரஸைத் தாக்கி அழிக்க உத்தரவிட்டார். ஹர்மந்திர் ஸாகிப் மீண்டும் அழிவைச் சந்தித்தது. சீக்கியர்களின் சடலங்கள் சரோவர் என்று அழைக்கப்பட்ட புனித குளத்தில் மிதந்தன. தனது மகனான தைமூர் ஷாவை லாகூரின் ஆளுநராக நியமித்த பிறகு நாடு திரும்பினார் அப்தாலி. மீண்டும் ஒரு பெரும் சேதத்தைச் சந்தித்த சீக்கியர்கள் மலைப்பதிகளுக்குத் திரும்பி தலைமறைவு வாழ்க்கையைச் சிறிது காலம் வாழ நேரிட்டது. சிறிது காலத்திற்குப் பிறகு, தக்கணாத்தில் வலுப்பெற்று வந்த மராத்தியப் படைகள் வடநாட்டின் மேல்

படையெடுக்க ஆரம்பித்து டெல்லி மீது போர் தொடுக்கத் தொடங்கியிருந்தன. முகலாய / ஆப்கானியப் போர்களில் தங்களுக்கு ஒரு நல்ல துணைவன் கிடைத்து விட்டான் என்பதை அறிந்த சீக்கியர்கள் மீண்டும் படைகளை ஒன்றிணைத்தனர். இரு படைகளும் சேர்ந்து, ஏப்ரல் 1758ல் லாகூரைத் தாக்கி அந்நகரைக் கைப்பற்றிக்கொண்டன. ஆப்கானியர்கள் பலர் அந்தப் போரில் கொல்லப்பட்டனர். அமிர்தசரஸ் நகர் கைப்பற்றப்பட்டு, கோவில் சுத்தம் செய்யப்பட்டது. நாடு முழுவதும் உள்ள சீக்கியர்களுக்கு தர்பார் ஸாகிப்பை புனர் நிர்மாணம் செய்ய தாராளமாக நிதி அளிக்குமாறு கோரிக்கைகள் விடப்பட்டன. தீபாவளியன்று கோவில் வளாகத்தில் சீக்கியர்களின் தலைமைக் குழு கூடி, இந்தப் புனர் நிர்மாணப் பணியை ஆரம்பித்து வைத்தது.

அதைத் தொடர்ந்து நிலவிய அமைதியும் நீண்ட நாள் நீடிக்கவில்லை. 1761ல் மீண்டும் படையெடுத்துவந்த அகமது ஷா அப்தாலி, மராட்டியர்களை பானிப்பட்டில் தோற்கடித்தார். அடுத்ததாக சீக்கியர்கள் மேல் திரும்பிய அவர், சிர்ஹிந்தைக் கைப்பற்றி அந்நகரில் முகாமிட்டிருந்த சீக்கியர்கள் மேல் ஓர் மின்னல் வேகத் தாக்குதல் நிகழ்த்தினார். இதைச் சிறிதும் எதிர்பார்த்திராத சீக்கியர்கள் வீரத்துடன் போர் புரிந்தாலும் தோல்வியைத் தவிர்க்க இயலவில்லை. சுமார் 30,000 சீக்கியர்கள் இந்தப் போரில் கொல்லப்பட்டனர். அடுத்ததாக பைசாகித் திருநாளில் அமிர்தசரஸ் கோவிலில் கூடியிருந்த யாத்திரிகர்கள் மேல் ஆப்கானியப் படை கொலைவெறித் தாக்குதல் நடத்தியது. பெண்கள், குழந்தைகள் யாரையும் அவர்கள் விட்டுவைக்காமல் படுகொலை செய்தனர். ஹர்மந்திர் சாகிப் வெடிகுண்டு வைத்துத் தகர்க்கப்பட்டது. சீக்கியர்களை மீண்டும் ஒழித்துக்கட்டிய திருப்தியோடு நாடு திரும்பிய அப்தாலியின் மகிழ்ச்சி நீண்ட நாள் நீடிக்கவில்லை. அடுத்த ஒன்றரை ஆண்டுகளுக்குள் சீக்கியர்களின் கல்ஸா மீண்டும் அமிர்தசரஸைக் கைப்பற்றிக்கொண்டது.

1764ம் ஆண்டு பைசாகி விழாவின்போது ஒரு பெரிய துண்டு விரிக்கப்பட்டு, கோவிலைப் புனர்நிர்மாணம் செய்ய நிதி வசூலிக்கப்பட்டது. அந்த ஆண்டுக்கணக்கில், சுமார் 10 லட்சம் ரூபாய் வரை நிதி திரட்டப்பட்டது என்று தகவல்கள் கூறுகின்றன. 1765ஆம் ஆண்டு அப்தாலி மீண்டும் பஞ்சாபுக்கு வந்தபோது, சீக்கியர்கள்மீது தாக்குதல் ஏதும் மேற்கொள்ளாமல் திரும்ப வேண்டியதாயிற்று. சொல்லப்போனால், அவர் தனது முகாமை விட்டு வெளியே வர இயலவில்லை. அவரோடு அந்தப் பயணத்தில் உடன் வந்த க்வாஸி நூர் முகம்மது இதைப்பற்றி, ‘சீக்கியர்கள் தங்கள் பகுதிகளில் சிறிதும் பயமின்றித் திரிந்தர்கள்’ என்று குறிப்பிடுகிறார். அதன் பிறகு

அப்தாலியின் படைகளுக்கும் சீக்கியர்களுக்கும் மோதல்கள் நிகழ்ந்தாலும், மெல்ல மெல்ல சீக்கியர்களின் கால்ஸா பஞ்சாபின் பெரும்பாலான பகுதிகளை மீட்டு, தங்கள் ஆட்சியின் கீழ் கொண்டு வந்தனர். பேரழிவை ஏற்படுத்திய அப்தாலியின் படையெடுப்புகள் ஒருவகையில் இதற்கு உதவி செய்தது என்றே கூறவேண்டும். ஒரு பக்கம் முகலாயர்களின் பலத்தை அழித்து அவர்கள் அரசை நிலைகுலையச் செய்தது மட்டுமல்லாமல், மறுபுறம் மராத்தியர் களையும் வட இந்தியாவில் காலூன்ற விடாமல் செய்து, சீக்கியர்களின் ஆட்சி நிலைக்க அவர் காரணமாக இருந்தார். அடிக்கடி படையெடுப்புகளையும் கொள்ளைகளையும் சந்தித்ததால், சீக்கியர் களும் ஒன்றுபட்டு தங்களைத் தற்காத்துக்கொள்ள வேண்டிய கட்டாயத்தில் இருந்தனர். இதனால் அவர்களுடைய வலிமை வளர்ந்தது. பொயு 1765ஆம் ஆண்டு மூன்று சீக்கியத் தலைவர்கள் லாகூரைக் கைப்பற்றினர். பண்டா பகதூரின் முத்திரையில் காணப் பட்ட வாசகம் ஒன்றினைப் பொறித்து அவர்கள் நாணயம் ஒன்றையும் வெளியிட்டனர். மற்ற அரசுகளையும் அரசர்களையும் போல் இல்லாமல், சீக்கியத் தலைவர்கள் பொது மக்களிலிருந்து வந்தவர்கள். எனவே அவர்களது நிர்வாகம் சமூக மற்றும் ஆன்மிகக் கோட்பாடு களை அடிப்படையாகக் கொண்டிருந்தது.

இந்தக் காலகட்டத்தில் சீக்கியர்கள் வாழ்ந்த பகுதிகள் மிஸ்ல் என்ற பெயருடைய குறுநிலப் பகுதிகளாகப் பிரிய ஆரம்பித்தன. ஒவ்வொரு மிஸ்லுக்கும் ஒரு தலைவர் இருந்தார். முதலில் சட்லெஜ் நதியின் தென் பகுதியில் தோன்ற ஆரம்பித்த இந்த மிஸ்லுகள் நாளடைவில் விரிவடைந்து கிழக்கில் கங்கை ஆற்றிலிருந்து மேற்கே சிந்து நதி வரையிலும் பரவியிருந்தன. தேவையான சமயங்களில் ஒன்றிணைந்தும் மற்ற நேரங்களில் தனித்தனியாக தங்கள் பகுதிகளை ஆட்சி செய்தும் இந்த மிஸ்லுகள் செயல்பட்டு வந்தன. மிஸ்லுகளின் தலைமைப் பொறுப்பை ஏற்றிருந்த சீக்கியத் தலைவர்கள் 'சர்தார்' என்று அழைக்கப்பட்டனர். ஒவ்வொரு மிஸ்லுக்கும் தனியாக ராணுவம் இருந்தது. தங்கள் ஆட்சிக்குட்பட்ட பகுதிகளில் வரிவசூலித்து நிர்வாகத்தை நடத்தும் உரிமையையும் பெற்றிருந்தனர் இந்த மிஸ்லுகளின் தலைவர்கள்.

பதினெட்டாம் நூற்றாண்டின் இறுதியில் பன்னிரண்டு மிஸ்லுகள் இவ்வாறு உருவாயின. மிஸ்லுகள் ஒன்றிணைந்து செயல்படும்போது அவை தல் கால்ஸா என்று அழைக்கப்பட்டன. அதற்கு ஒரு தனிப்பட்ட தலைவர் நியமிக்கப்பட்டார். சில குறிப்பிட்ட நோக்கங் களுக்காகவே இந்த தல் கால்ஸாக்கள் ஒன்றிணைந்தன. எந்த ஒரு முயற்சியைத் தொடங்குமுன்பும் சீக்கியர்களின் தலைவர்கள் கூடி

தகுந்த முடிவு எட்டப்பட்ட பின்னரே அது செயல்படுத்தப்பட்டது. இந்தக் கூட்டங்களில் நிறைவேற்றப்படும் தீர்மானங்கள் 'குர்மாதா' அதாவது குருவின் தீர்ப்பாகவே கருதப்படும். பல முக்கியமான குர்மாதாக்கள் பைசாகியிலும் தீபாவளியின் போதும் சீக்கியர்கள் அமிர்தசரஸில் கூடும் நேரத்தில் நிறைவேற்றப்பட்டன. நிறைவேற்றப்பட்ட குர்மாதாக்கள் ஒவ்வொரு சீக்கியரையும் கட்டுப்படுத்தும். இந்த வழக்கத்தின் காரணமாக சீக்கியர்களிடையே கட்டுப்பாடும் ஒற்றுமையும் மேலும் வளர்ந்தன.

இப்படி உருவான மிஸ்லுகளில் ஐந்து மிஸ்லுகள் முக்கியமானவை. அவற்றில் தலையாயது பஞ்சாபின் முக்கிய நகரங்களான லாகூரையும் அமிர்தசரஸையும் கொண்ட பகுதி. இதை பாங்கிகள் என்ற குடித் தலைவர்கள் ஆண்டுவந்தனர். இமயமலை அடிவாரப் பகுதிகளை ஆண்ட கன்னையாக்கள் என்பவர்களும், பாட்டியாலா, சிர்ஹிந்த் ஆகிய பகுதிகளை நிர்வகித்த புல்கியாக்களும், ராவி பியாஸ் ஆற்றிடைப் பகுதியில் அதிகாரம் செலுத்திய அலுவாலியாக்களும் முக்கியமானவர்களாக இருந்தனர். குஜரன்வாலாவைச் சுற்றியுள்ள பகுதிகளை ஆண்ட சுகேர்சாகியாக்களும் குறிப்பிடத்தகுந்தவர்களே.

சீக்கியப் பேரரசு - மகாராஜா ரஞ்சித் சிங்

பாரதத்தின் வடமேற்குப் பகுதியில், இன்றைய பாகிஸ்தானில் உள்ள குஜரன்வாலா நகருக்கு அருகில் சுகேர்சாகியா என்ற கிராமம் இருந்தது. அங்குள்ள குடியானவர்களில் ஒருவரும் அவர்களுக்குத் தலைமை வகித்தவருமான நௌத் சிங் என்பவர் அப்தாலியின் படையெடுப்பைச் சமாளிப்பதற்காக ஒரு சிறு படை ஒன்றைத் திரட்டினார். அப்தாலியின் படைகள் நாடு சென்றபோது, ராவி மற்றும் ஜீலம் ஆகிய ஆறுகளுக்கு இடைப்பட்ட பகுதிகளில் சிலவற்றை அவர்கள் தமதாக்கிக் கொண்டனர். நௌத் சிங்கிற்குப் பிறகு சுகேர்சாகியாக்களுக்கு தலைமையேற்ற அவரது மூத்த மகனான சர்ஹத் சிங் சுகர்சாகியா விலிருந்து தலைமையகத்தை குஜரன்வாலாவிற்கு மாற்றினார். அங்கு வலுவான அரண்களையும் அமைத்துக் கொண்டார். இதைக் கண்டு அஞ்சிய லாகூரின் ஆளுநர் சர்ஹத் சிங்கைத் தாக்கியபோது, போர்க்களத்திலிருந்து அவரை விரட்டியடித்ததுமல்லாமல் அவரிட மிருந்து ஆயுதங்களையும் உணவு தானியங்களையும் கைப்பற்றிக் கொண்டார் சர்ஹத் சிங். ஆனால் பஞ்சாபின் மீது அப்தாலி மீண்டு மொரு படையெடுப்பை நிகழ்த்தியபோது, சர்ஹத் சிங் தப்பியோட நேரிட்டது. இமயமலையின் அடிவாரப் பகுதிகளில் அவர் தலைமறை வானபோது, அப்தாலி குஜரன்வாலிவில் சர்ஹத் சிங் ஏற்படுத்திய அரண்களை அழித்துவிட்டார். ஆனால் அப்தாலி நாடு திரும்பும் வழியில் அவர்மீது திடீர்த்தாக்குதல் நடத்திய சர்ஹத், அப்தாலி கொண்டுசென்ற செல்வங்களைக் கொள்ளையடித்தார். குஜரன்

வாலாவின் அரண்களை மீண்டும் நிர்மாணித்து அந்நகரின் ஆட்சியை யும் மீட்டார் அவர். ஆனால் ஒரு போரின் போது, அவரது மாட்ச்லாக் துப்பாக்கி வெடித்ததால் மாண்டுபோனார்.

அவருக்குப் பின் பதவியேற்ற அவரது பதினான்கு வயது மகனான மஹா சிங்கும் அவரது தந்தையைப் போலவே வீரமும் துணிச்சலும் நிரம்பியவராக இருந்தார். குஜரன்வாலாவில் ஒரு கோட்டையைக் கட்டி அதை வலுப்படுத்தியதே அவர் முதலில் செய்த பணி. அதற்கு 'கர்ஹி மஹா சிங்' என்று தன்னுடைய பெயரையே சூட்டினார். பிறகு 6000 பேர் கொண்ட குதிரைப்படையைக் கூட்டிக்கொண்டு திக்விஜயம் கிளம்பிய அவர், ரசூல்நகர், அலிப்பூர், பிண்டி பாட்டியான், சாஹிவால், இஸாகேல், சியால்கோட் ஆகிய இடங்களைப் பிடித்தார். அதன்பின் அவர் பார்வை ஜம்முவை நோக்கித் திரும்பியது. ஜம்முவை ஆண்ட டோக்ரா அரசர் ஓடிவிடவே, எதிர்க்க யாரும் இல்லாமல் அந்நகரில் நுழைந்த அவர் படை பெருமளவு செல்வத்தைக் கைப்பற்றியது. அதைக்கொண்டு சுகேர்சாகியாவை வலுவான மிஸ்லுகளில் ஒன்றாக உருவாக்கினார் மஹா சிங். இதற் கிடையில் இருந்த மஹா சிங்கிற்கு 1780 நவம்பர் 13ம் தேதி ஒரு மகன் பிறந்தான். அவனுக்கு ரஞ்சித் சிங் என்று பெயரிட்டார் மஹா சிங்.

ஜம்முவை அவர் கைப்பற்றியதை விரும்பாத இன்னொரு மிஸ்லுவான கன்னையாக்கள் அவருடன் மோதல் போக்கைக் கடைப் பிடித்தனர். இருவருக்கும் இடையே ஏற்பட்ட ஒரு போரில், கன்னையாக்களின் தலைவரின் மகனான குர்பக்ஷ் சிங் கொல்லப் பட்டார். இதனால் அவமானமடைந்த கன்னையாக்கள், குர்பக்ஷ் சிங்கின் மகளான மேதாப் கௌரை மஹா சிங்கின் மகனான ரஞ்சித் சிங்கிற்கு மணமுடிக்க முடிவு செய்தனர். அதன்பின் கன்னையாக்களின் தலைவரும் மறையவே, குர்பக்ஷ் சிங்கின் மனைவியான சதா கௌர் கன்னையாக்களின் தலைமைப் பொறுப்பு ஏற்றார்.

ரஞ்சித் சிங்கின் இளமைப் பருவம் பற்றி அதிகமான தகவல்கள் இல்லை. பிறந்த பத்து ஆண்டுகளில் அவன் தந்தை மறையவே, மிக இளம் வயதில் அந்தப் பிரிவின் தலைவராக ஆக வேண்டிய கட்டாயம் அவனுக்கு. இதனால் முறையான கல்வி கற்க நேரமில்லை. அவனுக்கு இருந்த ஒரே பொழுதுபோக்கு குதிரையேற்றம்தான். இதைத் தவிர வாள்வீச்சிலும் துப்பாக்கி சுடுவதிலும் கடும்பயிற்சிகளை மேற்கொண்டான் அவன். இதற்கிடையில் அம்மை நோயால் ஒரு கண்ணையும் அவன் இழக்க வேண்டியிருந்தது. ஆனால் அவன் அதையும் பொருட்படுத்தவில்லை. விரைவில் அவனுடைய திறமையும் துணிச்சலும் பஞ்சாப் முழுவதும் பேசுபொருளாயின.

அவருக்குப் பதின்மூன்று வயதாகும்போது மஹா சிங்கினால் பல முறை தோற்கடிக்கப்பட்ட ஹச்மத் கான், ரஞ்சித் சிங்கின் மேல் கொலைத்தாக்குதல் ஒன்றை நிகழ்த்தினார். ரஞ்சித் சிங் குதிரையில் சென்று கொண்டிருந்தபோது அவர் மேல் பாய்ந்த ஹச்மத் தன்னுடைய வாளால் அவரை வெட்ட முனைந்தார். குதிரையின் முகக்கயிற்றை வேகமாகத் திருப்பிய ரஞ்சித் வாள் வீச்சிலிருந்து தப்பித்தது மட்டுமல்லாமல், தன்னுடைய ஈட்டியால் அவரைத் தாக்கி, அவர் தலையை வெட்டி வீழ்த்தி, வெட்டப்பட்ட தலையுடன் ஊர்வலமாக அரண்மனை வந்தார்.

அதே சமயம் இளவயதிலேயே நாட்டின் நிர்வாகப் பொறுப்பை ஏற்கவேண்டியிருந்ததால், அதில் அதிக ஆர்வம் காட்டவில்லை ரஞ்சித் சிங். அவருடைய தந்தையின் நிர்வாகியாக இருந்த லக்பத் ராயே நிர்வாகம் முழுவதையும் கவனித்துக்கொண்டார். அவருக்கு ரஞ்சித் சிங்கின் தாயாரின் ஆதரவு இருந்தது. ஆனால் ரஞ்சித் சிங்கின் தாயின் சகோதரரான தால் சிங்கும் நிர்வாகப் பொறுப்பை ஏற்க விரும்பினார். ஆச்சரியகரமாக, இதற்கு ரஞ்சித் சிங்கின் வருங்கால மாமியாரான சதா கவுர் ஆதரவளித்தார். இவர்களுக்கு இடையேயான தகராறுகளில் மாட்டிக்கொள்ள விரும்பாத ரஞ்சித் சிங், பெரும் பாலான நேரங்களை வெளியிலும் வேட்டையாடுவதிலுமே கழித்தார்.

பொறுப்பில்லாமல் தன் மகன் சுற்றுவதாக நினைத்த ரஞ்சித் சிங்கின் தாய், அவருக்கு மணமுடித்தால் ‘ஒரு வழிக்கு’ வருவான் என்று எண்ணி, ஏற்கெனவே தீர்மானித்தபடி, சதா கௌரின் மகளான மேதாப் கௌருக்கு ரஞ்சித் சிங்குடன் திருமணம் நடத்த நிச்சயித்தார். இரு முக்கியமான மிஸ்லுகள் இடையே ஏற்பட்ட இந்தத் திருமணத்தில் எல்லா சீக்கியத் தலைவர்களும் கலந்து கொண்டனர். ஆனால், இந்தத் திருமண உறவு தம்பதிகள் இடையே அவ்வளவு திருப்தியாக இல்லை. தன் தந்தையைக் கொன்ற குடும்பத்தோடு உறவு கொண்டாட மேதாப் கௌருக்கு விருப்பம் இருந்ததாகத் தெரியவில்லை. இருந்தாலும், அரசியல் காரணங்களுக்காக ஏற்பட்ட இந்தத் திருமணம் வேறு வழியில்லாமல் நீடித்தது. மணவாழ்க்கை கசந்ததால், ரஞ்சித் சிங் மீண்டும் வெளி விஷயங்களின் தன் கவனத்தைத் திருப்ப ஆரம்பித்தார்.

பஞ்சாபின் நிலைமையை ஊன்றிக் கவனித்த அவர், பஞ்சாபின் மேல் வெளிப்பகைவர்கள் செய்துவந்த தாக்குதல்கள் குறைந்து விட்டதால், சீக்கியர்களின் ஒற்றுமையும் குலைந்துவிட்டதைக் கண்டார். பல மிஸ்லுகளாகப் பிரிந்து கிடந்த சீக்கிய சமுதாயம் ஒன்றின் மேல் ஒன்று தாக்குதல்களை நடத்தி அதிகாரம் செலுத்த முற்படுகின்றன

என்பதையும் புரிந்துகொண்டார். எனவே தனது முன்னால் இருந்த முதல் பணி பல மிஸ்ல்களாகப் பிரிந்து கிடந்த சீக்கியர்களை ஒன்றுபடுத்துவது என்று தீர்மானித்துக்கொண்டு, திருமண உறவுகள் மூலமும், ராஜதந்திரத்தின் மூலமும் அந்த ஒற்றுமையை உருவாக்கு வது என்று சபதமெடுத்தார்.

ஒற்றுமைக்கு உடன்படாத பிரிவுகளோடு போர் புரியவும் அவர் தயங்கவில்லை. தான் நினைத்தது போல் கன்னையாக்கள் அவ்வளவு வலுவானவர்களாக இல்லை என்பதைப் புரிந்து கொண்ட அவர், நக்கை என்ற சீக்கியப் பிரிவின் சர்தாராக இருந்தவரின் சகோதரியை இரண்டாவதாக மணம் செய்துகொண்டார். அவரது இரண்டாவது மனைவியாக வந்த ராஜ் கௌர், கணவனை நன்கு புரிந்தவராக இருந்தார். ஆனால், இந்தத் திருமணத்தால் வெறுப்படைந்த முதல் மனைவியான மேதாப் கௌர் தன்னுடைய பிறந்த வீட்டிற்குச் சென்று விட்டார். அவருடைய தாயான சதா கௌரும் ரஞ்சித் சிங்கின் இரண்டாவது திருமணத்தை ஆதரிக்கவில்லை. இருந்தாலும், அரசியல் ரீதியாக தனக்கு வலுச்சேர்க்கும் ரஞ்சித் சிங்கின் கரத்தை விட்டுவிடவும் அவர் தயாராக இல்லை.

இதற்கிடையில் நிர்வாகத்தைக் கவனித்துக்கொண்டிருந்த லக்பத் ராய்க்கும், அதற்குப் போட்டியிட்ட தால் சிங்கிற்கும் இடையேயான தகராறுகள் உச்சத்தை எட்டியிருந்தன. வரி வசூல் செய்யப்போன இடத்தில் லக்பத் ராய் கொல்லப்பட்டார். அதற்கு தால் சிங்தான் காரணம் என்று வதந்தி பரவியது. இதனால் ஆத்திரமடைந்த ரஞ்சித், நிர்வாகம் முழுவதையும் தன் கையில் எடுத்துக்கொள்ள முடி வெடுத்தார். தமது பதினேழாம் வயதில் சுகேர்சாகியாவின் தலைமைப் பொறுப்பை முழுமையாக ரஞ்சித் சிங் ஏற்றுக்கொண்டார்.

அந்தக் காலகட்டத்தில், பஞ்சாப், சீக்கியர்களின் 12 மிஸ்லுகளையும், லாகூருக்கு அருகில் கஸூர் என்ற பதான்கள் ஆட்சி செய்த பகுதியையும் உள்ளடக்கி 13 பிரிவுகளாக இருந்தது. இதைத் தவிர, ஆங்கிலேயரான ஜார்ஜ் தாமஸ் என்பவர் பஞ்சாபின் தென்கிழக்கில் உள்ள ஹன்ஸி என்னும் பகுதியில் ஆட்சி புரிந்துகொண்டிருந்தார். இது போதாதென்று பஞ்சாபைச் சுற்றிலும் ஆப்கானிகள், ராஜ்புத்கள், பிரிட்டிஷார், மராத்தியர்கள் என்று எதிரிகள் எந்த நேரமும் பஞ்சாபைக் கபளீகரம் செய்ய ஆயத்தமாக இருந்தனர். இதில் ஆப்கானியர்களே அபாயகரமான எதிரிகளாக இருந்தனர். அப்தாலிக்குப் பிறகு பதவியேற்ற அவரது மகனான தைமூர், காஷ்மீரின் மீது படையெடுத்து முல்தானை ஆப்கானியர்களின் கீழ் கொண்டுவந்திருந்தார். ஆனாலும், அவர் பஞ்சாபின்மேல் படையெடுக்கத் தயாராக இல்லை.

அவருக்குப் பின் வந்த ஷா ஸமான் 1795ல் பஞ்சாபின் மேல் படையெடுத்து வந்து சுகேர்சாகியாக்களின் கைவசம் இருந்த ரோடாஸ் என்ற இடத்தைப் பிடித்துக்கொண்டார். ஆனால், ஆப்கானின் மேற்கில் பகைவர்களிடமிருந்து தாக்குதல்கள் தொடங்கவே, ஷா ஸமான் நாடு திரும்பவேண்டியிருந்தது. அவர் அப்பக்கம் சென்றவுடன், ரஞ்சித் சிங் ரோடாஸின் மேல் தாக்குதல் நடத்தி அந்நகரை மீட்டுக்கொண்டார்.

தன் பாட்டனாரைப் போல, டெல்லி வரை படையெடுத்துப் பெரு வெற்றி அடையும் கனவில் இருந்த ஷா ஸமான், தன் முயற்சியை மீண்டும் தொடங்கினார். 1796ஆம் ஆண்டு வாக்கில், 30000 ஆப்கானியர்கள் கொண்ட படை ஒன்றைத் திரட்டினார். சீக்கியர்களின் மிஸ்லுகளால் தங்களுக்கு அபாயம் நேரிடலாம் என்ற அச்சத்தில் எப்போதும் இருந்த கஸூரைச் சேர்ந்த பதான்கள் அவருக்கு ஆதர வளிப்பதாக வாக்களித்தனர். அதற்கு ஈடாக லாகூரை அவர்களுக்கு அளிப்பதாக ஷா சமான் உறுதியளித்திருந்தார். இதைத்தவிர, பாட்டியாலாவை ஆண்டுகொண்டிருந்த சீக்கியப் பிரிவினரும், ஔத் நாட்டைச் சேர்ந்த வாஸீர்களும், ஏன் தெற்கிலிருந்த திப்பு சுல்தானும் அவருக்குத் தங்கள் ஆதரவை அளித்தனர். ‘இந்த வலிமையான கூட்டணியுடன் இந்தியா மீது படையெடுத்து மாற்று மத நம்பிக்கை யாளர்களையும், பல தெய்வ வழிபாடு செய்பவர்களையும் வென்று அந்தப் பகுதிகளை இந்த வெட்கமில்லாத குடிகளிடமிருந்து மீட்கப் போவதாக’ ஷா ஸமான் சூளுரைத்தார். அவர் குறிப்பிட்ட மாற்று மத நம்பிக்கையாளர்கள் சீக்கியர்களும் மராத்தியர்களும்தான் என்பதில் ஐயமில்லை.

ஷா ஸமானின் படைபலத்தையும், அவர் சூளுரையைப் பற்றியும் கேள்வியுற்ற சீக்கியர்களுக்கு அப்தாலியின் படையெடுப்புகள் நினைவில் வந்து கிலியை ஏற்படுத்தின. பலர் இமயமலைப் பகுதி களுக்கு ஓட்டமெடுத்தனர். மக்களைக் காப்பதற்காக வரி வசூலித்து அவர்களை இம்மாதிரிப் படையெடுப்புகளிலிருந்து காக்கும் பொறுப்பில் இருந்த மிஸ்லுகளின் தலைவர்கள்தான் முதலில் தலை மறைவானார்கள். ஆப்கானியர்கள் தங்கள் படையெடுப்பை நிகழ்த்தியபோது, முதலில் அவர்களை எதிர்த்தவர்கள் லாகூரை ஆட்சி செய்த பாங்கிகள். ஆனால், நீண்டகாலம் தாக்குப்பிடிக்க முடியாமல் அவர்கள் அந்நகரை விட்டு ஓடிவிட்டனர். அடுத்ததாக ஆப்கானியர் கள் ரஞ்சித் சிங்கை நோக்கித் திரும்பினர்.

முறையான பயிற்சி இல்லாத 5000 குதிரை வீரர்கள் கொண்ட படைதான் ரஞ்சித் சிங்கிடம் இருந்தது. வலுவான சீக்கியர்களின் கூட்டணி இல்லாது ஆப்கானியர்களை எதிர்ப்பது தற்கொலைக்குச் சமம்

என்பதை ரஞ்சித் சிங்கும் உணர்ந்திருந்தார். எனவே, போர்க்கால வழக்கப்படி சீக்கியர்களின் தலைமைக் குழுவான சர்பாத் கால்ஸாவை அமிர்தசரஸில் கூட்ட ஏற்பாடு செய்தார். அங்கு கூடிய சீக்கியத் தலைவர்கள் பலரும், எப்போதும் போல இமயமலை அடிவாரப் பகுதிகளுக்கு ஓடிவிடும் வழக்கத்தை அறிவுறுத்தினர். அவர்களில் பலர் தங்கள் குடும்பத்தை ஏற்கெனவே அந்த இடங்களுக்கு அனுப்பியிருந்தனர். ஆப்கானியர்கள் தங்கள் நாட்டையும் நகரங்களை யும் கொள்ளையடித்துத் திரும்பும்போது அவர்கள் மீது திடீர்த் தாக்குதல் நடத்திக்கொள்ளலாம் என்றும் அவர்கள் அபிப்பிராயம் தெரிவித்தனர். இந்த ஆலோசனையை ஏற்கெனவே ஷா ஸமானை எதிர்த்துத் தோல்வியடைந்திருந்த பாங்கிகளின் தலைவரான சாகிப் சிங் பாங்கியும் ஆதரித்தார். ஆனால், சதா கௌர், ரஞ்சித் சிங்கை ஆப்கானியர்களை எதிர்த்துப் போரிடும்படி அறிவுறுத்தினார். ரஞ்சித் சிங்கிற்கும் கோழையைப் போல் ஓடுவது ஏற்றதாக இல்லை. எனவே அவர் செய் அல்லது செத்துமடி போன்ற வீர உரை ஒன்றை நிகழ்த்தினார். இதனால் கவரப்பட்ட சீக்கியத் தலைவர்கள் பலரும் மனம் மாறி ஆப்கானியர்களை எதிர்க்க இசைந்தனர். சீக்கியப் படைகளுக்கு தலைமையேற்று லாகூரை நோக்கி விரைந்தார் ரஞ்சித் சிங்.

அடுத்த தாக்குதலுக்காக தங்களைத் தயார் செய்துகொண்டு அந்த நகரில் தங்கியிருந்த ஆப்கானியப் படைகளைச் சுற்றி வளைத்தது சீக்கியப் படை. ஒவ்வொரு நாளும் நகரின் ஒரு பகுதியில் தாக்குதல் நடத்தி ஆப்கானியப் படைகளை அவர்கள் நிலைகுலைய வைத்தார்கள். ஜனவரி 1797ல் ஷா ஸமானுக்கு மீண்டுமொரு நெருக்கடி ஏற்பட்டது. அவரது சகோதரரான முகம்மது அவருக்கு எதிராகக் கலகக்கொடி தூக்கினார். இதைச் சமாளிக்க லாகூரில் இருந்த படைப்பிரிவு ஒன்றுடன் காபூல் நோக்கி விரைந்தார் அவர். சீக்கியர்களைச் சமாளிக்க அவரது தளபதியான ஷாஹன்சி கான் என்பவர் தலைமையில் 12000 வீரர்கள் லாகூரில் தங்கியிருந்தனர்.

நாடு திரும்பும் போர்வீரர்களைத் தாக்குவது என்பது சீக்கியர்களுக்கு மிகப் பிடித்தமான பொழுதுபோக்கு என்பதால், அதையொட்டி காபூல் திரும்பிக்கொண்டிருந்த ஷா ஸமானின் படை மீது ஜீலம் நதிக்கரையில் திடீர்த் தாக்குதல்களை நடத்தி ஆயுதங்களையும் பணத்தையும் அவர்கள் கைப்பற்றினர். அத்தாக்குதலை நடத்திவிட்டு திரும்பிக் கொண்டிருந்த சீக்கியர்கள் படைமீது எதிர்பாராத தாக்குதல் ஒன்றை நிகழ்த்தி அவர்களைத் தோற்கடிக்க எண்ணிய ஷாஹன்சி கானின் திட்டமும் தோல்வியடைந்தது. இதை ஒருவாறு எதிர்பார்த்திருந்த சீக்கியர்கள் அவருக்கு முன்பாக அவர் படை மீது போர் நடத்தி

ஆப்கானியர்களைத் தோற்கடித்தனர். குறைந்த அளவு படைபலத்தை வைத்துக்கொண்டு தமது போர்த் தந்திரத்தாலும் சரியான வகையில் வாய்ப்புகளைப் பயன்படுத்திக்கொள்ளும் திறமையாலும் ஆப்கானியர்களை வெற்றிகொண்டதால் ரஞ்சித் சிங்கின் புகழ் பஞ்சாப் எங்கும் பரவியது.

ஆனால் ஷா ஸமானால் சீக்கியர்களிடம் தோல்வியடைந்த அவமானத்தை நீண்ட நாட்களுக்குச் சகித்துக்கொள்ள இயலவில்லை. தனது உள்நாட்டுக் கலகத்தை அடக்கிய பின்னர் அந்த ஆண்டு இறுதியில் மீண்டுமொரு தாக்குதலை நடத்தத் திட்டமிட்ட ஸமான், அந்தத் தாக்குதலில் சீக்கியர்களைக் கடுமையாகப் பழி வாங்க வேண்டுமென்று திட்டமிட்டார். அதிகமான ஆட்களைக் கொண்ட படை ஒன்றைத் திரட்டுவதற்காக, அந்தப் படையில் உள்ள ஒவ்வொரு வரும் இந்தியாவிலிருந்து தேவையான அளவு கொள்ளையடித்துக் கொள்ளலாம் என்றும் ஆசை காட்டினார்.

இதையெல்லாம் கேள்விப்பட்ட சீக்கியர்கள் மீண்டும் அச்சமடைந் தனர். பாங்கிகளும் ரஞ்சித் சிங்கும் அமிர்தசரஸை நோக்கிப் பின் வாங்கினர். தடுக்க ஆள் இல்லாமல் பாங்கிகளின் நகரான குஜராத்துக் குள்ளும் ரஞ்சித் சிங்கின் தலைநகரான குஜரன்வாலாவுக்குள்ளும் நுழைந்த ஆப்கானியப் படைகள் கொலை கொள்ளை ஆகிய அழிவுச் செயல்களை நிகழ்த்தின. ஆனால் அந்நகர்களை விட்டு இந்துக்களும் சீக்கியர்களும் ஏற்கெனவே சென்றிருந்ததால், அங்குள்ள இஸ்லாமியர் களே இந்தச் செயல்களால் அதிகமாகப் பாதிக்கப்பட்டனர். இந்தியாவின் மீதான போர் இந்துக்களுக்கும் சீக்கியர்களுக்கும் எதிரானது மட்டுமே, சக இஸ்லாமியர்களுக்கு எதிராக அல்ல என்ற ஷா ஸமானின் வாக்கு இதனால் பொய்த்துப் போனது.

இதற்கிடையில் சீக்கியர்களில் சர்பாத் கால்ஸா மீண்டும் ஒன்றுகூடி ஷா ஸமானின் தாக்குதலைச் சமாளிப்பது பற்றி ஆலோசித்தது. சீக்கியத் தலைவர்களில் பலர் ஏற்கெனவே சொன்ன இமயமலைப் பகுதிகளை நோக்கி ஓடிவிடும் யோசனையை வலியுறுத்தினர். சதா கௌர் மீண்டும் ‘அது அவமானகரமானது, சீக்கியர்கள் முன்பு போல ஷா ஸமானை எதிர்க்கவேண்டும்’ என்று கூறினார். மக்களிடமிருந்து வரி வசூலிக்கும் நாம் அவர்களை அனாதரவாக விட்டுவிட்டுச் செல்வது தகாது என்றார் அவர். ரஞ்சித் சிங்கும் புனித நகரான அமிர்தசரஸை எதிரிகளிடம் அளிப்பது ஆண்டவனுக்குச் செய்யும் துரோகமாகும் என்றும் இம்முறையும் ஆப்கானியர்களை கடவுளின் பெயரால் எதிர்த்துப் போர் புரிவோம் என்றும் கூறினார். இதற்கிடையில் ரஞ்சித் சிங்கின் மாமாவான தால் சிங் ஒரு புதிய

தகவலைச் சொன்னார். ஷா ஸமானின் படைப்பிரிவில் உள்ள பழங்கள் அடங்கிய வண்டிகளைத் தாம் தாக்கிக் கைப்பற்றியதாகவும், தாங்கள் நினைப்பதுபோல் ஷா ஸமானின் படை அவ்வளவு வலுவானது அல்ல என்றும் தெரிவித்தார். இதனால் ஊக்கமடைந்த சீக்கியத் தலைவர்கள் மீண்டும் ஒரு போருக்குத் தயாரானார்கள்.

லாகூரைத் தாக்கி வீழ்த்திய ஷா ஸமான் தனது படைப்பிரிவு ஒன்றை அமிர்தசரஸை நோக்கி அனுப்பினார். இதை பாதி வழியிலேயே எதிர்கொண்ட ரஞ்சித் சிங்கின் தலைமையிலான சீக்கியர்களின் படை, அவர்களைத் தோற்கடித்துத் திரும்பத் துரத்தியது. அது மட்டு மல்லாமல், லாகூர் வரை சென்று அந்நகரை முற்றுகையிட்டன சீக்கியப் படைகள். முற்றுகையைத் தீவிரப்படுத்த எண்ணிய ரஞ்சித் சிங், ஆப்கானியப் படைகளுக்கு உணவு கொண்டு செல்லும் சாலைகளைத் துண்டித்தது மட்டுமின்றி, அக்கம்பக்கத்தில் உள்ள நிலங்களில் விளைந்திருந்த பயிர்களையும் கொளுத்திவிட்டார்.

இந்நிலை நீடிப்பது நல்லதல்ல என்று எண்ணிய ஆப்கானியர்கள், நிஜாமுத்தீன் கான் என்பவரின் தலைமையில் ஒரு படைப்பிரிவை அனுப்பி சீக்கியர்கள் மீது தாக்குதல் நடத்தினர். லாகூருக்கு வெளியே ஷாதாரா என்ற இடத்தில் நடைபெற்ற இந்தப் போரில் ஆப்கானியர் கள் பலர் வெட்டிக்கொல்லப்பட்டனர். அவர்களுக்கு உதவியாகக் கூடுதல் படைகள் நகரிலிருந்து வரும் முன்னர் சீக்கியர்கள் சுவடு தெரியாமல் மறைந்துவிட்டனர். ஆத்திரமடைந்த ஆப்கானியப் படைகள், ஷாதாரவில் வசித்து வந்த இஸ்லாமியர்களைக் கொன்று தங்கள் கோபத்தைத் தீர்த்துக்கொண்டனர்.

நாளாக நாளாக, முற்றுகையில் சிக்கிய ஆப்கானியப் படைகளின் நிலைமை கவலைக்கிடமாயிற்று. சீக்கியர்களின் தாக்குதல் முறை களால் அச்சமடைந்த ஆப்கானியப் படைகள் நகரைவிட்டு வெளியே வர மறுத்தன. ஷா ஸமான் அவர்களுக்கு வீரமூட்ட பலமுறை முயன்றும் பலனில்லாமல் போயிற்று. சிக்கல் அதிகரிப்பதை உணர்ந்த ஷா ஸமான் சீக்கியர்களுக்கு தூது ஒன்றை அனுப்பினார். அவர் களுடைய உடைமைகளை ஒன்றும் செய்யாமல் விட்டுவிடுவதாக வும், பதிலுக்கு அவர்கள் வேண்டுவது என்ன என்றும் கேட்டிருந்தார் அவர். சீக்கியர்களின் பதில் நீங்கள் எங்கள் நாட்டை விட்டுச் செல்வதுதான் நாங்கள் வேண்டுவது என்பதாக இருந்தது.

தனது அடுத்த முயற்சியாக, சீக்கியத் தலைவர்களுடன் தனித்தனியாகப் பேச்சுவார்த்தை நடத்தி அவர்களுக்கு ஆசை காட்ட முயன்றார் ஷா ஸமான். ரஞ்சித் சிங் உட்பட பலர் இந்தத் தந்திரத்திற்குப் பலியாகும் நிலை உருவானது. சீக்கியர்களின்

ஒற்றுமையும் கேள்விக்குள்ளானது. அந்நிலையில், குரு நானக்கின் வம்சத்தில் வந்த சாகிப் சிங் பேடி என்பவர் சீக்கியர்களிடையே உருக்கமான உரை ஒன்றை நிகழ்த்தினார். ஆக்கிரமிப்பாளர்களிடம் நாட்டைக் காட்டிக்கொடுப்பது அடாத செயல் என்று வாதிட்டார் அவர். வயதானவரும் அனுபவமிக்கவருமான அவர் சொல்லைக் கேட்பதாக சர்தார்கள் வாக்களித்தனர். அடுத்த முறை ஷா ஸமானின் தூதர் வந்தபோது அவரிடம் 'இந்த நாட்டை வாளின் உதவியால் உருவாக்கினோம், வாளின் உதவியால் அதைக் காப்போம்' என்று பதிலனுப்பினர்.

தனது முயற்சிகள் எதுவும் பலிக்காததைக் கண்ட ஷா ஸமான் ஆத்திர மடைந்தார். இதற்கிடையில் நீண்டகாலமாகத் தங்கள் குடும்பத்தைப் பிரிந்திருந்த அவரது படை வீரர்கள், தங்களுக்கு ஊதியம் கொடுக்கப் படாததால் நகரைக் கொள்ளையடித்து வெளியேறுவோம் என்று அவரிடம் கோரிக்கை வைத்தனர். ஸமான் இதற்கு உடன்படாததால், இனிமேல் உங்களுக்காகப் போர் புரியப்போவதில்லை என்று அவர்கள் கூறிவிட்டனர். இது போக, மீண்டும் தனது சகோதரர் தனக்கு எதிராகப் போர்க்கொடி தூக்கியிருக்கிறார் என்ற தகவலை அறிந்த ஷா ஸமான் தனது புனிதப் போர் எண்ணத்தை மூட்டை கட்டி வைத்து விட்டு படைகளுடன் காபூலை நோக்கிப் பயணமானார். போகும் போது, மீண்டும் ஒரு முறை இந்தியாவின் மீது படையெடுத்து சீக்கியர்களை அழிக்காமல் விடுவதில்லை என்று சபதமும் போட்டு விட்டுச் சென்றார். ஆனால், அவர் அடுத்த முறை இந்தியாவிற்கு வேறு விதமாக வர வேண்டியிருந்தது. அது என்ன என்பதைப் பின்னால் பார்ப்போம்.

ஸமான் படைகளுடன் சென்றபிறகு, சீக்கியத் தலைவர்கள் அவரவர் பகுதிக்குச் சென்று தங்களது ஆட்சிப் பொறுப்பை ஏற்றுக்கொண்டனர். சர்பாத் கால்ஸா ரஞ்சித் சிங்கிற்குத் தலைமைப் பொறுப்பைக் கொடுத்தது ஆப்கானியர் படையெடுப்பைச் சமாளிக்க மட்டுமே என்பது இங்கு நினைவு கூறத்தக்கது. அதன்படி ரஞ்சித் சிங்கும் குஜரன்வாலாவிற்குத் திரும்பி அவரது சொந்த ஊரின் நிர்வாகத்தைக் கவனிக்க ஆரம்பித்தார். அதே போல், லாகூரை சேத் சிங், சாஹிப் சிங், மோர் சிங் என்ற தலைவர்கள் நிர்வகிக்க ஆரம்பித்தனர்.

விரைவிலேயே அவர்களின் ஆட்சி கொடுங்கோலாட்சியாக மாறியது. அடிக்கடி அவர்கள் தங்களுக்குள் சண்டை போட்டுக் கொண்டு நிர்வாகத்தைக் கிடப்பில் விட்டனர். இதனால் பெருமளவு பாதிக்கப்பட்ட லாகூரின் பொதுமக்கள் ரஞ்சித் சிங்கிற்கு தங்களது நிர்வாகத்தை ஏற்றுக்கொள்ளுமாறு வேண்டுகோள் விடுத்தனர். சீக்கியர்களின் ஒற்றுமைக்கு பாதிப்பு ஏற்படுத்தக்கூடிய இந்த ஒரு

கோரிக்கையை ஏற்றுக்கொள்வதில் ரஞ்சித் சிங் தயக்கம் காட்டினார். இது தம்மைச் சிக்கவைக்கச் செய்யப்பட்ட சதி வேலைகளில் ஒன்றாக இருக்கலாமோ என்றுகூட அவர் சந்தேகித்தார். எனவே லாகூரில் இருந்து வந்த தூதர்களிடம் தக்க பதிலைப் பின்னர் அளிப்பதாகக் கூறி அனுப்பி வைத்துவிட்டு, தன் நம்பிக்கைக்குரிய ஒருவரை லாகூர் சென்று உண்மை நிலவரத்தை அறிந்து வருமாறு பணித்தார். அவர் திரும்பி வந்து லாகூர் நிர்வாகம் சீர்கெட்டுக் கிடப்பதையும், மக்களின் கோரிக்கை உண்மைதான் என்றும், ரஞ்சித் சிங் அங்கு உடனடியாகச் சென்றால் நகரை எளிதாகக் கைப்பற்றலாம் என்றும் தெரிவித்தார்.

அதன்படியே ஒரு படையோடு லாகூரை நோக்கி விரைந்த ரஞ்சித் சிங்கின் படை, இரவோடு இரவாக நகரின் தெற்கு வாயில் வழியாக உள்ளே நுழைந்தது. அங்கு ரஞ்சித் சிங்கிற்கு நகரின் குடிமக்கள் சார்பாக அன்பான வரவேற்பு அளிக்கப்பட்டது. எதிர்ப்பைக் காட்டிய நகரின் வீரர்கள் உடனே சிறைசெய்யப்பட்டனர். சாகிப் சிங்கும் மோர் சிங்கும் நகரை விட்டு ஓட்டம் பிடித்தனர்.

சேத் சிங் தமது வீட்டிற்குள் மறைந்துகொண்டார். அதிக சேதாரம் இல்லாமல் லாகூரைக் கைப்பற்றிய பிறகு நகரின் மக்களுக்கு அறிக்கை ஒன்றை விடுத்தார் ரஞ்சித் சிங். அதில் கொடுங்கோலாட்சி ஒழிக்கப் பட்டுவிட்டது என்றும், நகரில் இனி அமைதியும் நல்லாட்சியும் நிலவும் என்றும் அறிவித்திருந்தார். தமது படைகளுக்கு, நகரில் எந்தவித அசம்பாவித சம்பவங்களையும் நிகழ்த்தாத வண்ணம் செயல்படுமாறு அறிவுறுத்தவும் செய்தார். அதன்பின் சேத் சிங்கின் தூதர்கள் அவரைச் சந்தித்து, தங்கள் தலைவர் உயிருடன் நகரை விட்டுச் செல்ல உதவி புரியுமாறு கேட்டுக்கொண்டனர். எதிரியாக இருந்தாலும், அவருக்கு விடுதலை அளித்ததுமின்றி, பெரும் செல்வத்தையும் சேத் சிங்கிற்கு அளித்து அவரைத் தன் பக்கம் சேர்த்துக்கொண்டார் ரஞ்சித் சிங்.

லாகூரின் தலைவராக ரஞ்சித் சிங் பதவியேற்ற தகவல் ஷா ஸமானை எட்டியது. தமது இந்திய வெற்றிக்கு குறுக்கே நிற்கும் ரஞ்சித் சிங்கை நண்பராக்கிக்கொள்ள நினைத்த ஸமான் அவருக்கு ஏராளமான பரிசுப் பொருட்களை அனுப்பினார். ரஞ்சித் சிங்கும் பதிலுக்கு ஸமானிட மிருந்து கைப்பற்றிய ஆயுதங்களையும் மற்ற பொருட்களையும் அனுப்பி வைத்தார்.

ரஞ்சித் சிங்கின் பலம் நாளுக்கு நாள் அதிகரித்து வந்ததை, பாங்கி பிரிவினர் ரசிக்கவில்லை. அவருக்கு எதிராக ஒரு கூட்டணியை அமைத்து, லாகூரை வெல்ல பெரும்படை ஒன்றைத் திரட்டினர். அதில் கஸூர் நவாபான நிஜாமுத்தீன்கான், ஜஸ்ஸா சிங் என்ற இன்னொரு

மிஸ்லின் தலைவர் ஆகியோர் இடம்பெற்றிருந்தனர். 1800 ஆம் ஆண்டு மத்தியில் அமிர்தசரஸில் இருந்து கிளம்பிய இந்தப் படையை லாகூரிலிருந்து பத்து மைல்கள் தொலைவிலிருந்த களத்தில் சந்தித்த ரஞ்சித் சிங், அவர்களைத் தோற்கடித்து சிதறி ஓடச்செய்தார். இது அவரின் புகழை மேலும் உயர்த்தியது. சீக்கியர்களில் பலர் ரஞ்சித் சிங்கின் பிரிவில் சேரத் துடித்தனர். ராம் தயாள், ஃபதே சிங் அலுவாலியா ஆகிய துடிப்பான இளைஞர்களைத் தமது ஆலோசகராக நியமித்துக்கொண்டார் ரஞ்சித் சிங்.

இதற்கிடையில் பஞ்சாபின் குஜராத் நகரை ஆண்டுகொண்டிருந்த சாஹிப் சிங் பாங்கி குஜரன்வாலா மீது தாக்குதல் ஒன்றைத் தொடங்க ஆயத்தம் செய்துகொண்டிருந்தார். தகவலறிந்ததும் ரஞ்சித் சிங், தமது படையோடு அவரைச் சந்திக்க குஜராத்தை நோக்கி விரைந்தார். சீக்கியர்களின் இரு முக்கியப் பிரிவினர் இடையே ஏற்படவிருந்த போரைப்பற்றிய தகவல்களை அறிந்த எதிரிகள் இந்தச் சந்தர்ப்பத்தைப் பயன்படுத்திக்கொள்ள நினைத்தனர். ஆனால், முன்பு சீக்கியர்களை ஒன்றிணைத்த சாஹிப் சிங் பேடி குஜராத்தை நோக்கி விரைந்தார். அங்கு போருக்கு ஆயத்தமாக இருந்த இரு சீக்கியத் தலைவர்களையும் தங்கள் ஆயுதங்களைக் கீழே வைக்குமாறு உத்தரவிட்டார்.

ரஞ்சித் சிங் உட்பட அனைத்து சர்தார்களும் அந்த உத்தரவிற்கு அடிபணிந்தனர். பின்னர், ரஞ்சித் சிங்கின் வாளை அவர் உறையில் இட்டுவிட்டு, நாடு முழுவதும் உன் ஆட்சியின் கீழ் விரைவில் வந்து விடும் என்று வாழ்த்தி, அவரை குஜராத்தைவிட்டு வெளியேறுமாறு பணித்தார் பேடி. அதை ஏற்று ரஞ்சித் சிங்கும் லாகூர் திரும்பினார். இதன் மூலம் சீக்கியர்களிடையே நடைபெற இருந்த பெரும் உள்நாட்டுப் போர் தவிர்க்கப்பட்டது.

இந்த நிகழ்வுகள் ஒரு புறம் நடந்துகொண்டிருக்க, நாட்டின் மற்ற பகுதிகளைச் சிறிது சிறிதாக ஆக்கிரமித்து வந்த பிரிட்டிஷார், ரஞ்சித் சிங் பஞ்சாபில் வலுவடைந்து வருவதையும் ஆப்கானின் ஷா ஸமானுடன் அவர் கொண்ட நட்புறவையும் பார்த்து கவலை அடைந்தனர். இந்தக் கூட்டணியை முறிக்காவிட்டால் தங்களுக்கு ஆபத்து வந்துவிடும் என்று கருதிய அவர்கள், தங்களின் தூதராக மீர் யூசுப் அலி என்பவரை பஞ்சாபிற்கு அனுப்பி வைத்தனர். முதலில் மற்ற சீக்கியத் தலைவர்களைச் சந்தித்த யூசுப் அலி, அவர்களிடமிருந்து சாதகமான பதில் ஏதும் வராததைக் கண்டு, ரஞ்சித் சிங்கின் மாமியாரான சதா கௌரை அமிர்தசரஸில் சந்தித்தார். அதை அடுத்து ரஞ்சித் சிங்கை அமிர்தசரஸுக்கு வருமாறு சதா கௌர் அழைத்தார். தமது ஆலோசகர்களுடன் அமிர்தசரஸ் வந்த ரஞ்சித் சிங்கைச் சந்தித்த

யூசுப் அலி, சீக்கியர்களுக்கு ஆப்கானியர்கள் விளைத்த கொடுமை களை நினைவூட்டினார்.

எப்படி ஆயிரக்கணக்கான சீக்கியர்கள் கொல்லப்பட்டார்கள் என்பதையும், அவர்களின் புனித நகரான அமிர்தசரஸ் எப்படி அழிக்கப்பட்டது என்பதையும் அவர் எடுத்துக்கூறி, அப்படிப்பட்ட வர்களுடன் கூட்டணி வைப்பது மீண்டும் அழிவுப் பாதைக்கே இட்டுச்செல்லும் என்றும் அதைத் தவிர்க்குமாறும் வலியுறுத்தினார். ரஞ்சித் சிங்கும் அவர் கூறியதை ஆமோதித்து, தமக்கும் ஆப்கானியர் களிடம் அவ்வளவு நம்பிக்கை இல்லையென்று கூறினார். ஆனால், ஃபதே சிங், ஆப்கானியர்கள் நட்புக்கரம் நீட்ட முன்வரும்போது அதைத் தவிர்ப்பது நல்லதல்ல என்பதையும் நினைவில் கொள்ள வேண்டும் என்று தனது கருத்தை முன்வைத்தார்.

உறுதியான முடிவு ஒன்று எட்டப்படாமல் போகவே, யூசுப் அலியை லாகூருக்கு வருமாறு அழைத்தார் ரஞ்சித் சிங். அதையடுத்து லாகூர் சென்ற யூசுப் அலிக்கு பிரிட்டிஷ் அரசாங்கத்திடம் அளிக்குமாறு கடிதம் ஒன்றைக் கொடுத்தனுப்பினார் ரஞ்சித் சிங். அதில், ஷா ஸமான் மேற்கொண்ட படையெடுப்புகளையும் அதன் காரணமாக சீக்கியர்கள் சந்திக்கவேண்டியிருந்த பாதிப்புகளையும் விளக்கியிருந்தார். எப்படித் தமது முயற்சிகள் மூலம் ஆப்கானியர்களிடமிருந்து தமது நாட்டை மீட்க முடிந்தது என்று தெரிவித்திருந்த அவர், அவர்களுடன் நட்புப் பூண வேண்டிய சூழலைப் பற்றியும் கூறியிருந்தார்.

இது எந்தவிதமான விளைவை பிரிட்டிஷாரிடம் ஏற்படுத்தியது என்று தெரியவில்லை. ஆனால் காபூலில் மீண்டும் எழுந்த உள்நாட்டுப் போரும், பாரசீகர்கள் அந்நாட்டின் மேல் எடுத்த படையெடுப்பைப் பற்றிய செய்தியும் சீக்கியர்களுக்கு எட்டின. அதன் காரணமாக ஆப்கானியப் படையெடுப்பு இப்போதைக்குச் சாத்தியமில்லை என்று உணர்ந்த அவர்கள் நிம்மதிப் பெருமூச்சு விட்டனர். இந்த வாய்ப்பைப் பயன்படுத்திக்கொள்ள நினைத்த ரஞ்சித் சிங், பஞ்சாபின் மகாராஜாவாக முறைப்படி முடிசூட்டிக்கொள்ள இதுவே தருணம் என்று நினைத்தார். பெரும்பாலான சீக்கியத் தலைவர்களும் இதற்கு உடன்படவே 1801 பைசாகியின்போது பஞ்சாபின் மகாராஜாவாக ரஞ்சித் சிங், சாஹிப் சிங் பேடியின் கையால் முடிசூட்டிக்கொண்டார்.

சீக்கியர்களுடைய சமூகத்தின் முதலாம் மகாராஜா என்ற அந்தஸ்துடன் பதவியில் அமர்ந்தாலும், ரஞ்சித் சிங் அதற்காகப் பெரிய ஆர்ப்பாட்டங்கள் எதையும் நிகழ்த்தவில்லை. அவர் சிம்மாசனத்தில் அமரவில்லை என்றும், கிரீடம் எதையும் தரிக்கவில்லை என்றும் சொல்லப்படுகிறது. அவர் வெளியிட்ட நாணயங்களிலும் அவர்

பெயர் இல்லாமல் குரு நானக்கின் பெயரே பொறிக்கப் பட்டிருக்கிறது. அவற்றுக்கு நானக் ஷாஹி (சக்கரவர்த்தி நானக்) என்று பெயர். அரசு முத்திரையிலும் ரஞ்சித் சிங்கின் பெயர் இல்லை. தமது அரசை மக்களின் அரசாகத்தான் கருதவேண்டும் என்று கூறி அதன்படியே நடத்தியும் காட்டினார்.

இதில் கவனிக்கவேண்டிய இன்னொரு விஷயம் அவர் சீக்கியர் களுக்கு மட்டுமான மகாராஜா இல்லையென்பது. ஒட்டுமொத்த பஞ்சாபுக்கும் அவரே அதிபராக இருந்ததால், சீக்கியர் அல்லாதவர்கள் ஆட்சி செய்த பகுதிகளையும் அவரது ஆட்சியின் கீழ் கொண்டுவர வேண்டிய நிலைக்கு அவர் ஆளானார். எனவே அவர் கவனம் பதான்கள் ஆட்சி செய்த கஸூரின் பக்கம் திரும்பியது.

நாம் ஏற்கெனவே பார்த்தபடி, பதான்கள் சீக்கியர்களின் எழுச்சியை எதிர்த்தே வந்தவர்கள். எதிரிகள் இந்தியாவின்மீது படையெடுக்கும் போது அவர்களுக்கு ஆதரவு அளித்தவர்கள். லாகூர் மூவர் கூட்டணியில் கொடுங்கோலாட்சியை அனுபவித்துக்கொண்டு இருந்தபோது, அந்நகரைக் கைப்பற்ற பல முயற்சிகளையும் செய்தவர்கள். அவர்களை வெல்ல ஃபதே சிங் காலியன்வாலாவின் தலைமையில் ஒரு படையை ரஞ்சித் சிங் அனுப்பினார். பதான்களின் தலைவர் நிஸாமுத்தீன் கடுமையாகப் போரிட்டாலும், சீக்கியர்களை வெல்ல அவரால் இயலவில்லை. போரின் முடிவில், ரஞ்சித் சிங்கின் ஆட்சியை ஏற்றுக்கொண்டதுடன் அவருக்குத் திறை செலுத்தவும் பதான்கள் ஒப்புக்கொண்டனர்.

அந்தக் காலகட்டத்திலும் சீக்கியர்களின் நிலைமை அவ்வளவு சௌகரியமாக இருக்கவில்லை. மேற்கிலும் கிழக்கிலும் இஸ்லாமிய அரசுகள், அதைத் தவிர இந்தியாவில் காலூன்ற முயன்று கொண்டிருந்த பிரிட்டன், பிரான்ஸ் போன்ற ஐரோப்பிய அரசுகள், உள்நாட்டில் பெரும் சக்தியாக விளங்கிய மராட்டியர்கள், இதைத் தவிர சீக்கியர்களுக்குள்ளேயே அவருக்கு எதிராகப் பொறாமை கொண்டு கலகம் செய்தவர்கள் என்று பலரை அவர் சமாளிக்க வேண்டியிருந்தது.

ரஞ்சித் சிங் மிகுந்த ஊக்கம் படைத்தவர், அயராத உழைப்பாளி. எனவே இந்தத் தடைகளையெல்லாம் சமாளித்து கொஞ்சம் கொஞ்ச மாக சீக்கியர்களை அவர் ஒன்றிணைத்து வந்தார். சீக்கியர்களுக்குள் அப்போது இன்னொரு பெரிய சக்தியாக விளங்கிய அலுவாலியாக் களை அன்பினாலும் நட்பினாலும் சிங்க்புரியா என்ற பிரிவினரைப் போரிட்டு வெற்றிகொண்டும், டாலிவாலயா பிரிவினரைப் பேச்சுவார்த்தையின் மூலமும் தம்மோடு இணைத்துக்கொண்டார்.

கரோர்சிங்கானியா போன்ற சில பிரிவுகள் தலைவர்களின் மறைவினால் தத்தளித்தபோது அவற்றைச் சேர்த்துக்கொள்வது எளிதான விஷயமாக இருந்தது அவருக்கு. அடுத்தது அவர் ராஜ்புத்களை சமாளிக்க வேண்டியிருந்தது. தாம் ஆட்சி செய்து கொண்டிருந்த மலைப்பகுதிகளிலிருந்து இறங்கி சதா கௌரின் ஆட்சிக்குட்பட்ட பகுதிகள் பலவற்றை காங்ராவைச் சேர்ந்த சன்ஸார் சந்த் என்ற அரசர் கைப்பற்றிக்கொண்டார். எனவே அவரை எதிர்த்துப் போரிட வேண்டிய கட்டாயம் ரஞ்சித் சிங்கிற்கு ஏற்பட்டது. இந்தப் போரில் சதா கௌரின் இடங்களை மீட்டது மட்டுமில்லாமல் ராஜ்புத் களின் சில பகுதிகளையும் ரஞ்சித் சிங் வென்றார். அவற்றை சதா கௌரிடமே அளித்துவிட்டு மீண்டும் லாகூர் திரும்பிச்சென்றார்.

ஓயாத இந்தப் போர்களினிடையே மகன் பிறந்த ஒரு நல்ல செய்தியும் வந்து சேர்ந்தது. கராக் சிங் என்று அவனுக்குப் பெயர் வைத்து அந்த வைபவத்தைக் கோலாகலமாகக் கொண்டாடினார் ரஞ்சித் சிங். அதன்பின்னும், சீக்கியர்களிடையேயான உட்பூசல்கள் போர் முனைக்கு அவரை அழைத்த வண்ணம் இருந்தன. அவருடன் சேராமல் முரண்பட்ட சீக்கியப் பிரிவினரில் பாட்டியாலா பிரிவினர் முக்கியமானவர்கள். இதற்கு முன்னால் அந்நியரின் படையெடுப்புகள் நடந்தபோதெல்லாம், அவர்களுக்கு லஞ்சம் கொடுத்து எப்படியாவது தப்பிப்பது பாட்டியாலாவினருக்கு வழக்கமாக இருந்தது.

ரஞ்சித் சிங்கிற்கு எதிராக சில உள்ளடி வேலைகளைச் செய்தபடியால் அவர் வலுவடைந்தவுடன், பாட்டியாலாவினர் செய்த முதல் வேலை, டெல்லியில் ஆட்சி செய்துகொண்டிருந்த பிரிட்டிஷாரிடம் தமக்குப் பாதுகாப்பு அளிக்குமாறு மனு கொடுத்ததுதான். அதற்கு ஈடாக பிரிட்டிஷாரின் ஆளுமையை ஒப்புக்கொள்வதாகவும் ஒப்பந்தம் செய்துகொண்டனர். ஆனால் இதற்கெல்லாம் ரஞ்சித் சிங் அசர வில்லை. 1803லேயே சட்லெட்ஜ் நதியை இருவருக்கும் பொது எல்லையாக அறிவிக்கவேண்டும் என்று அவர் பிரிட்டிஷாரைக் கேட்டுக்கொண்டிருந்தார். பிரிட்டிஷ் பிரதிநிதியாக அப்போது டெல்லியில் இருந்த வெல்லெஸ்லி பிரபு இது பற்றி முடிவெடுக் காமல் காலந்தாழ்த்தினார்.

இந்த மசமசப்புத்தனத்தைப் பயன்படுத்திக்கொண்ட ரஞ்சித் சிங், ஏதாவது ஒரு சாக்கை வைத்துக்கொண்டு 1806 ஆண்டு முதல் பல தடவை சட்லெட்ஜ் நதியைக் கடந்தார். ஒவ்வொரு முறை வரும் போதும், சிறிது சிறிதாக அங்குள்ள பகுதிகளைத் தம்முடன் இணைத்துக்கொண்டு வந்தார். ரஞ்சித் சிங்கின் பிடி தென் சட்லெட்ஜ் பகுதியில் இறுகுவதை உணர்ந்த அங்குள்ள சீக்கியப் பிரிவுகள்

எச்சரிக்கை அடைந்தன. பிரிட்டிஷாரிடம் ஓடிய அவர்கள் ரஞ்சித் சிங்கைத் தடுக்க ஏதாவது செய்யுமாறு வற்புறுத்தினார்கள். அவர்களை மரியாதையுடன் நடத்திய பிரிட்டிஷ் அதிகாரிகள் உறுதிமொழி எதையும் அளிக்காமல் அனுப்பிவைத்தனர்.

இப்படி அவர்கள் ஆமை வேகத்தில் நடந்ததற்கும் ஒரு பின்னணி இருக்கிறது. நாடு பிடிக்கும் வேகத்தில் கிழக்கிந்தியக் கம்பெனிக்கு ஏராளமாகப் பணம் செலவழிந்து கம்பெனி பல இடங்களில் நஷ்டமடைந்தது. வியாபாரத்தைக் கவனிக்காமல் கம்பெனி உள் நாட்டு விவகாரங்களில் கவனம் செலுத்துவதை அதன் பங்குதாரர் களில் பலர் எதிர்த்து வந்தனர். தவிர, பிரஞ்சு வீரர் நெப்போலியன் பிரிட்டிஷாருக்கு ஐரோப்பாவில் பெரும் தொல்லை கொடுத்துவந்தார். ஆப்கானைக் கடந்து இந்தியாவிற்குள்ளும் பிரெஞ்சுப் படைகள் நுழையலாம் என்ற நிலை இருந்தது. இவ்வளவு சிக்கல்களுக்கு இடையே சீக்கியர்களுக்கு இடையேயான பிரச்னைகளுக்குள் மூக்கை ஏன் நுழைக்கவேண்டும் என்று கருதியே பிரிட்டிஷார் அமைதியாக இருந்தனர். ஆனாலும் இந்த நிலை நீண்ட நாள் நீடிக்கவில்லை.

இந்தியாவின் மத்தியப் பகுதிகளில் பிரிட்டிஷாரை எதிர்த்து மராத்தியர்கள் போரிட்டு வந்தனர். மராத்தியர்களின் தளபதியாக இருந்த ஜஸ்வந்த் ராவ் ஹோல்கார் ஆரம்பத்தில் பிரிட்டிஷ் படைகளை வென்றிருந்தாலும், நாளடைவில் பல இடங்களில் தோல்விகளைச் சந்திக்க நேரிட்டது. அவரை எதிர்த்துப் போரிட்ட பிரிட்டிஷ் தளபதியான லேக் பிரபுவிடமிருந்து தப்பித்து பஞ்சாப் நோக்கி ஓடிவிட்டார் அவர். அவரைத் தொடர்ந்து வந்த லேக் பிரபு பியாஸ் நதிவரை தமது படைகளுடன் வந்துவிட்டதை அறிந்த ஹோல்கார் சட்லெஜ் நதியைக் கடந்து அமிர்தசரஸ் வந்தடைந்தார்.

இரு தரப்பினரும் ரஞ்சித் சிங்கிற்குத் தூதனுப்பினர். ஒரு புறம் இந்தியரான ஹோல்கார், மறுபுறம் வலுவான பிரிட்டிஷ் படைகள் என்று இரண்டு பக்கமும் நெருக்கடி வரவே, இதிலிருந்து விடுபடுவதற்கு என்ன வழி என்று ரஞ்சித் சிங் யோசித்தார். இதற்கான தீர்வை சீக்கியத் தலைமையிடமே விட்டுவிடுவது நல்லது என்ற முடிவுக்கு வந்த அவர், வழக்கப்படி சர்பாத் கால்ஸாவைக் கூட்டினார்.

இரு தரப்பு நியாயங்களும் அங்கு எடுத்துச் சொல்லப்பட்டன. அகதிகளாக வந்து தஞ்சமடைந்தவர்களான மராத்தியர்களைக் காப்பது எந்த ஒரு அரசுக்கும் கடமையாகும் என்று ஹோல்காருக்கு ஆதரவான வர்கள் தெரிவித்தனர். அமிர்தசரஸ் கோவிலுக்கு ஹோல்கார் அளித்த ஒரு பெரும் நன்கொடையும் அங்கு சுட்டிக்காட்டப்பட்டது. அதே சமயம், மிகவும் பலம் கொண்டு பல போர்களை வென்ற பிரிட்டிஷ்

படையின் தளபதி லேக் பிரபு விடுத்த எச்சரிக்கையும் அங்கு விவாதிக்கப்பட்டது. அதில், மராத்தியர்களை உடனடியாக சீக்கியர்கள் வெளியேற்றவேண்டும் என்றும், தவறினால் பிரிட்டிஷ் - மராத்தியப் போர்களில் சீக்கியர்களும் உள்ளிழுக்கப்படுவார்கள் என்று லேக் பிரபு தெரிவித்திருந்தார்.

பிரிட்டிஷார் நாட்டின் மற்ற பகுதிகளில் அடைந்திருந்த வெற்றிகளைக் கேள்விப்பட்டிருந்த சீக்கியர்களால் இதையும் புறந்தள்ள இயல வில்லை. கால்ஸாவினாலும் இந்தப் பிரச்னையில் ஒரு முடிவுக்கு வர இயலவில்லை. இதையடுத்து ரஞ்சித் சிங், முடிவைக் கடவுளிடமே விட்டுவிட எண்ணி திருவுளச்சீட்டு ஒன்றை புனித கிரந்த நூலின் முன் போட்டுப் பார்த்ததாகவும், அதில் லேக் பிரபுவின் பெயர்தான் எழுதப் பட்டிருந்தது என்றும் சொல்லப்படுகிறது.

இதையடுத்து, லேக் பிரபுவின் படைபலத்தைத் தானே சோதிக்க எண்ணி மாறுவேடம் பூண்டு பிரிட்டிஷ் படை தங்கியிருந்த இடத்திற்குச் சென்றார் ரஞ்சித் சிங். ஆனால், அவரது ஒற்றைக் கண் அவரைக் காட்டிக்கொடுத்துவிட்டது. அதன் பின் என்ன நடந்தது என்று சரிவரத் தெரியவில்லை. அமிர்தசரஸ் திரும்பிய ரஞ்சித் சிங், பிரிட்டிஷ் படைகளை எதிர்ப்பது இயலாத காரியம் என்றும் சமாதானமாகப் போவதே சிறந்தது என்றும் ஹோல்காரிடம் கூறினார்.

அதிர்ஷ்டவசமாக, இந்தச் சிக்கலுக்கான தீர்வு பிரிட்டிஷாரிடமிருந்தே வந்தது. வெல்லெஸ்லி பிரபு நீக்கப்பட்டு அவருக்குப் பதிலாக கார்ன்வாலிஸ் பிரபு கவர்னர் ஜெனரலாக நியமிக்கப்பட்டார். நாம் ஏற்கெனவே பார்த்தது போல், வீண் சச்சரவுகளில் பிரிட்டிஷ் கம்பெனி ஈடுபடுவதை எதிர்த்தவர்களின் கை ஓங்கி, போர்களைத் தவிர்க்குமாறு புது கவர்னர் ஜெனரல் கம்பெனித் தலைமையினால் வலியுறுத்தப் பட்டார். ஹோல்காருக்கு அவருடைய பகுதிகளைத் திரும்பக் கொடுக்குமாறும் லண்டனிலிருந்து கார்ன்வாலிஸுக்கு உத்தரவு வந்தது. இதையடுத்து ஹோல்காரும் அவருடைய படைகளும் பஞ்சாபைவிட்டு வெளியேறின. பிரிட்டிஷாருக்கும் ரஞ்சித் சிங்கிற்கும் இடையே இதற்கான ஒப்பந்தம் ஒன்று 1806ம் ஆண்டு கையெழுத்தானது.

ஆனாலும் பிரிட்டிஷாருக்கும் ரஞ்சித் சிங்கிற்கும் இடையே இருந்த இந்த அமைதி இரண்டு ஆண்டுகளே நீடித்தது. நெப்போலியன் - ரஷ்யப் படைகளோடு சேர்ந்துகொண்டு இந்தியாவின்மீது படையெடுக்க முயல்வதாக பிரிட்டிஷாருக்குத் தகவல் கிடைத்தது. அவர்களோடு ரஞ்சித் சிங்கும் சேர்ந்துகொண்டால், தங்கள் நிலைமை

கவலைக்கிடமாகிவிடும் என்று கருதிய பிரிட்டிஷார் தூதுக்குழு ஒன்றை லாகூர் அனுப்ப முடிவு செய்தனர்.

அதன்படியே ரஞ்சித் சிங்குடன் பேச்சுவார்த்தை நடத்த மெட்காஃப் என்பவரை பிரிட்டிஷார் அனுப்பி வைத்தனர். ஆனால் ரஞ்சித் சிங் பிரிட்டிஷார் கூறிய காரணங்களை நம்பவில்லை. வெளிப்பார்வைக்கு ரஞ்சித் சிங்கை பிரெஞ்சுப் படையெடுப்பைப் பற்றி எச்சரிப்பதாக இருந்தாலும், உண்மையில் ரஞ்சித் சிங்கின் பலம், பலவீனங்களைப் பற்றி மதிப்பிடுவதுதான் இந்தப் பேச்சுவார்த்தையின் உண்மையான நோக்கம் என்று கருதினார் அவர். அதற்கேற்றார்போல், பிரஞ்சுப் படைகளிடம் இருந்து ரஞ்சித் சிங்கிற்கு எந்தவிதமான தூதும் வரவில்லை. ஆப்கானியர்களும் மேற்கிலிருந்து வரவிருக்கும் படையெடுப்பைப் பற்றி எச்சரிக்கை ஏதும் தெரிவிக்கவில்லை. தமது எதிரிகளான மால்வாக்களுடன் பிரிட்டிஷ் அரசாங்கம் பேச்சுவார்த்தை நடத்தியது பற்றி ரஞ்சித் சிங் அறிந்திருந்தார். எனவே சந்தேகத்துடனே தான் அவர் பிரிட்டிஷ் தூதரை வரவேற்றார்.

1808ம் ஆண்டு செப்டெம்பர் முதல் தேதி இந்தப் பேச்சுவார்த்தைகள் தொடங்கின. இதன் நோக்கம் பிரெஞ்சுக்காரர்களைப் பற்றி பயம் காட்டிக்கொண்டே, சட்லெஜுக்கு தெற்கே உள்ள பகுதிகளை பிரிட்டிஷார் வசம் ஒப்படைக்குமாறு ரஞ்சித் சிங் வற்புறுத்தப்பட்டார். ரஞ்சித் சிங்கும் அப்பாவியல்ல. பிரிட்டிஷாரின் மறைமுக வேலைகளைப் புரிந்துகொண்ட அவர், பிரெஞ்சுக்காரர்கள் தாக்குதல் நிகழ்த்தினால், அந்தச் சமயத்தில் பிரிட்டிஷாருக்கு உதவி செய்வதாக உறுதியளித்தார். ஆனால், சட்லெஜின் தென் பகுதிகளை விட்டுத் தருவதைப் பற்றி ஏதும் கூறாமல் நாட்களைக் கடத்திக் கொண்டிருந்தார்.

உச்சகட்டமாக, செப்டெம்பர் 24ம் தேதி, இரவு வரை பேச்சுவார்த்தை நடந்தது. மறுநாள் காலையில் கண்விழித்த பிரிட்டிஷ் தூதருக்கு அதிர்ச்சி. தன்னுடைய பரிவாரங்களுடன் அந்த இடத்தை விட்டு தெற்கு நோக்கிப் பிரயாணித்திருந்தார் ரஞ்சித் சிங். தம்மைத் தொடர்ந்து வருமாறு மெட்காஃபுக்கு ஒரு செய்தியையும் விட்டுச் சென்றிருந்தார். இதனால் ஆத்திரமடைந்தாலும், சிங்கைத் தொடர்வதைத்தவிர வேறுவழியில்லாததால், மெட்காஃபும் அவரைத் தொடர்ந்து சென்றார். இப்படியே ஒவ்வொரு இடமாக தூதரை இழுத்தடித்தார் ரஞ்சித் சிங்.

இதைப் பற்றி பிரிட்டிஷ் குறிப்புகளில் 'நிலையில்லாமல் அங்குமிங்கும் அலைந்து கொண்டிருந்த ரஞ்சித் சிங்கின் உண்மையான திட்டம் என்ன என்பதையும் அவரைப் பற்றிய சரியான மதிப்பீடு

எதையும் செய்ய இயலவில்லை' என்று எழுதப்பட்டிருக்கிறது. ஒவ்வொரு இடமாக பிரிட்டிஷ் தூதரை அழைத்துச் சென்ற ரஞ்சித் சிங் தன்னுடைய பலத்தை, தமக்கு சீக்கியர்களிடமிருந்த மதிப்பை அவருக்குக் காட்டினார். ஒருவகையில் இது பிரிட்டிஷாருக்கு மறைமுகமாக விடப்பட்ட எச்சரிக்கையாகக்கூட இருந்திருக்கக் கூடும்.

ஒரு புறம் இந்தப் பேச்சுவார்த்தைகள் நடந்து கொண்டிருக்கும்போது, மறுபுறம் மேலும் பல புதிய பகுதிகளை சீக்கியர்கள் ஆட்சியின் கீழ் கொண்டுவந்தார் ரஞ்சித் சிங். தம்மைப் பக்கத்தில் வைத்துக்கொண்டு இப்படி அரசை சிங் விரிவுபடுத்தியது மெட்காஃபுக்கு பெரும் சங்கடத்தைத் தந்தது. எனவே ஒரு கட்டத்தில் அவர் ரஞ்சித் சிங்கை விட்டுக் கிளம்பி கோங்கிரானா என்ற இடத்தில் தங்கி தன் பேச்சு வார்த்தைகளைத் தொடர்ந்து நடத்திக்கொண்டிருந்தார்.

அதன்பின் டெல்லியில் மின்டோ பிரபு கவர்னர் ஜெனரலாக பொறுப் பேற்றார். பிரெஞ்சுத் தாக்குதலின் சாத்தியக்கூறுகள் குறைவதை உணர்ந்த அவர், ரஞ்சித் சிங்கிற்கு எதிராக வலுவான நடவடிக்கை களை எடுக்கத் திட்டமிட்டார். சட்லெஜுக்குத் தெற்கில் உள்ள பகுதி களை ஆண்ட மால்வாக்களும் அவரைச் சந்தித்து ரஞ்சித் சிங்கிடம் இருந்து தமது பகுதிகளைக் காக்குமாறு கோரிக்கை விடுத்தனர்.

இந்தக் கோரிக்கைகளை ஏற்று, ஒரு பக்கம் மெட்காஃப் பேச்சு வார்த்தைகள் நடத்திக்கொண்டிருக்கும் பொழுதே, இன்னொரு பக்கம், டேவிட் ஆச்டெர்லோனி என்பவரின் தலைமையில், 1808ம் ஆண்டு இறுதியில், ஒரு படையை டெல்லியில் திரட்டி, சட்லெஜை நோக்கிச் செல்லுமாறு அவர்களுக்குக் கட்டளை இட்டார் மின்டோ பிரபு. அதே சமயம், மெட்காஃபிடம் ஒரு கடிதத்தைத் தந்து, ரஞ்சித் சிங்கிடம் நேரடியாகக் கொடுக்குமாறும், ஆச்டெர்லோனி படை யெடுப்புக்குத் தயாராகும் வரை நிலைமையைச் சமாளித்து ரஞ்சித் சிங்கைத் தாமதப்படுத்துமாறும் அவர் கூறினார். 'நான் வந்தது கூட்டணி அமைக்கவா, இல்லை போர்ப் பிரகடனத்தைக் கொடுக்கவா' என்று தன்னுடைய நாட்குறிப்பில் இதுபற்றி வியந்திருக்கிறார் மெட்காஃப்.

அப்போது லாகூரில் தங்கியிருந்த ரஞ்சித் சிங்கிற்கு இப்படி ஒரு படை புறப்பட்டது தெரியவரவில்லை. அந்த ஆண்டு நவம்பர் மாதம் மெட்காஃபை அவர் மீண்டும் அமிர்தசரஸில் சந்தித்தபோது, கவர்னர் ஜெனரலின் கடிதத்தை பிரிட்டிஷ் தூதர் அவருக்குத் தெரிவித்தார். தென்பகுதி சீக்கியத் தலைவர்களான மால்வாக்கள் தங்களுக்குப் போதுமான பாதுகாப்பை விரும்பியதாகவும் அதை முன்னிட்டே

இந்தப் படை அங்கு அனுப்பப்படுகிறது என்றும் ரஞ்சித் சிங்கிடம் தெரிவிக்கப்பட்டது.

நட்புக்கரம் நீட்ட வந்த தூதர் போர் அறிவிப்பைத் தந்தது பற்றி ரஞ்சித் சிங் அதிகமாக அலட்டிக்கொள்ளவில்லை. கடிதத்திற்குப் பதிலேதும் சொல்லாமல், லாகூர் திரும்பினார் ரஞ்சித் சிங். மெட்காஃபும் அவரைத் தொடர்ந்து அங்கு வந்து தமது பேச்சுவார்த்தைகளை மீண்டும் துவங்கினார். ஆனால், ஆச்டெர்லேனியின் படையெடுப்பைச் சமாளிக்கும் விதமாக ரஞ்சித் சிங், மோக்கம் சந்த் என்ற படைத்தலைவரின் தலைமையில் தம்முடைய படைகளைத் திரட்டி, சட்லெஜ் ஆற்றில் லூதியானாவுக்கு எதிரில் உள்ள பில்லூர் என்ற இடத்தில் நிறுத்தி வைத்தார். இதற்குப் பதிலடி கொடுக்கும் முகமாக ஆச்டெர்லோனியும் லூதியானா விரைந்தார்.

இப்படி இருபுறமும் யுத்த சன்னத்தங்கள் நடைபெறுவதைப் பார்த்த மெட்காஃப், இதற்கு மேல் தாம் தூதராகத் தொடர்வது வியர்த்தம் என்று நினைத்து பேச்சுவார்த்தையை நிறுத்தி வைக்க நினைத்தார். சீக்கியர்களின் பக்கமும் இந்தப் போரைப் பற்றி இருவிதமான அபிப் பிராயங்கள் நிலவின. பெருவாரியான சீக்கியத் தலைவர்கள் போருக்கு உதவியாகத் தங்கள் படைகளை பில்லூருக்கு அனுப்பி வைத்திருந் தாலும், சிலர் இந்தப் போரைத் தவிர்க்க நினைத்தனர். ஆச்சரிய கரமாக, ஆப்கான் படையெடுப்புகளின்போது, ரஞ்சித் சிங்கை வீரப் போர் புரியுமாறு வலியுறுத்திய அவர் மாமியாரான சதா கௌர், பிரிட்டிஷாருடனான போரைத் தவிர்க்குமாறு வற்புறுத்தினார். அவருக்கு ரஞ்சித் சிங்கின் சில ஆலோசகர்கள் ஆதரவளித்தனர்.

ரஞ்சித் சிங் குழப்பத்தில் ஆழ்ந்தார். பிரிட்டிஷ் படைகளுடன் போர் தொடுத்து தோல்வியடைந்துவிட்டால் ஒட்டுமொத்த பஞ்சாபும் அவர்கள் ஆட்சியின் கீழ் வந்துவிடும் அபாயம் இருப்பதை அவர் உணர்ந்தார். இதற்கிடையில் ஆச்டெர்லோனி அதிகாரப்பூர்வ பிரகடனம் ஒன்றை வெளியிட்டார். அதில், 'மால்வா பகுதிகள் பிரிட்டிஷ் பாதுகாப்பில் இருக்கின்றன என்றும் ரஞ்சித் சிங்கின் படைகள் அங்கிருந்து உடனடியாக வெளியேறாவிட்டால் அவற்றின் மீது தாக்குதல் தொடுக்கப்படும் என்று அறிவித்தார்'.

இதையடுத்து அமிர்தசரஸில் மீண்டும் பேச்சுவார்த்தைகள் நடை பெற்றன, சட்லெஜின் தென்பகுதிகள் அனைத்தையும் விட்டுத்தர ரஞ்சித் சிங் சம்மதித்தார். ரஞ்சித் சிங் இறங்கி வருவதைக்கண்ட மெட்காஃப், அவர் வலுவற்ற நிலையில் இருப்பதாக எண்ணி பஞ்சாப் முழுவதையும் ஒரு போரின் மூலம் பிரிட்டிஷ் ஆட்சியின் கீழ் கொண்டுவர தக்க தருணம் வந்துவிட்டதாக நினைத்தார். ஆனால்,

பஞ்சாபின் மேல் தாக்குதல் நடத்துவதற்கான சரியான காரணம் எதையும் ரஞ்சித் சிங் அவருக்கு அளிக்கவில்லை.

எப்படியாவது அவருக்குக் கோபமூட்டி போர் தொடங்க வழி செய்து விடலாம் என்ற நினைப்புடன், பல கடுமையான நிபந்தனைகளை விதித்து, பஞ்சாபுக்கும் பிரிட்டிஷாருக்கும் இடையில் ஒரு ஒப்பந்தம் நிறைவேறாத வண்ணம் காலந்தாழ்த்தினார் மெல்காஃப். ஆனால் ரஞ்சித் சிங்கும் அசரவில்லை. அவருக்குப் பிடிகொடுக்காமல் கழுவிய மீனில் நழுவிய மீனாய் போருக்கான வாய்ப்பை பிரிட்டிஷாருக்கு அளிக்கவேயில்லை.

இதனால் பொறுமையிழந்த மெட்காஃல்ப், உடனடியாக ஒரு தாக்குதலை நிகழ்த்துமாறு பிரிட்டிஷ் தளகர்த்தருக்குச் செய்தியனுப்பினார். இது பிரிட்டிஷ் தளபதிக்கு ஆச்சரியத்தைத் தந்தாலும், தமது படைகளை பஞ்சாப் நோக்கி நகர உத்தரவிட்டார். ஆனால், பிரிட்டிஷ் தலைமை இதைத் தடுத்து நிறுத்தியது. இதற்கு பிரிட்டிஷ் உளவுத்துறை, பிரெஞ்சுப் படைகள் ஐரோப்பாவில் ஒரு போரில் ஈடுபட்டிருப்பதால், இந்தியாவின்மீது படையெடுக்கும் வாய்ப்பு குறைவு என்று அனுப்பிய ஒரு செய்தியும் காரணமாகும். 'நமக்கு ரஞ்சித் சிங் முக்கியமானவர், இந்தியாவின் வடமேற்கு எல்லையில் பிரெஞ்சுக்காரர்களைத் தடுத்து நிறுத்தக்கூடிய வல்லமை பெற்றவர் அவர்' என்ற செய்தி வந்தது. இது சட்லெஜின் கரையில் நடந்த போர் ஏற்பாடுகளை நிறுத்தி, ரஞ்சித் சிங்குடனான பேச்சுவார்த்தைகள் மீண்டும் தொடங்க வழிசெய்தது.

ஒரு வழியாக 1809ம் ஆண்டு ஏப்ரல் 25ம் தேதி, இரு தரப்புக்கும் இடையே 'அம்ரித்ஸர் ஒப்பந்தம்' கையெழுத்தானது. அதிலிருந்த மூன்று முக்கிய ஷரத்துகள், ரஞ்சித் சிங்குடனான 'நிரந்தர நட்பு', சட்லெட்ஜ் நதியின் தென்பகுதியில் 'தேவைக்கு அதிகமான துருப்புகளை நிறுத்தமாட்டேன்' என்றும், 'அங்குள்ள சீக்கியத் தலைவர்கள் நிர்வாகம் செலுத்தும் பகுதிகளை ஆக்கிரமிப்பு செய்யப்போவதில்லை' என்றும் ரஞ்சித் சிங் அளித்த உறுதிமொழிகள் ஆகியவை. இவற்றில் ஏதாவது ஒன்று மீறப்பட்டால், இந்த ஒப்பந்தம் காலாவதியாகிவிடும் என்றும் அதில் கூறப்பட்டிருந்தது. இதற்கு ஈடாக, பிரிட்டிஷ் அரசாங்கம் ரஞ்சித் சிங்கை பஞ்சாபின் ஏகபோக அரசராக அங்கீகரித்தது. தவிர ஆப்கானியர்கள் மீது அவர் மேற்கொள்ளும் நடவடிக்கைகளில் தலையிடுவதில்லை என்றும் உறுதியளித்தது.

இருந்தாலும், இப்படி ஒரு ஒப்பந்தம் செய்துகொண்டதற்காக ரஞ்சித் சிங் கடுமையாக விமரிசிக்கப்பட்டார். தம்முடைய சுதந்தரத்தைக் காவு

கொடுத்ததாகவும், பிரிட்டிஷாருக்கு பயந்து சட்லெஜின் தெற்குப் பகுதிகளை விட்டுக்கொடுத்துவிட்டதாகவும் அவர் மேல் குற்றச்சாட்டுகள் கூறப்பட்டன. ஆனால், அன்றைய நிலையில் ரஞ்சித் சிங் எடுத்தது யதார்த்தமான முடிவு. தமக்கு எதிராகக் கலகம் செய்து கொண்டிருக்கும், சட்லெட்ஜின் தெற்கிலிருந்த சீக்கியர்களின் தலைவர்களையும், வலுவான பிரிட்டிஷாரையும் ஒரே சமயத்தில் எதிர்த்து நிற்பது கடினம் என்பதை நன்கு உணர்ந்திருந்தார் அவர். தம்முடைய அதிகாரத்தில் உள்ள பகுதிகளில் அமைதியாகவும், நிம்மதியாகவும் வாழ்வது முக்கியம் என்பதை அறிந்தே அவர் இந்த ஒப்பந்தத்தைச் செய்துகொண்டார். வடமேற்கில் காஷ்மீர், பெஷாவர் ஏன் காபூலில் இருந்து வரும் எதிர்ப்புகளைச் சமாளிக்க வேண்டி யிருக்கும் நேரத்தில், தெற்கில் ஒரு பலமான எதிரியை வைத்துக் கொண்டிருப்பது அபாயம் என்பதையும் அறிந்தவர் அவர்.

இதை ஒட்டியே, ஒப்பந்தம் கையெழுத்தான பிறகு காஷ்மீர் மலையடிவார அரசர்களை வெல்வதில் கவனம் செலுத்தினார் ரஞ்சித் சிங். பிரிட்டிஷாருடன் செய்துகொண்ட ஒப்பந்தத்தின் காரணமாக தான் இழந்த கௌரவத்தையும் அவர் மீட்க வேண்டியிருந்தது. தன்னுடைய துருப்புகளை அழைத்துக்கொண்டு காங்ராவை நோக்கிப் புறப்பட்டார் அவர். ராஜபுத்திரர்களால் ஆளப்பட்டிருந்த அந்தப் பகுதியை இப்போது அமர் சிங் தாப்பா என்பவரின் தலைமையில் கூர்க்காக்கள் பிடிக்க முயன்றுகொண்டிருந்தனர். இதன் காரணமாக, ராஜ்புத்திரர்களின் அரசரான சன்ஸார் சந்த் ரஞ்சித் சிங்கிடமும் பிரிட்டிஷாரிடமும் உதவி கேட்டார். கூர்க்காக்களும் பிரிட்டிஷ் அரசாங்கத்திடம் உதவி கேட்டனர். ஆனால், ரஞ்சித் சிங்கிடம் செய்துகொண்டிருந்த ஒப்பந்தத்தின் அடிப்படையில், சட்லெட்ஜ் ஆற்றின் மேற்குப் பகுதியில் உள்ள பிரச்னைகளில் தாங்கள் தலையிட முடியாது என்று பிரிட்டிஷார் கூறிவிட்டனர்.

தம்மிடம் உதவி கேட்ட சன்ஸார் சந்திடம் பஞ்சாபின் ஒரு பகுதியாக காங்ராவை அறிவிக்குமாறு ரஞ்சித் சிங் கேட்டுக்கொண்டார். வேறு வழியில்லாமல், சன்ஸார் அதற்கு ஒப்புதல் அளிக்கவே, ரஞ்சித்தின் படை காங்ராவைச் சுற்றி வளைத்தது. நீண்ட நாட்கள் நடந்த இந்த முற்றுகையை கூர்க்காக்கள் சமாளித்து வந்தாலும், ஒரு கட்டத்தில் உணவுப் பொருட்கள் தீர்ந்து போனதால், கோட்டையை விட்டு அவர்கள் வெளியே வர நேரிட்டது. இரு தரப்புக்கும் கடுமையான போர் நடைபெற்றது. சீக்கியர்கள் தங்களுடைய நீண்ட கிர்பான்களை வைத்தும் கூர்க்காக்கள் குறுவாளான குக்ரீக்களை வைத்தும் தாக்கிக் கொண்டனர். முடிவு இழுபறியாக இருந்த சமயத்தில், ரஞ்சித் சிங்கே நேரடியாகப் போர்க்களத்தில் இறங்கினார். இறுதியில் கூர்க்கா

படைகள் மலைகளை நோக்கிப் பின்வாங்கின. பஞ்சாப் படைகள் வெற்றியடைந்தன.

அதன்பிறகு தன்னுடைய படையெடுப்புகளைத் தொடர்ந்த ரஞ்சித் சிங் ஜலந்தர், ஜம்மு, மாண்டி, சுகேத் ஆகிய இடங்களை வென்று தன் அரசோடு சேர்த்துக்கொண்டார். இதற்கிடையில் ஆப்கான் அரசிலிருந்து அவருக்கு ஒரு தூது வந்தது. ஷா ஸமானின் சகோதரர்களில் ஒருவரான ஷா ஷுஜா பஞ்சாபுக்கு வந்து ரஞ்சித் சிங்கிடம் தமது ஆட்சியைப் பெறும் முயற்சிக்கு ஆதரவு கேட்டார்.

இதற்கான பின்புலத்தை நாம் ஏற்கெனவே பார்த்திருந்தோம். ஷா ஸமானின் இன்னொரு சகோதரரான முகம்மது அவருக்கு எதிராகக் கலகக்குரல்களை எழுப்பியதும், அதனால் இந்தியப் படையெடுப்பைக் கைவிட்டு இரண்டு முறை ஷா ஸமான் காபூல் செல்ல நேரிட்டதும் நாம் அறிந்ததே. கடைசியில் ஸமானின் கண்களைப் பறித்துக் கொண்டு அவரை நாட்டை விட்டு விரட்டி, ஆப்கான் ஆட்சியைப் பிடித்துக்கொண்டார் முகம்மது. ஆனால், ஸமானின் இன்னொரு சகோதரரான ஷா ஷுஜா முகம்மதோடு போரிட்டு ஆட்சியைக் கைப்பற்றினார். இது சிறிது காலத்திற்கே நீடித்தது. அயல்நாடுகளின் உதவியோடு மீண்டும் முகம்மது ஆட்சியைப் பிடித்து விட்டார். இதன் காரணமாகத்தான், ஷா ஷுஜா லாகூருக்கு வந்து ரஞ்சித் சிங்கிடம் தமது ஆட்சியை மீட்டுத்தருமாறு உதவி கேட்டார். அவரிடம் அதிகம் பிடி கொடுக்காமல் அனுப்பி வைத்தார் ரஞ்சித் சிங்.

உதவி கிடைக்காமல் திரும்பிய ஷா ஷுஜா எப்படியோ காபூல் அரியணையைக் கைப்பற்றினார். ஆனால் மீண்டும் வாஸீர் ஃபதே கான் என்பவரின் உதவியால் முகம்மது ஆட்சியைப் பிடித்து ஷா ஷுஜாவை விரட்டிவிட்டார். கண்கள் குருடாக்கப்பட்ட ஷா ஸமானும் அவரது மனைவிகளும் ஷா ஷுஜாவின் மனைவியான வாஃபா பேகமும் ரஞ்சித் சிங்கிடம் சரணடைந்தனர். ஒரு காலத்தில் பஞ்சாபைக் கிடுகிடுக்க வைத்த ஷா ஸமான் அவர்களிடமே தஞ்சம் புகுந்தது விதியின் விளையாட்டு என்றுதான் சொல்லவேண்டும்.

இது ஒரு புறம் இருக்க, காபூலிலிருந்து கிளம்பிய ஷா ஷுஜா வழியில் காஷ்மீர் ஆளுநரான அடா மொகம்மதிடம் அகப்பட்டுக்கொண்டார். இதை அறிந்த வாஸீர் ஃபதே கானின் தூதர்கள் ரஞ்சித் சிங்கிடம் வந்து காஷ்மீரைப் பிடிப்பதற்கு அவர் உதவியைக் கோரினர். தொடர்ந்து தொல்லை கொடுத்துக்கொண்டிருக்கும் ஷா ஷுஜாவைப் பிடித்து அழித்துவிட்டால், முகம்மது பிரச்னைகள் ஏதும் இல்லாமல் ஆட்சியைத் தொடரலாம் என்று அவர்கள் எண்ணினர். இந்த உதவியைச் செய்தால், ரஞ்சித் சிங்கிற்கு காஷ்மீர் படையெடுப்பால்

கிடைக்கும் செல்வத்தின் சரிபாதியும், ஆப்கானியர்களிடமிருந்து வருடத்திற்கு ரூ 9 லட்சமும் தருவதாகக் கூறினர்.

இந்தத் தகவலைக் கேட்ட லாகூரில் தங்கியிருந்த ஷா ஷுஜாவின் குடும்பத்தினர் அதிர்ச்சி அடைந்தனர். ஷா ஷுஜாவை முகம்மதுவின் துணைவர்கள் பிடித்துவிட்டால் அவரைக் கொல்லாமல் விடமாட்டார் கள் என்பதால், ரஞ்சித் சிங்கிடம் காஷ்மீரை அவராகவே பிடித்து, ஷா ஷுஜாவை மீட்குமாறு வேண்டினர். அதற்கு ஈடாக அப்போது தங்களிடம் இருந்த கோஹினூர் வைரத்தைத் தருவதாகவும் உறுதியளித்தனர். ஷாஜகானிடமிருந்த இந்த வைரம் நாதிர்ஷாவால் ஆப்கானுக்கு எடுத்துச்செல்லப்பட்டிருந்தது. ஆப்கான் அரச வம்சத்தில் சில தலைமுறைகள் இருந்த பின், ஷா ஸமானின் கைக்கு வந்திருந்தது.

ரஞ்சித் சிங்கின் வாழ்க்கைப் பாதையைக் கவனித்தால் ஒரு விஷயம் புலப்படும். இரு எதிரெதிர் தரப்புகள் அவரை அணுகி ஒருவரை வெல்ல ஒருவர் உதவி கேட்கும்போது, அவர்களில் ஒருவர் பக்கம் சாயாமல் தவிர்த்துவிடுவதையே அவர் வழக்கமாக வைத்திருந்தார். இது அவரது முடிவெடுக்கும் தன்மையில் இருந்த குறைபாடா அல்லது பிரச்னையை ஆறப்போட்டு ஒரு தீர்வை நிதானமாக அணுகும் முறையா என்பது சரியாக அவதானிக்க இயலாத ஒன்று. ஆனால், இந்த அணுகுமுறை பெரும்பாலான சமயங்களில் அவருக்குக் கை கொடுத்தே வந்தது என்பதும் உண்மையே. இம்முறையும் அதே வழக்கப்படி, இரு தரப்பினரிடமும் உறுதி எதையும் அளிக்காமல் அனுப்பி வைத்தார். ஆப்கான் தூதரும் ரஞ்சித் சிங் அளித்த மரியாதைகளுடன் நாடு திரும்பினார்.

எது எப்படியிருந்தாலும் காஷ்மீருடனான போரைத் தவிர்க்க இயலாது என்று எண்ணிய ரஞ்சித் சிங், அதற்கான ஏற்பாடுகளில் இறங்கினார். தனது திவானான மொக்கம் சந்தையும் இளவரசரான கராக் சிங்கையும் காஷ்மீரைத் தாக்க ஒரு படையுடன் அனுப்பி வைத்தார். அவர்கள் பீம்பாரையும் ராஜௌரியையும் கைப்பற்றி, காஷ்மீரின் கிழக்கு வாயிலை அடைத்துவிட்டனர். இதை அறிந்த வாஸீர் ஃபதே கான், ரஞ்சித் சிங்கின் நோக்கத்தைப் பற்றி சந்தேகம் கொண்டு தன் படைகளுடன் காபூலை விட்டுக் கிளம்பி பஞ்சாபிற்குள் நுழைந்தார். உடனே ரஞ்சித் சிங்கும் லாகூரிலிருந்து ஒரு படைப்பிரிவுடன் சென்று, ரோடாஸ் நகரை அடைந்தார். காஷ்மீருக்குள் செல்ல வேண்டு மானால், ரஞ்சித் சிங்கைத் தாண்டித்தான் செல்லவேண்டும் என்பதை அறிந்த வாஸீர் கான், ரஞ்சித் சிங்கைச் சந்திக்க வேண்டி தூதனுப்பி

னார். அதற்குமுன், வாஸீர்கான் எதற்காகப் பஞ்சாபிற்குள் நுழைந்தார் என்பதற்கான விளக்கத்தை அளிக்குமாறு ரஞ்சித் சிங் கோரினார்.

இரண்டிலொன்று பார்த்துவிடுவது என்ற முடிவில் இருந்த வாஸீர்கான், தன்னுடன் சேர்ந்து காஷ்மீர் அரசுடன் போரிட்டால், ரஞ்சித் சிங்கிற்கு தூதர் மூலம் தான் அளிப்பதாகச் சொன்ன தொகையைக் கூறி ஆசை காட்டுவது, இல்லாவிட்டால் அவரைப் படுகொலை செய்வது என்று ஒரு திட்டத்தைத் தீட்டினார். அதன்படி தனது பதினெட்டு சகோதரர்களுடன் ரஞ்சித் சிங்கைச் சந்தித்தார். தான் கண்ணசைத்தால், ரஞ்சித் சிங் மீது வாளைப் பாய்ச்சிக் கொன்று விடுமாறு அவர் தனது சகோதரர்களுக்குக் கட்டளை இட்டிருந்தார். ஆனால் இதுபற்றி ஏதும் அறியாமல், ரஞ்சித் சிங் தனது விருந்தினர்களை நல்ல முறையில் உபசரித்தார். ஆப்கானியர்களுடன் சேரவும் அவர் உடன்பட்டார். அத்தோடு, பனி பொழியும் முஸாபராபாத் வழியில் செல்லாமல், தன்னுடைய கட்டுப்பாட்டில் இருக்கும் ராஜெளரி வழியாக இரு படைகளும் செல்லலாம் என்று ஆலோசனையும் சொன்னார்.

இதை ஏற்று இந்தக் கூட்டணிப்படை காஷ்மீரை நோக்கிப் புறப்பட்டது. அதை வழியனுப்பி வைத்துவிட்டு வந்த ரஞ்சித் சிங்கை ஷா ஷுஜாவின் மனைவியான வாஃபா பேகம் சந்தித்தார். தம் கணவரை மீட்குமாறு மீண்டும் அவர் வலியுறுத்தினார். அதைப் பற்றி சந்தேகம் கொள்ளவேண்டாம் என்று அவரிடம் உறுதியளித்த ரஞ்சித் சிங், ஷா ஷுஜாவின் பாதுகாப்பைக் கவனிக்குமாறு திவான் மொக்கம் சந்திடம் தாம் கூறியிருப்பதாகத் தெரிவித்தார்.

ஆப்கானியப் படைகளுடன் சென்ற மொக்கம் சந்திற்கு வாஸீர் கான், ரஞ்சித் சிங்கை ஏமாற்றத் திட்டம் தீட்டியிருப்பது தெரியவந்தது. இதைப் பற்றி உடனே ரஞ்சித் சிங்கிற்கு அவர் செய்தி அனுப்பினார். ஆனால், இப்போதைக்கு அதைப்பற்றிக் கவலைப்படாமல் தாக்குதலைத் தொடங்கலாம் என்றும், வாஸீர்கான் தனது நோக்கத்தைத் தெளிவுபடுத்தும் நேரத்தில் அதைக் கவனித்துக்கொள்ளலாம் என்றும் ரஞ்சித் சிங் செய்தி அனுப்பினார். ஆனாலும், ஆப்கானியப் படைகள் விரைவில் காஷ்மீரை நோக்கிச் செல்வதைக் கண்ட மொக்கம் சந்த், அவர்கள் ஷா ஷுஜா சிறைவைக்கப்பட்டிருந்த ஷேர்கர் கோட்டையை அடைந்துவிட்டால் அவர்களிடமிருந்து ஷா ஷுஜாவைக் கைப்பற்றுவது குதிரைக்கொம்பாகிவிடும் என்று கருதி, குறுக்குவழியில் தன் படைகளைச் செலுத்தி ஷேர்கர் கோட்டையை முதலில் அடைந்தார். ஆனால் அவர்கள் கோட்டைத் தாக்குதலைத் தொடங்கும்போது ஆப்கானியப் படைகளும் அங்கு வந்து சேர்ந்தன.

கோட்டை பிடிபட்டவுடன், ஆப்கானியர்கள் கிடைத்ததைக் கொள்ளையடித்துக் கொண்டிருந்த நேரத்தில், மொக்கம் சந்தின் வீரர்கள் ஷா ஷுஜாவை சிறையிலிருந்து மீட்டனர். வாஸீர் கான், ஷா ஷுஜாவை தன்னிடம் ஒப்படைக்குமாறு கூறினான். இதை ஏற்க மொக்கம் சந்த் மறுக்கவே ஆத்திரமடைந்த வாஸீர்கான், அங்கு கொள்ளையடித்த செல்வத்தின் ஒரு பகுதியைத் தர மறுத்துவிட்டார்.

இதற்கிடையில் ரஞ்சித் சிங் காஷ்மீரில் உள்ள அட்டாக்கின் ஆளுநரான ஜஹான் தாத் கானுடன் ஓர் ஒப்பந்தம் செய்துகொண்டார். அதன்படி அட்டாக்கை பஞ்சாப் வசம் ஒப்படைக்க வேண்டும் என்றும் அதற்கு ஈடாக வாஸீர்கானின் படையெடுப்பிலிருந்து அந்நகரைக் காப்பதாகவும் ரஞ்சித் சிங் ஒப்புக்கொண்டிருந்தார். வாஸீர்கானிடம் சிக்கித் துன்புறுவதை விட, பஞ்சாபியர்களிடம் சரணடைவதே மேல் என்ற முடிவுக்கு வந்த தாத் கான் இதற்குச் சம்மதித்தார். இது வாஸீர்கானுக்கு மேலும் ஆத்திரமூட்டியது. விரைவில் ஒரு பெரும் படையுடன் திரும்பி, பஞ்சாபுடன் காஷ்மீரையும் வெற்றிகொள்ளப் போவதாகச் சூளுரைத்துவிட்டு, அவர் நாடு திரும்பினார்.

சீக்கியப் படைகளுடன் லாகூர் திரும்பிய ஷா ஷுஜாவுக்கு பலத்த வரவேற்பு அளிக்கப்பட்டது. வாக்குறுதியளித்தபடி அவரை, வாஃபா பேகத்திடம் ஒப்படைத்தார் ரஞ்சித் சிங். சில நாட்களுக்குப் பிறகு, தனக்குத் தருவதாகக் கூறிய கோஹினூர் வைரத்தைப் பற்றி நினைவூட்டினார் ரஞ்சித் சிங். ஆனால் இந்த வைரத்தைத் தருவதில் அவரும் அவர் மனைவியும் தயக்கம் காட்டினர். அது தற்போது தம்மிடம் இல்லை என்றும் அடகுக் கடையில் இருப்பதாகவும் வாஃபா பேகம் கூறிவிட்டார்.

ஆனால் ரஞ்சித் சிங் விடவில்லை. அதற்கு ஈடாக மூன்று லட்சம் ரூபாய் தருவதாகவும், ரூ 50,000 ஜாகீர் ஒன்றைத் தருவதாகவும் கூறிப்பார்த்தார். ஆனால் ஷா ஷுஜா அசையவில்லை. பொறுமையிழந்த ரஞ்சித் சிங் அவர் குடும்பத்தை வீட்டுக்காவலில் வைத்தார். முடிவில் வேறு வழியில்லாமல் கோஹினூர் வைரத்தை ரஞ்சித் சிங்கிடம் தருவதற்கு ஷா ஷுஜா இசைந்தார். 1813ம் ஆண்டு ஜூன் மாதம் புகழ்பெற்ற கோஹினூர் ரஞ்சித் சிங்கின் கைக்கு வந்தது.

தமது எல்லைகளை விரிவாக்கும் முயற்சிகளில் இறங்கிய ரஞ்சித் சிங், மூல்தான், பெஷாவர் ஆகிய இடங்களைத் துணிச்சலோடு தாக்கிக் கைப்பற்றி பஞ்சாபோடு இணைத்துக்கொண்டார். ஆப்கானிலிருந்து தொடர்ந்து கிடைத்த உதவிகளால் வலிமையோடு செயல்பட்டுக் கொண்டிருந்த காஷ்மீர் அரசு, அந்த வழி அடைக்கப்பட்டதால் சிக்கலில் ஆழ்ந்தது. காஷ்மீர் அரசின் அமைச்சரான தார் அங்கிருந்து

தப்பி ரஞ்சித் சிங்கிடம் சரணடைந்தார். அவருடன் காஷ்மீர் நோக்கிச் சென்ற ரஞ்சித் சிங் அந்நாட்டையும் கைப்பற்றிக்கொண்டார்.

சட்லெட்ஜ் ஒப்பந்தம் கையெழுத்தான இருபது ஆண்டுகளுக்குள் இந்தியாவின் வடமேற்கில் பெரும்பகுதி ரஞ்சித் சிங்கின் ஆட்சியின் கீழ் வந்தது. அங்கெல்லாம் இருந்த இஸ்லாமியர்கள் அவரது ஆளுமையை எதிர்த்து அடிக்கடி ஜிஹாத் என்ற பெயரில் கலகத்தில் ஈடுபட்டாலும், அவற்றையெல்லாம் திறமையாக அடக்கி ஆண்டார் மகாராஜா ரஞ்சித் சிங். 1822ஆம் ஆண்டு, கராக் சிங்கின் மூலமாக ரஞ்சித் சிங்கிற்கு ஒரு மகன் பிறந்தான். தான் பாட்டனாரான இந்த வைபவத்தையும் ரஞ்சித் சிங் பெரும் விருந்துகளோடு கொண்டாடி னார். நௌ நிஹால் சிங் என்ற பெயரை அவனுக்குச் சூட்டி பல்வேறு விதமான தான தர்மங்களைச் செய்து மகிழ்ந்தார்.

இதற்கு நடுவே, குடும்பத் தகராறு ஒன்றையும் அவர் கவனிக்க வேண்டியிருந்தது. ரஞ்சித் சிங்கின் மாமியாரான சதா கௌர் அவரின் முதற் படையெடுப்புகள் சிலவற்றிற்கு உறுதுணையாக இருந்தார் என்று பார்த்தோம். ஆனால், பின்னர் மெட்காஃப் தூதராக வந்த போது, பிரிட்டிஷாருக்கு ஆதரவாகப் பேசியதும் நமக்கு நினைவிருக்கலாம். நாளாவட்டத்தில் ரஞ்சித் சிங்கிற்கும் சதா கௌருக்கும் இடையே பிரச்னைகள் எழுந்தன.

ரஞ்சித் சிங்கின் மனைவி மேதாப் கவுரின் மறைவுக்குப் பிறகு, மாமியாருக்கும் மருமகனுக்கும் இடையேயான உறவு முற்றிலும் துண்டிக்கப்பட்டது. ரஞ்சித் சிங்கிற்கு மேதாப் கௌரின் மூலம் பிறந்த இரண்டு மகன்களான ஷேர் சிங்கையும் தாரா சிங்கையும் கவனிக் காமல், கராக் சிங்கிற்கே அவர் அதிக முக்கியத்துவம் கொடுக்கிறார் என்று எண்ணி சதா கௌர் ஆத்திரமடைந்தார். இரண்டாவது மனைவியான ராஜ் கௌரின் மூலம் பிறந்த கராக் சிங்கை இளவரசராக ரஞ்சித் சிங் அறிவித்ததும் சதா கௌருக்குப் பிடிக்கவில்லை.

ஷேர் சிங்கை கன்னையாக்களின் தலைமைப் பொறுப்பை ஏற்கவிட்டுவிட்டு, நிர்வாகத்திலிருந்து ஒதுங்குமாறு ரஞ்சித் சிங் மேதா கௌரை வலியுறுத்தினார். இதனால் பஞ்சாபின் ஆட்சிப் பொறுப்பு ஷேர் சிங்கின் கையை விட்டுப் போய்விடும் என்று நினைத்த சதா கவுர் தனது மருமகனுக்கு எதிராக பிரிட்டிஷாருடன் உதவி கேட்கும் அளவுக்கு நிலைமை முற்றியது. இதைக் கேள்விப்பட்ட ரஞ்சித் சிங், சொத்து விவகாரங்களைப் பற்றிப் பேசலாம் என்று கூறி, சதா கௌரை லாகூருக்கு அழைத்தார். அங்கே அவரை வீட்டுக்காவலில் வைத்து விட்டார். பின்னர் கன்னையா வம்சத்தினர் ஆண்ட பகுதிகளைத் தன் ராஜ்ஜியத்துடன் இணைத்துக்கொண்டார்.

இப்படி சிந்த் பகுதியைத் தவிர்த்து மற்ற எல்லாவற்றையும் தமது ஆட்சியின்கீழ் ரஞ்சித் சிங் கொண்டுவந்தது, பிரிட்டிஷாரின் கண்களை உறுத்த ஆரம்பித்தது. 'நம்முடன் செய்துகொண்ட ஒப்பந்தத்தின் மூலம் பெரும் நன்மையே ரஞ்சித் சிங் அடைந்திருக்கிறார். நாம் இந்தியாவின் மற்ற பகுதிகளில் கவனம் செலுத்திக்கொண்டிருக்கும்போது, பஞ்சாப் முழுவதையும் வென்று அவரது பிடிக்குள் கொண்டுவந்துவிட்டார் ரஞ்சித் சிங். இப்போது அவரது எல்லைகளை நாம் நிர்ணயிக்க வேண்டிய தருணம் வந்துவிட்டது. ஆனால் அதையும் சாதகமாக எடுத்துக்கொண்டு, நம்முடன் பேரம் பேசி இன்னும் அதிகமான அதிகாரப் பங்கீட்டிற்கே வழிவகுப்பார்' என்று பிரிட்டிஷ் அதிகாரியான கர்னல் க்ளாட் வேட் 1837ல் குறிப்பிட்டிருக்கிறார்.

அடுத்ததாக ரஞ்சித் சிங் குறிவைத்தது பஞ்சாபின் தெற்கிலிருந்த சிந்த் பகுதியை. வேட் குறிப்பிட்டதுபோல, இதற்கு மேல் ரஞ்சித் சிங்கை வளரவிடுவது ஆபத்து என்று நினைத்த பிரிட்டிஷார், சிந்த் மாகாணம் பஞ்சாபின் ஆட்சியின் கீழ் போவதைத் தடுக்க எல்லாவிதமான முயற்சிகளையும் மேற்கொள்ள ஆரம்பித்தனர். கிழக்கிந்தியக் கம்பெனி ஏற்கெனவே அங்கு வர்த்தகத்தில் ஈடுபட்டிருந்தது. அந்த வகையில் தங்களது வணிக நலனைக் காத்துக்கொள்ளும் அவசியமும் பிரிட்டிஷாருக்கு இருந்தது. ரஞ்சித் சிங்கைப் பொறுத்தவரை, ஆப்கானியர் அனைவரையும் பஞ்சாபிலிருந்து விரட்டி அவர்கள் ஆளும் பகுதிகளைக் கைப்பற்றிக்கொண்ட பிறகு, அவர்களின் வம்சாவளியினர் ஆளும் ஒரே பகுதியான சிந்தை விட்டுவைப்பது நல்லதல்ல என்பது அவர் எண்ணம்.

பிரிட்டிஷார் முதலடி எடுத்து வைத்து அலெக்ஸாண்டர் பர்ன்ஸ் என்ற அதிகாரியை சிந்த் மாகாணத்திற்கு அனுப்பினர். வர்த்தக சாத்தியக் கூறுகளை ஆராய்வதே அவர் நோக்கம் என்று கூறப்பட்டாலும், ரஞ்சித் சிங்கை அங்கே காலூன்றாமல் தடுப்பது எப்படி என்பதற்கான சாத்தியக்கூறுகளை ஆராயவே அவர் அங்கு அனுப்பப்பட்டார். அங்கு சில மாதங்களைக் கழித்த பர்ன்ஸ், அங்கே ஆட்சி புரிந்து கொண்டிருந்த அமீர்களுடன் ஒரு ஒப்பந்தத்தைச் செய்து கொள்வதே சிந்த் தங்கள் கையை விட்டுப்போகாமல் இருக்கச் சிறந்த வழி என்று பரிந்துரை செய்தார்.

அதே சமயம் இந்த ஒப்பந்தத்தால், ரஞ்சித் சிங்கிடம் இருந்து வரக்கூடிய எதிர்ப்பையும் சமாளிக்க, அவருடன் ஒரு சந்திப்புக்கு ஏற்பாடு செய்யுமாறு அப்போது டெல்லியில் இருந்த பெண்டிங் பிரபு தமது அதிகாரிகளுக்கு உத்தரவிட்டார். அதன்படியே லாகூரில் இருவரது சந்திப்பும் நடந்தது. கேளிக்கைகளும் விருந்துகளுமாக ஐந்து நாட்கள் கழிந்தன. ஆனால் எந்த முக்கிய முடிவுகளும்

எட்டப்படாமல், எந்த ஒப்பந்தமும் கையெழுத்திடப்படாமல் அந்தச் சந்திப்பு நிறைவடைந்தது.

மறுபுறம், பிரிட்டிஷார் தங்கள் திட்டப்படி, சிந்த் பகுதியை ஆண்ட அமீர்களுடன் ஒப்பந்தம் ஒன்றைச் செய்துகொண்டது மட்டுமல்லாமல், ஆப்கானியர்களுடனும் புரிந்துணர்வு ஒப்பந்தம் ஒன்றில் கையெழுத்திட்டனர். இப்படி இருபுறமும் பஞ்சாபின் எல்லைகளை அவர்கள் அடைத்துவிட்டதால், ரஞ்சித் சிங் சஞ்சலம் அடைந்தார். அடுத்ததாக, இரு தரப்புகளும் போர் முஸ்தீபுகளில் ஈடுபட்டாலும், இந்த தாவாவை நேரடிப் போர் அளவுக்குக் கொண்டு செல்ல ரஞ்சித் சிங் தயங்கினார். இத்தனைக்கும் அவரது படைகளும் தளபதிகளும் தமக்குச் சேரவேண்டிய பகுதியில் ஓரங்குலம் கூட விட்டுத்தரக்கூடாது என்றும், ஒரு கை பார்த்துவிடுவதாகவும் அவரிடம் வீர முழக்கம் இட்டனர்.

ரஞ்சித் சிங்கும் பிரிட்டிஷார் மேல் கோபம் அடைந்திருந்தாலும், நடைமுறைச் சிக்கல்களை யோசிக்க அவர் தயங்கவில்லை. 'பிரிட்டிஷாரை எதிர்த்துப் போரிட்ட 20,000 பேர் கொண்ட வலுவான மராத்தியப் படை என்னவாயிற்று?' என்று தன்னுடைய ஆலோசகர்களிடம் கேள்வி எழுப்பினார் அவர். சிந்த் பகுதியை நடுநிலைப் பகுதியை அறிவிக்கக் கோரி பிரிட்டிஷாரிடம் சொல்லிப் பார்த்தார் அவர். ஆனால், இந்தியாவில் அமைதியை நிலைநாட்டி வளத்தைப் பெருக்குவதே பிரிட்டிஷாரின் நோக்கம் என்று அவர்களின் தளபதியான வேட் கொடுத்த போதனையைத்தான் அவர் கேட்க வேண்டியிருந்தது. ரஞ்சித் சிங்கின் தயக்கத்தைப் புரிந்து கொண்ட பிரிட்டிஷார், அவருக்கு எதையும் விட்டுத்தர தயாராக இல்லை.

எனவே, முன்பு சட்லெஜ் நதிக்கரைப் பிரச்னையில் செய்தது போலவே ரஞ்சித் சிங் யதார்த்தமான முடிவை எடுத்தார். பிரிட்டிஷாருடன் மோதுவது தாம் ஏற்கெனவே ஆட்சி செய்துகொண்டிருந்த பகுதிகளுக்கும், அங்கு வாழும் சீக்கிய மக்களுக்கும் பெரும் அழிவைத் தரும் என்பதையும் புரிந்து வைத்திருந்தார். அதோடு அவரது சீர்கெடத் தொடங்கிய உடல் நிலையும் இந்தத் தயக்கத்திற்கு ஒரு காரணமாக இருந்தது.

1835ல் அவர் பக்கவாதத்தால் பாதிக்கப்பட்டார். அவரைப் பரிசோதிக்க அனுப்பப்பட்ட கிழக்கிந்தியக் கம்பெனி மருத்துவர் ஒருவர் 'அவரது மனதும் உடலும் உறுதியாகவே இருக்கின்றன. அவர் மது அருந்துவதைக் கைவிட்டால், இன்னும் ஒரு முப்பது ஆண்டுகள் அவரால் வாழ முடியும்' என்று கூறியிருக்கிறார். ஆனால், அந்தப் பழக்கத்தை மட்டும் ரஞ்சித் சிங் விடவில்லை. அதுவும் சார்லஸ்

ஹ்யூகல் என்பவர் குறிப்பிட்டிருந்ததைப் போல 'பிராந்தியில் எல்லா விதமான மாமிசங்களையும் சேர்த்து, முத்துக்கள் போன்ற ஆபரண வஸ்துக்களைப் பொடி செய்து, கஞ்சா, ஓபியம், பலவிதமான செடி வகைகள்' இவை எல்லாவற்றையும் கலந்து குடிப்பது அவர் வழக்கம். இதனால் அவர் உடல் நிலை மேலும் பாதிக்கப்பட்டது.

தமது முடிவு நெருங்குவதை உணர்ந்த அவர், ஏற்கெனவே அறிவித்த படி கராக் சிங்கே அடுத்த பட்டத்திற்கு உரியவர், அவருக்கு அமைச்சரான தியான் சிங் முதலமைச்சராக இருந்து எல்லா உதவியையும் அளிக்க வேண்டும் என்ற அறிவிப்பையும் செய்தார். தமது சொத்துக்களில் பெரும்பகுதியைத் தானமாகவும் அளித்தார். கோஹினூர் வைரத்தைக் கொண்டுவரச் சொன்ன அவர், பூரி ஜகன்னாதர் கோவிலுக்கு அதைத் தானமாக வழங்குமாறு சொன்னார். ஆனால், அவரது அவையினர் அதைக் கேட்கவில்லை. பெருமதிப்பு உள்ள அந்த வைரம், பஞ்சாப் அரசிடம் இருப்பதே நல்லது என்று அவர்கள் கூறி, இந்தக் கோரிக்கையை நிராகரித்துவிட்டனர். 1839 ஜூன் 27ல் ரஞ்சித் சிங் மறைந்தார்.

தமது அயராத உழைப்பினாலும், புத்தி சாதுர்யத்தாலும், வீரத்தாலும் சீக்கியர்கள் பேரரசை உருவாக்கியவர் என்ற புகழை அடைந்தவர் ரஞ்சித் சிங். வீரத்துடன் விவேகமும் சேர்ந்த அவரது முடிவுகளே இப்படி ஒரு பேரரசை அமைக்க அடிகோலின என்பதை மறுக்க முடியாது. தனித்தனியாகப் பிரிந்து கிடந்த சீக்கிய மிஸ்லுகளை ஒன்றிணைத்து சீக்கியர்களின் கூட்டமைப்பை உருவாக்கியது மட்டு மல்லாமல் பஞ்சாபின் பெரும்பகுதியை ஆக்கிரமித்திருந்த ஆப்கானியர்களை விரட்டி சீக்கியர்களின் கொடியை அங்கெல்லாம் நாட்டியிருந்தார் ரஞ்சித் சிங்.

தொடர்ந்து போர்களில் ஈடுபட்டுக்கொண்டிருந்தாலும், சீக்கிய மதத்திற்கு அவர் செய்த தொண்டுகளும் அளப்பரியன. பல குருத்வாராக்கள் அவர் ஆட்சியில் புனருத்தாரணம் செய்யப்பட்டன. உச்சகட்டமாக அமிர்தசரஸில் உள்ள ஹர்மந்திர் சாகிப்புக்கு பொன்னும் பொருளும் அள்ளி வழங்கி, ஹர்மந்திர் சாகிப்பிற்கு பொன் வேயவும் ஏற்பாடு செய்தார் ரஞ்சித் சிங். அதிலிருந்து அந்த இடத்தைப் பொற்கோவில் என்று அழைப்பது வழக்கமாயிற்று.

அதே சமயம் சீக்கிய மதத்தின் அடிப்படைக் கோட்பாடுகளிலிருந்தும் மரபுகளிலிருந்தும் அவர் விலகிவிட்டதாகக் குற்றம் சாட்டுவோரும் உண்டு. அதற்கு முன்னால் எல்லா முக்கிய முடிவுகளும் கால்ஸாவினால், ஜனநாயக முறையில் பலரைக் கலந்து ஆலோசித்தே எடுக்கப்பட்டது. அவ்வாறு எடுக்கப்பட்ட 'குர்மாதா' என்ற அந்தத்

தீர்மானங்கள் சீக்கியர்கள் அனைவரையும் கட்டுப்படுத்தியது. இந்த முறையைப் பலவீனப்படுத்தி தன்னிச்சையாகத் தானே அனைத்து முடிவுகளையும் எடுக்கும் வழக்கத்தை ரஞ்சித் சிங் கொண்டிருந்தார். அந்த வகையில் அவர் ஒரு எதேச்சாதிகாரியாக இருந்தார் என்று பல வரலாற்றாசிரியர்கள் குறிப்பிடுகின்றனர்.

இதைத் தவிர பெருமளவு சீக்கியர் அல்லாத ஐரோப்பியரைத் தம் படையில் சேர்த்துக்கொண்டதோடு மட்டும் அல்லாமல், அவர்களுக்கு முக்கியப் பதவிகளையும் அளித்திருந்தார் அவர். இதையும் பல சீக்கியத் தலைவர்கள் ரசிக்கவில்லை. ஆனால் ரஞ்சித் சிங்கின் ஆளுமையினால் சீக்கிய கால்ஸாவும், அதன் தலைவர்களும் அவருக்குக் கட்டுப்பட்டு நடந்து கொண்டனர். அவருடைய மறைவுக்குப் பின், இதுவே சீக்கியர்கள் சந்தித்த பின்னடைவிற்கும், பேரழிவிற்கும் காரணமாயிற்று.

பேரரசின் வீழ்ச்சி

ஒவ்வொரு அறிவாளியும் ஏதாவது ஓரிடத்தில் தவறு செய்கிறான். பல நேரங்களில் அந்தத் தவறே அவனுக்கும் அவன் சார்ந்த சமூகத்திற்கும் பெரும் தீங்காய் முடிந்து அழிவைக் கொண்டுவந்துவிடுகிறது. உலக வரலாற்றில் பெரிய வீரர்கள், சாம்ராஜ்ஜியாதிபதிகள் ஆகியோரின் வாழ்வில் இந்த உண்மையைக் கண்கூடாகப் பார்க்கிறோம். இதுவே ரஞ்சித் சிங்கின் வாழ்விலும் நடந்தது. தமக்கு அடுத்தபடியாக கராக் சிங் அரசனாகப் பொறுப்பேற்கவேண்டும் என்றும் அவருக்குத் துணையாக தியான்சிங் இருக்க வேண்டும் என்றும் ரஞ்சித் சிங் எடுத்த முடிவு சீக்கிய சமூகத்தை அழிவை நோக்கி இட்டுச்சென்று ஆங்கிலேயரிடம் அடிமை வாழ்க்கை வாழ வைத்துவிட்டது. ரஞ்சித் சிங் சிறுகச் சிறுகக் கட்டி எழுப்பிய பேரரசை அவருக்குப் பின் வந்தவர்கள் வெகு விரைவில் குலைத்து ஆங்கிலேயரிடம் தாரை வார்த்தார்கள்.

தன்னுடைய ஆலோசகர்களாக சில திறமையானவர்களை வைத்துக் கொண்டு, தன்னுடைய வீரத்தாலும் துணிச்சலாலும் ரஞ்சித் சிங் ஆட்சி புரிந்தாரே தவிர, வலுவான நிர்வாகக் கட்டமைப்பை உருவாக்க அவர் தவறிவிட்டார். அவருக்குப் பின் வந்தவர்கள் திறமைசாலிகளாக இல்லாததால், ஆட்சியை நிலைநிறுத்த அவர்கள் ராணுவத்தின் துணையை நாட வேண்டி வந்தது. அவர்களுக்கும் தகுந்த ஊதியம் வழங்கப்படாததால், தங்கள் வருமானத்திற்காகப் பல்வேறு வழிகளில்

அவர்கள் பணம் சம்பாதிக்க ஆரம்பித்தனர். 'தடி எடுத்தவன் தண்டல் காரன்' என்ற நிலையை இது ஏற்படுத்தி, அதிகாரச் சீர்குலைவு ஏற்படுத்த இது வழிவகுத்தது.

வீரராகும் விவேகியாகவும் விளங்கிய ரஞ்சித் சிங்கிற்கு நேர்மாறாக அவர் புதல்வர் கராக் சிங் இருந்தார். அவர் பதவியேற்ற சில நாட்களுக்குள்ளேயே அவர் குடும்பத்தில் பூசல் ஆரம்பித்துவிட்டது. அவருடைய ஒன்றுவிட்ட சகோதரரான ஷேர் சிங் அரசுக்கு உரிமை கோரி கலகம் செய்ய ஆரம்பித்தார். ஆங்கில அரசுக்குக் கடிதம் ஒன்றை அனுப்பிய அவர், பஞ்சாப் அரசுக்கு தான் எந்த விதத்தில் எல்லாம் பொருத்தமானவன் என்பதை விளக்கி அரசனாகும் தகுதி படைத்த தனக்கு உதவி செய்யுமாறு பிரிட்டிஷாரிடம் கோரியிருந்தார். 'பழம் நழுவிப் பாலில் விழுந்தது போன்ற' இந்த நல்ல சந்தர்ப்பத்தைக் கைவிட விரும்பாத பிரிட்டிஷாரின் அப்போதைய கவர்னர் ஜெனரலான ஆக்லாண்ட் பிரபு, உடனே அவரை ' நண்பராக்கி'க்கொண்டார்.

அரசியல் படுகொலைகள்

இதைவிடப் பெரும் அதிர்ச்சியாக, கராக் சிங்கின் மகனான நவ் நிஹால் சிங் தன் தந்தைக்கு எதிராக இருந்தார். இதையெல்லாம் பொருட் படுத்தாமல் கராக் சிங், சில விசித்திரமான நடவடிக்கைகளில் இறங்கினார். தியான் சிங் முதலமைச்சராக இருந்து அவருக்கு ஆட்சியில் துணையாக இருக்கவேண்டும் என்ற ரஞ்சித் சிங்கின் கட்டளையை மீறி, சேத் சிங் என்பவரைத் தனது தலைமை ஆலோசக ராக நியமித்தார். இதனால் தியான் சிங் ஆத்திரமடைந்து சேத் சிங்கைக் கொன்றுவிட்டார். இந்தப் படுகொலைக்கு நிஹால் சிங்கும் உடந்தை என்று சொல்லப்பட்டது.

அடுத்தபடியாக, கராக் சிங்கின் உடல்நிலை திடீரென்று மோசமானது. அவருக்கு தியான்சிங் கொடுத்த விஷத்தினால்தான் இப்படி நடந்தது என்று சொல்லப்பட்டது. தந்தையின் உடல்நிலை மோசமான காரணத்தால் நிஹால் சிங் அரசுப் பொறுப்பேற்றுக்கொண்டார். நிர்வாகத்தை ஓரளவு சமாளித்து நடத்தி வந்தாலும், நாட்டின் வடமேற்கில் இருந்த பதான்களில் கலகத்தை அவர் எதிர்கொள்ள நேரிட்டது. உள்நாட்டிலும் சிக்கல்கள் அதிகரித்தவண்ணம் இருந்தன.

ரஞ்சித் சிங் இருந்தவரை அவருக்குப் பரம விசுவாசியாக இருந்த தியான்சிங், அவரது மறைவுக்குப் பிறகு அவர் குடும்பத்தை ஒழித்துக் கட்டுவதில் தீவிரமாக இருந்தார். தன்னுடைய மகனும் ரஞ்சித் சிங்கிற்கு பிரியமானவருமான ஹிரா சிங்கிற்கு பஞ்சாப் அரியணையை

எப்படியாவது பெற்றுத்தர அவர் துடித்தார். கராக் சிங்கிற்கு விஷம் கொடுத்து அவர் உடல்நிலையை மோசமடையச் செய்த பின்னர் அடுத்த கட்ட சதி நடவடிக்கைகளில் அவர் இறங்கினார்.

1840ம் ஆண்டு நவம்பர் 5ம் தேதி கராக் சிங் இறந்துவிட்டார். அவருக்கான சடங்குகளைச் செய்துவிட்டுத் திரும்பும்போது நிஹால் சிங்கின் மேல் தோரணவாயில் ஒன்று இடிந்து விழுந்து அவர் படுகாயமடைந்தார். அவரை உடனே ஒரு இடத்தில் தனிமையில் வைத்து சிகிச்சை அளிக்க ஆரம்பித்தார் தியான் சிங். அவரைப் பார்க்க யாரும், அவர் தாயும் மனைவியும்கூட அனுமதிக்கப்படவில்லை. தோரண வாயில் விழுந்ததால் ஏற்பட்ட காயத்தால் நிஹால் சிங் இறந்தாரா, அல்லது அவருக்கு அளிக்கப்பட்ட 'சிகிச்சையால்' இறந்தாரா என்பது இன்றுவரை மர்மமாகவே இருக்கிறது.

நிஹால் சிங்கின் மறைவுக்குப் பிறகு, தன் மகனான ஹிரா சிங்கை மன்னனாக்கும்படி கராக் சிங்கின் மனைவியான சந்த் கவுரை தியான் சிங் வற்புறுத்தினார். இதை சந்த் கவுர் ஒப்புக்கொள்ளாமல், தானே நாட்டை ஆள ஆரம்பித்தார். ரஞ்சித் சிங்கின் தூரத்து உறவினர்களான சந்தன்வாலியா பிரிவைச் சேர்ந்த, அட்டார் சிங், அஜித் சிங், லேனா சிங் ஆகியோரைத் துணைக்கொண்டு தனது ஆட்சியை நடத்தினார் சந்த் கவுர். இதனால் தியான் சிங் ஆத்திரமடைந்தார். 1842 ஜூன் மாதம் சந்த் கவுர் அவரது பணிப்பெண்களால் விஷம் வைத்துக் கொல்லப்பட்டார்.

இப்படித் தொடர்ந்த அரசியல் படுகொலைகள் பஞ்சாபில் பெருங் குழப்பத்தை ஏற்படுத்தியது. இந்தக் குழம்பிய குட்டையில் மீன்பிடிக்க பிரிட்டிஷாரும் தயாராக இருந்தனர். அவர்களது துணையுடன் ஷேர் சிங் லாகூரைத் தாக்கிக் கைப்பற்றிக்கொண்டார். அவருக்கு சீக்கிய ராணுவத்தின் ஒரு பகுதி உதவி புரிந்தது. அதற்குப் பிரதியாக, ராணுவத்தை சுதந்தரமாக தமது நடவடிக்கைகளை மேற்கொள்ள ஷேர் சிங் அனுமதித்தார். கல்ஸாவுக்கு எதிராகச் செயல்பட்டவர்களை ராணுவம் வேட்டையாடியது. இப்படியாக அரசில் ராணுவத்தின் கை ஓங்க ஆரம்பித்தது. இருந்தபோதிலும், அவர்கள் பஞ்சாபின் அரசியலில் பிரிட்டிஷாரின் தலையீட்டை ரசிக்கவில்லை என்பது இங்கே குறிப்பிடத்தக்கது.

தன் மகனுக்குப் பட்டத்தை அளிக்காமல் ஒருவர் பின் ஒருவராக அரசுப் பொறுப்பெற்று வந்தது தியான் சிங்கிற்கு மேலும் ஆத்திரத்தை அளித்தது. ஷேர் சிங்கை நீக்க தக்க சமயத்திற்குக் காத்திருந்தான் அவர். ரஞ்சித் சிங்கின் தூரத்து உறவினர்களான அட்டார் சிங் மற்றும் அஜித் சிங் ஆகியோர், முன்பு சந்த் கவுர் அரசுப் பொறுப்பில் இருந்தபோது

அவருக்குத் தம் ஆதரவைத் தெரிவித்திருந்தனர் என்று பார்த்தோம். இப்போது ஷேர் சிங் பதவியேற்றவுடன், தங்கள் உயிருக்குப் பயந்து பஞ்சாபின் தெற்குப் பகுதிக்கு ஓட்டமெடுத்தனர்.

சிறிது காலம் கழித்து, பிரிட்டிஷாரின் உதவியுடன், பஞ்சாபில் பிரவேசித்தனர் அவர்கள். பிரிட்டிஷாரின் சிபாரிசினால், அரசவையில் அவர்களுக்கு ஓரிடமும் கொடுத்திருந்தார் ஷேர் சிங். 1843ம் ஆண்டு செப்டெம்பர் 15ம் தேதி ஷேர் சிங்கையும் அவர் மகன் பிரதாப் சிங்கையும் தியான் சிங்குடன் சேர்ந்து அவர்கள் கொலை செய்தனர். அதுமட்டுமல்ல, இந்தக் கொலைபாதகச் செயலைப் புரிந்த சில மணி நேரங்களுக்குள்ளாக, தங்களுக்கு உடந்தையாக இருந்த தியான் சிங்கையும் அவர்கள் கொலை செய்தனர்.

உடனே தியான் சிங்கின் மகனான ஹிரா சிங் துரிதமாகச் செயல்பட்டு ராணுவத்தை உதவிக்கழைத்தார். அஜித் சிங் ராணுவத் தாக்குதலில் கொல்லப்பட்டார். அட்டார் சிங் தப்பியோடிவிட்டார். ரஞ்சித் சிங்கின் கடைசி மகனான, அப்போது ஐந்து வயதே ஆகியிருந்த, தலீப் சிங் அரசரானார். அவரது காப்பாளராக அவருடைய தாய் ஜிந்த் கவுர் பொறுப்பேற்றுக்கொண்டார். ஹிரா சிங் அவருடைய முதலமைச்சரானார்.

அதற்கடுத்து தனக்கும் தன் தந்தைக்கும் எதிரானவர்களை ஒழித்துக் கட்டும் முயற்சியில் இறங்கினார் ஹிரா சிங். தமது சொந்த சிற்றப்பா, தலீப் சிங்கின் மாமா உட்பட பலரை அவர் கூலிப்படைகளின் மூலம் கொலை செய்தார். இதனால் அவர்மீது சந்தேகம் கொண்ட ஜிந்த் கவுர், ராணுவத்தைக் கொண்டு அவரைக் கொலை செய்தார். தனது சகோதரரான ஜவஹர் சிங்கை முதலமைச்சராக்கினார்.

ஆனால், விதி விடவில்லை. ஜவஹர் சிங்கும், அவருக்கு எதிரானவர்களைக் கொலைசெய்யும் 'வழக்கத்தைப்' பின்பற்றினார். அதனால் அவரும் ராணுவத்தால் கொலை செய்யப்பட்டார். ஆட்சியும் அதிகாரமும் இப்படி மாறிக்கொண்டே இருந்ததால், ராணுவம் பலம் பெற்று ஆட்சியில் தனது அதிகாரத்தைச் செலுத்த ஆரம்பித்தது.

இதற்கிடையில் தேஜ் சிங் மற்றும் லால் சிங் என்ற இருவர் அதிகார வட்டத்திற்குள் புகுந்தனர். அவர்கள் முறையே தளபதியாகவும், முதலமைச்சராகவும் ஜிந்த் கவுரால் நியமிக்கப்பட்டனர். இவற்றைத் தவிர குலாப் சிங் என்ற காஷ்மீர் டோக்ரா பிரிவைச் சேர்ந்தவரும் அரசவையில் ஒரு முக்கிய இடம் வகித்தார். ஆனால் இந்த மூவரும் பஞ்சாப் அரியணையின் மேலும் தலீப் சிங்கின் மேலும் துளிக்கூட விசுவாசம் இல்லாதவர்கள். இவர்கள் அதிகார வரம்பிற்குள் எப்படி

வந்தனர், மகாராணி எப்படி இவர்களை முக்கியப் பதவிகளில் அமர்த்தினார் என்பது புரியாத புதிர். அதற்கான விலையையும் அவர் சீக்கிரமே கொடுக்க நேர்ந்தது.

குலாப் சிங், லால் சிங், அஜித் சிங் ஆகிய மூவரும் தனித்தனியாக, பிரிட்டிஷ் அரசுக்குக் கடிதம் எழுதினர். அனுபவமில்லாத இள வயது அரசர், தலைவரில்லாத சீக்கிய ராணுவம், குழப்பமான நாட்டு நிலை ஆகியவற்றைப் பயன்படுத்தி நாட்டைக் கைப்பற்ற இதுவே தக்க தருணம் என்பதுதான் அந்தக் கடிதங்களில் குறிப்பிட்டிருந்த விஷயங்களின் சாராம்சம். அதற்கு ஈடாக, பஞ்சாபின் ஆட்சியாளர் பொறுப்பை அவர்கள் எதிர்பார்த்தனர் என்பதும் தெளிவு.

இந்தியாவின் பெரும்பகுதியை தமது ஆட்சியின் கீழ் கொண்டுவந்து விட்ட பிரிட்டிஷாருக்கு நாட்டின் வடமேற்கில் ஒரு பெரும்பகுதி தனியாக ஆட்சி செலுத்திக்கொண்டிருந்தது உறுத்தலாகவே இருந்தது. அதையும் கைப்பற்றி தங்களுடன் இணைக்க வேண்டிய தருணம் வந்துவிட்டது என்று அவர்கள் உணர்ந்தனர். ஆனால் சில பிரிட்டிஷ் அதிகாரிகள் தமது நீண்ட நாள் நண்பர்களாக இருந்த சீக்கியர்களுக்கு இப்படி ஒரு துரோகம் இழைக்கப்படுவதையும் ரசிக்கவில்லை என்பதையும் இங்கு குறிப்பிட்டாகவேண்டும்.

சர் ஹென்றி ஹர்டிங் என்ற பிரிட்டிஷ் தளபதி, அப்போது கவர்னர் ஜெனரலாக இருந்த எல்லன்பரோ பிரபுவுக்கு (1842 - 1844) எழுதிய கடிதத்தில் இதை வெளிப்படையாகவே குறிப்பிட்டிருக்கிறார். 'நமது நண்பர்களின் பகுதிகளை ஆக்கிரமிப்பதை நாம் எப்படி நியாயப்படுத்த முடியும்' என்ற கேள்வியை அந்தக் கடிதத்தில் எழுப்பினார் அவர். ஆனால் நாடு பிடிக்கும் ஆசையில் இருந்த பெரும்பான்மையான பிரிட்டிஷாரின் முன் இந்தக் குரல்கள் அடங்கிப் போயின.

சீக்கியர்களின் நாட்டைப் பிடித்து ஆளவேண்டுமென்ற ஆசை ஒருபுறம் இருந்தாலும், வலிமை மிக்கதும் தீரத்துடன் போர் புரியக் கூடியதுமான சீக்கிய ராணுவத்தை எண்ணி பிரிட்டிஷார் பயந்தனர். துரோகத்தால் அல்லாது நேர்வழிப் போரினால் தமக்கு வெற்றி கிடைப்பது கடினம் என்பதையும் அவர்கள் அறிந்து வைத்திருந்தனர். எனவே நாட்டைக் காட்டிக்கொடுக்கத் தீர்மானித்த அந்த மூவரையும் வைத்தே தமது அடுத்த கட்ட நடவடிக்கைகளை எடுக்க ஆரம்பித்தனர். அவர்களைத் தூண்டி, சீக்கிய ராணுவத்தைக் கொண்டு தம்மீது தாக்குதல் ஒன்றை நடத்த வலியுறுத்தினர்.

சீக்கியர்கள் அப்போது பிரிட்டிஷாரைத் தாக்குவதற்கு எந்த முகாந் தரமும் இல்லை. ஆனாலும் சட்லெஜ் ஆற்றைக் கடந்து பிரிட்டிஷ்

பகுதிகளில் நுழைந்து தாக்குதல் நடத்த சீக்கிய ராணுவத்திற்கு தேஜ் சிங் கட்டளையிட்டார்.

முதல் ஆங்கில சீக்கியப் போர்

1845ம் ஆண்டு நவம்பர் 17ம் தேதி சீக்கிய ராணுவம் தயார் நிலையில் வைக்கப்பட்டு, டிசம்பர் மாதம் சட்லெஜ் நதியை நெருங்கியது. இதற்குப் பதிலடியாக அப்போதைய கவர்னர் ஜெனரலான ஹார்டிங் பிரபு தலைமையில் பிரிட்டிஷ் ராணுவம் சட்லெஜின் இக்கரையில் குவிக்கப்பட்டது. 50,000 வீரர்களும் 100 பீரங்கிகளும் கொண்ட அந்த ராணுவமே பிரிட்டிஷரால் இந்தியாவில் குவிக்கப்பட்ட ஆகப்பெரிய படையாகும்.

சீக்கிய ராணுவத்தின் போர் ஆயத்தங்களைக் கண்ட பிரிட்டன் 1845ம் ஆண்டு டிசம்பர் 3ம் தேதி சீக்கியர்களுடனான தனது ராஜரீக உறவு களை முறித்துக்கொள்வதாக அறிவித்தது. டிசம்பர் 13ம் தேதி, சீக்கியர் களுக்கு எதிரான போர்ப் பிரகடனமும் வெளியிடப்பட்டது. படகு களின் மூலமும் மிதவைப் பாலங்களின் மூலமும் நதியைக் கடக்க வேண்டிய கட்டாயத்தில் இருந்த சீக்கிய ராணுவம், லால் சிங்கையும் தேஜ் சிங்கையும் தம்முடன் வருமாறு கோரியது. பிரிட்டிஷாருடனான போரில் அவர்கள் தமக்குத் துணையாக இருப்பார்கள் என்று ராணுவம் நம்பியதுதான் இதில் பெரும் சோகம்.

ஆற்றின் அக்கரையில் பிரிட்டிஷ் ராணுவம் இவர்கள் நதியைக் கடக்கும் வரை பொறுமையாகக் காத்திருந்தது. தமது பகுதிகளுக்குள் சீக்கியர்களை இழுத்துவிட்டால், பிறகு அவர்களை வீழ்த்துவது சுலபம் என்று கணக்குப் போட்டது பிரிட்டிஷ் தரப்பு. ஆனால் அவர்களுக்கு ஒரு சிக்கல் இருந்தது. தாக்குதல் முதலில் நிகழக்கூடிய, சட்லெட்ஜின் இக்கரையில் பிரிட்டிஷ் ஆட்சியின் கீழ் இருந்த பெரோஸ்பூர் நகருக்கு இன்னமும் துணை ராணுவமும் ஆணைகளை அளிக்கக்கூடிய கவர்னர் ஜெனரலும் வந்து சேரவில்லை. சீக்கியப் படை நேராக வந்து பெரோஸ்பூரைத் தாக்கினால், சிரமமில்லாமல் அந்த நகர் சீக்கியர்களின் கையில் விழுந்துவிடக்கூடிய அபாயம் இருந்தது.

இந்த நிலையில், சீக்கிய ராணுவத்தால் நதியைக் கடந்து தம்மோடு வர உத்தரவு பிறப்பிக்கப்பட்ட லால் சிங், பிரிட்டிஷ் தளபதியான நிக்கோல்சன்னுக்கு ஒரு கடிதம் எழுதினார். தம்மை உடன்வர சீக்கியர்கள் கோருவதாகவும், தான் என்ன நிலை எடுக்கவேண்டும் என்பதை பிரிட்டிஷார்தான் தெளிவாக்கவேண்டும்' என்றும் அவர் எழுதியிருந்தார்.

பெரோஸ்பூர் இருந்த மோசமான நிலையை அறிந்திருந்த நிக்கோல்சன், 'எந்தக் காரணத்தைக் கொண்டும் பெரோஸ்பூரைத் தாக்கக்கூடாது, எவ்வளவு தாமதிக்க முடியுமோ அவ்வளவு தாமதிக்கவும், பெரோஸ்பூரை விட்டு, கவர்னர் ஜெனரல் தலைமை தாங்கும் பிரதான படையை நோக்கிச் செல்லுங்கள்' என்று அவருக்கு அறிவுறுத்தினார். பிரிட்டிஷ் ஆணையை 'சிரமேற்கொண்டு' லால் சிங் சீக்கிய ராணுவம் செல்லும் பாதையை மாற்றினார். ஆற்றைக் கடந்தவுடன், தமது 40,000 வீரர்கள் கொண்ட துருப்புகளில் பாதியை அங்கேயே நிறுத்திவைத்தார். ஒரு சிறு பகுதியை (2000 வீரர்கள்) கவர்னர் ஜெனரல் முகாமிட்டிருந்த முட்கி என்ற இடத்தை நோக்கி அனுப்பினார். அங்கேயும் உடனடிப் போரில் இறங்காமல் ஐந்து நாட்கள் தாமதித்தார்.

தகுந்த சமயம் வந்தவுடன் பிரிட்டிஷ் ராணுவம் போரில் இறங்கியது. போர் தொடங்கிய உடனேயே லால் சிங் யுத்தகளத்தை விட்டு ஓடிவிட்டார். தலைவர் இல்லாமல், எண்ணிக்கையில் மிகக்குறைவாக இருந்தாலும் சீக்கியர்கள் தீரத்துடன் போரிட்டனர். இரு தரப்புக்கும் பெரும் சேதம் ஏற்பட்டது. இரவு நேரத்தில் பிரிட்டிஷார் பெரோஸ்பூரை நோக்கிப் பின்வாங்கினர்.

இரண்டாவது மோதல் பெரோஸ்பூரில் துவங்கியது. சீக்கியர்களின் தொடர் தாக்குதலைச் சமாளிக்க முடியாமல் பிரிட்டிஷ் ராணுவம் திணறியது. பிரிட்டிஷாருக்கு பெரும் சேதம் ஏற்பட்டது. மூத்தத் தலைவர்கள் பலர் போரில் இறந்தனர், சிலர் படுகாயமடைந்தனர். பிரிட்டிஷாரை தோல்வி எதிர்நோக்கியது. ஆனால், இங்கும் துரோகம் அவர்களுக்கு உதவியது. சீக்கிய ராணுவத்திற்கு இங்கு தலைமை வகித்த தேஜ் சிங்கும் களத்தை விட்டு ஓடிவிட்டார். தலைமை யில்லாமல் தடுமாறிய சீக்கியர்களை, தம்மை ஒருங்கிணைத்துக் கொண்ட பிரிட்டிஷார் கடுமையாகத் தாக்கினர். எனவே, சேதத்தைத் தவிர்க்க, ஆற்றைக் கடந்து தமது பகுதிகளுக்கு சீக்கிய ராணுவம் பின்வாங்கியது.

ஆனாலும் லால் சிங்கும் தேஜா சிங்கும் அவர்களை விடவில்லை. பின்வாங்குவது வீரத்திற்கு இழுக்கு என்று சொல்லி ஆற்றைக் கடந்து பிரிட்டிஷ் பகுதிகளுக்குச் சென்று தாக்குதல் நடத்துமாறு ராணுவத்தை அவர்கள் நிர்ப்பந்தித்தனர். அதன்படியே, பிரிட்டிஷ் பகுதியான சப்ரானுக்கு சென்ற ராணுவத்தை முன்னரே போட்டிருந்த திட்டப்படி மூன்று புறமும் பிரிட்டிஷ் ராணுவம் சூழ்ந்து மின்னல்வேகத்தாக்குதல் நடத்தியது. பெருமளவில் சீக்கியர்கள் இந்தப் போரில் கொல்லப் பட்டனர். சீக்கிய ராணுவம் பெரும் தோல்வியைச் சந்தித்தது. வெற்றி

முழக்கத்துடன் பிரிட்டிஷ் ராணுவம் சீக்கியர்கள் ஆளும் பகுதியில் நுழைந்தது.

போரில் வெற்றி பெற்றிருந்தாலும், பிரிட்டிஷார் அதற்குக் கொடுத்த விலை அதிகம். கிட்டத்தட்ட 215 அதிகாரிகள் மட்டத்திலான ராணுவத்தினரை அது இழந்திருந்தது. மொத்தமாக பிரிட்டிஷ் தரப்பில் 2415 பேர் போரில் உயிரிழந்திருந்தனர். சீக்கியர்கள் தரப்பு உயிரிழப்பு இதைவிடக் குறைவாகவே இருந்தது என்று ஒரு பிரிட்டிஷ் குறிப்பு தெரிவிக்கிறது. இதனால் எரிச்சலடைந்த ஹார்டிங் பிரபுவுக்கும் பிரிட்டிஷ் ராணுவ தளபதிக்கும் இடையிலான உறவு சீர்கெட்டது. விரைவில் தளபதி தனது பதவியை ராஜினாமா செய்யவும் நேரிட்டது.

1846ம் ஆண்டு மார்ச் 9ம் தேதி குலாப் சிங்கின் அறிவுறுத்தலால், இரு தரப்புக்கும் அமைதி ஒப்பந்தம் ஒன்று கையெழுத்தானது. அதன் முக்கிய ஷரத்துக்கள் பின்வருமாறு :

- சினாப் மற்றும் சட்லெட்ஜ் நதிகளுக்கிடையில் உள்ள பகுதிகள் பிரிட்டிஷாரின் நேரடி ஆட்சியின்கீழ் கொண்டுவரப்படும்.
- பிரிட்டிஷாரின் மேற்பார்வையில் சினாபிற்கு வடக்கில் உள்ள பகுதி சீக்கியர்களால் ஆளப்படும்
- சீக்கிய ராணுவம் குறைக்கப்படும். அவர்கள் பயன்படுத்திய பீரங்கிகள் பிரிட்டிஷ் வசம் ஒப்படைக்கப்படும்.
- பிரிட்டிஷ் துருப்புகள் லாகூரில் ஒரு வருடம் வரை தங்கியிருக்கும்.
- சீக்கிய அரசு 15 மில்லியன் ரூபாய் பிரிட்டிஷாருக்குத் தரவேண்டும்.

இந்தப் போரில் வெற்றியடைந்தாலும், ஒரேயடியாக சீக்கிய அரசைக் கைப்பற்றுவது கடினம் என்பதை பிரிட்டிஷார் உணர்ந்திருந்தனர். அதன்பின் வரக்கூடிய கலகங்களைச் சமாளிப்பதும் அவ்வளவு சுலபமல்ல என்பதை அவர்கள் அறிந்திருந்ததால், சிறுகச் சிறுக பஞ்சாபை தமது ஆட்சிக்குள் கொண்டுவரவேண்டும் என்பது அவர்களின் திட்டமாக இருந்தது. அந்தத் திட்டத்தின் ஆரம்பமாக இதுபோன்ற ஒப்பந்தம் தயாரிக்கப்பட்டது. சீக்கிய ஆட்சியாளர் களிடம் பேசி இதற்கு ஒப்புதல் வாங்க குலாப் சிங் அவர்களுக்கு உதவி செய்தார். ஆனால், ஒப்பந்தத்தில் இருந்தபடி பிரிட்டிஷாருக்கு கொடுக்கவேண்டிய தொகையைத் திரட்ட சீக்கிய அரசால் இயல வில்லை. எனவே, அதற்கு ஈடாக ஜம்மு மற்றும் காஷ்மீரும் அதைச் சேர்ந்த மலை அரசுகளும் ஆங்கிலேயர்களுக்கு வழங்கப்பட்டன.

குலாப் சிங் பிரிட்டிஷாருக்குச் செய்த உதவிகளுக்கான பரிசாக, அவர் ஜம்மு காஷ்மீரின் கவர்னர் ஜெனரலாக நியமிக்கப்பட்டார்.

ஒட்டுமொத்த பஞ்சாபின் ஆட்சி தமக்குக் கிடைக்கும் என்று எதிர் பார்த்திருந்த அவருக்கு இது ஏமாற்றம்தான். இருந்தாலும் கிடைத்த வரைக்கும் லாபம் என்று அவர் இதைப் பெற்றுக்கொண்டார்.

இரண்டாவது ஆங்கில சீக்கியப் போர்

சீக்கியர்களுடன் ஏற்பட்ட ஒப்பந்தத்தின் படி, பஞ்சாப் நிர்வாகத்தை மேற்பார்வையிட சர் ஹென்றி லாரன்ஸ் என்பவர் நியமிக்கப்பட்டார். கிட்டத்தட்ட 10000 பேர் கொண்ட பிரிட்டிஷ் ராணுவம் லாகூரைக் காத்து நின்றது. ராணி ஜிந்த் கவுர் நாடு கடத்தப்பட்டார். இளவயது மகாராஜாவான தலீப் சிங் பிரிட்டிஷாரின் பாதுகாப்பில் கொண்டுவரப் பட்டார். பஞ்சாப் அரசுக்காக வரிவசூலிக்கும் 'பொறுப்பையும்' பிரிட்டிஷார் ஏற்றுக்கொண்டனர். இதற்காக தனது அதிகாரிகளை அனுப்பி பல சிற்றரசர்களிடமிருந்து கட்டாய வரிவசூல் செய்தனர். இதனால், அந்த அரசர்களிடமிருந்து எதிர்ப்பு உருவாகிக் கொண்டிருந்தது.

டெல்லியில் ஹார்டிங் பிரபுவுக்கு அடுத்து டல்ஹௌசி பிரபு கவர்னர் ஜெனரலாகப் பொறுப்பேற்றுக்கொண்டார். அதே சமயத்தில் லாரன்ஸும் லண்டனுக்கு விடுப்பில் சென்றார். லாரன்ஸுக்குப் பதிலாக சர் பிரெட்ரிக் க்யூரி என்பவரை பஞ்சாபின் மேற்பார்வை யாளராக டல்ஹௌசி நியமித்தார்.

1848ம் ஆண்டில் மூல்தானின் ஆளுநராக இருந்த மூல்ராஜ், தமக்கு அடுத்தபடியாக அந்தப் பதவிக்கு தன் மகனைக் கொண்டுவர முயற்சி செய்தார். இதை எதிர்த்த பிரிட்டிஷார், அவரை அந்தப் பதவியிலிருந்து நீக்கி தமது ஆதரவாளரான சீக்கியர் ஒருவரை ஆளுநராக நியமித்தார். அந்தப் பகுதியில் செல்வாக்குப் பெற்ற மூல்ராஜ் இதை எதிர்த்துக் கிளர்ச்சி செய்தார். மூல்தானில் இருந்த படையும் உள்ளூர் மக்களும் அவருக்கு உதவி செய்தனர். அங்கே நடைபெற்ற மோதலில் இரு பிரிட்டிஷ் அதிகாரிகள் கொல்லப்பட்டனர். பஞ்சாப் அரசின் ஒரு பகுதியாக இருந்த மூல்தானில் ஏற்பட்ட இந்தக் கிளர்ச்சியை அடக்க இயலாமல் செயலற்றுவிட்டதாக பஞ்சாப் அரசின்மீது க்யூரி குற்றம் சாட்டினார். இந்தக் கிளர்ச்சிக்கே பிரிட்டிஷார்தான் காரணம் என்ற உண்மையை அவர் மறந்ததுதான் வேடிக்கை.

பஞ்சாப் அரசை வற்புறுத்தி மூல்தானுக்கு சீக்கிய ராணுவத்தை அனுப்பி அந்நகரைக் கைப்பற்றுமாறும், கிளர்ச்சியாளர்களைக் கைது செய்யுமாறும் க்யூரி வற்புறுத்தினார். இதை அடுத்து, பிரிட்டிஷ் ராணுவ அதிகாரிகளின் தலைமையில் சீக்கிய ராணுவம் மூல்தானை நோக்கிப் புறப்பட்டது. இதற்கிடையில், ஹசாரா என்ற இடத்தின்

ஆளுநராக இருந்த சட்டார் சிங் அட்டாரிவாலா என்பவருக்கு எதிராக பிரிட்டிஷ் படையில் இருந்த காப்டன் அப்பாட் மோதலில் ஈடுபட்டார்.

பிரிட்டிஷாருடன் சண்டையில் இறங்க விரும்பாத சட்டார் சிங், இந்த மோதலை முதலில் தவிர்த்தாலும், அப்பாட், அங்கு இருந்த முஸ்லீம்களை சட்டாருக்கு எதிராகத் தூண்டிவிடுவதையும், பிரிட்டிஷ் படைகள் ஆங்காங்கே அவருக்கு எதிராகக் கலகத்தில் ஈடுபடுவதையும் சகியாமல், அப்பாட்டுடன் போரில் இறங்கினார். அப்பாட்டின் இந்த 'வம்புச்சண்டையை' க்யூரி கண்டித்தாலும், நாடு பிடிக்கும் ஆசையில் இருந்த டல்ஹௌசி அவருக்குத் தன் ஆதரவை வழங்கினார்.

சட்டார் சிங்கின் மகனான ஷேர் சிங்தான், மூல்தானை நோக்கிச் சென்ற சீக்கிய ராணுவத்தின் தளபதியாக இருந்தார். தன் தந்தைக்கு எதிராக இப்படி அநியாயமான மோதல் தொடங்கப்பட்டதை அறிந்த அவர், பிரிட்டிஷ் ராணுவத்திற்கு எதிராகத் திரும்பி, மூல்ராஜுக்கு ஆதரவளித்தார். நிலைமை தலைகீழாகத் திரும்புவதை அறிந்த பிரிட்டிஷார், பம்பாயிலிருந்தும் வங்காளத்திலிருந்தும் துணைப்படைகளை வரவழைத்தனர். இந்தப் படைகளுக்கும் சீக்கிய ராணுவத்திற்கும் போர் மூண்டது.

ராம்நகர், சில்லியன்வாலா, குஜராத் ஆகிய மூன்று இடங்களில் போர் நடைபெற்றது. முடிவில் சீக்கியர்கள் தோல்வியடைந்தனர். தங்களுடைய ஆயுதங்களைப் போட்டுவிட்டு, 1849 மார்ச் 14ம் தேதி பிரிட்டிஷாரிடம் சரணடைந்தனர். சீக்கிய அரசைத் தங்களோடு இணைத்துக்கொள்வதாக டல்ஹௌசி பிரபு அறிவித்தார். 'பிரிட்டிஷ் சாம்ராஜ்யம் ஆசிய மக்களுக்குக் கடவுள் அளித்த கொடை' என்று வர்ணித்த அவர், 'அமைதியை விரும்பும் அரசுக்கு எதிராகப் போர்க் கொடி தூக்கிய சீக்கிய அரசு இனியும் நீடிப்பது நல்லதல்ல. ஏற்கெனவே ஒரு முறை அவர்களை மன்னித்தாகிவிட்டது. இன்னொருமுறை அவர்கள் மேல் நம்பிக்கை வைக்க இயலாது' என்று கூறினார்.

இந்த வாதத்தை, விடுப்பிலிருந்து திரும்பிய ஹென்றி லாரன்ஸ் ஏற்றுக்கொள்ளாமல், பஞ்சாப் பிரிட்டிஷ் அரசுடன் இணைக்கப் படுவதை எதிர்த்தார். ஆனால், முடிவில் டல்ஹௌசிக்கே வெற்றி கிடைத்தது.

1849ம் ஆண்டு மார்ச் 30ம் தேதி இணைப்புக்கான சாசனம் வெளியிடப் பட்டது. மகாராஜா தலீப் சிங், பஞ்சாபைவிட்டு வெளியேறி எங்கு வேண்டுமானாலும் தங்கலாம் என்றும், அவருக்கு ஒரு லட்சத்து இருபது ஆயிரம் ரூபாய் பென்ஷனாக வழங்கப்படும் என்றும்

அறிவிக்கப்பட்டது. பஞ்சாப் அரசின் சொத்துகளை பிரிட்டிஷார் ஏலம் விட்டனர். அவர்களிடமிருந்த கோஹினூர் வைரத்தையும் தலீப் சிங்கிடமிருந்து கைப்பற்றிய டல்ஹௌசி, 'இது போன்ற மதிப்பில்லாத, வெற்றி அடையாளத்தை எவரும் இதற்குமுன் அனுப்பியிருக்கமுடியாது' என்ற அறிவிப்புடன் இங்கிலாந்து அரசிக்கு அனுப்பி வைத்தார்.

அப்போது பதினைந்து வயதாகியிருந்த மகராஜா தலீப் சிங், ஃபதேகரில் கிறிஸ்தவராக மதம் மாற்றப்பட்டு லண்டன் கொண்டு செல்லப்பட்டார். அவருக்கு டல்ஹௌசி எழுதிய கடிதம் ஒன்றில் 'ஒரு கிறிஸ்தவ இளவரசராக, தூய்மையான, அப்பழுக்கு இல்லாத உங்கள் வாழ்க்கை மூலம், மற்ற இந்தியர்களுக்கு ஓர் உதாரணமாக வாழ வாழ்த்துகிறேன்' என்று குறிப்பிட்டிருக்கிறார். ஆனால், சரி ஜார்ஜ் கூப்பர் என்பவருக்கு எழுதிய கடிதத்தின் மூலம், டல்ஹௌசியின் உண்மை முகமும், இந்த மதமாற்றத்தின் நோக்கமும் தெளிவாகிறது. 'அரசியல் ரீதியாக இதைவிடச் சிறந்த வழி இல்லை. இந்த மதமாற்றத்தின் மூலம் அவரது தாக்கம் முற்றிலுமாக ஒழிக்கப்பட்டு விட்டது' என்று குறித்திருக்கிறார் அவர். இதன்மூலம், மகராஜா ரஞ்சித் சிங் அரும்பாடுபட்டு உருவாக்கிய சீக்கியப் பேரரசு பங்காளிச் சண்டைகளாலும், துரோகத்தாலும், சூழ்ச்சியாலும் ஒரு முடிவுக்கு வந்தது.

பிரிட்டிஷ் ஆட்சியில் சீக்கியர்கள்

கடந்த சில ஆண்டுகளாக பெரும்குழப்பத்தையும், ஆட்சியில்லாத தன்மையையும் சந்தித்துக்கொண்டிருந்த சீக்கியர்களுக்கு பிரிட்டிஷ் ஆட்சி ஒருவிதத்தில் பெருத்த ஆறுதலைத் தந்தது. ஒழுக்கமான, கட்டுக்கோப்பான அவர்கள் ஆட்சிமுறையை சீக்கியர்கள் இதனால் வரவேற்றனர். தொடர்ந்து போர்களையும், அழிவுகளையும், கொள்ளைகளையும் சந்தித்துக்கொண்டிருந்த சாதாரண மக்கள், நாற்புறமும் தங்களுக்குப் பாதுகாப்பு அளித்த பிரிட்டிஷ் ஆட்சியில் நிம்மதியடைந்தனர்.

அதிகாரவர்க்கத்தையும் சட்டங்களையும் ஆங்கிலேயர்கள் அறிமுகப் படுத்தினர். நிர்வாகமும் நீதித்துறையும் தனித்தனியாகப் பிரிக்கப் பட்டன. விவசாய முறை நவீனப்படுத்தப்பட்டு, அதனால் விவசாயத்தின் மூலம் வரும் வருமானமும் அதிகரிக்கத் தொடங்கியது. விவசாயம் வணிகமயமானதால், வர்த்தகர்களும், லேவாதேவிக்காரர் களும் அதிகரித்தனர். ஜாகிர்தார்களின் நிர்வாகம் படிப்படியாக ஒழிக்கப்பட்டது. அவர்களுக்குக் கொடுக்கப்பட்டு வந்த ஓய்வூதியமும் நாளடைவில் நிறுத்தப்பட்டது. ரஞ்சித் சிங் நிவந்தமாக அளித்த நிலங்களின் வருமானத்தில் ஒரு பகுதியைத்தான், அந்த நிவந்தங்களி னால் பலனடைந்தவர்கள் அனுபவிக்க அனுமதிக்கப்பட்டனர். ஆனால், இதிலிருந்து சீக்கிய குருத்வாராக்களுக்கு விதிவிலக்கு அளிக்கப்பட்டது.

இதைத் தவிர கல்வித் துறையிலும் பிரிட்டிஷ் நிர்வாகம் பெரும் அக்கறை செலுத்தியது. கிறிஸ்தவ மிஷனரிகள் மாகாணமெங்கும் கல்விச்சாலைகளைத் தொடங்கினர். அரசு உதவியுடன் இங்கு ஆங்கிலேயக் கல்வி போதிக்கப்பட்டது. இதன் பக்க விளைவாக 1881ல் 4000 ஆக பஞ்சாபில் இருந்த கிறிஸ்தவர்களின் மக்கள் தொகை, 1921 வாக்கில் 3,00,000 ஆக அதிகரித்தது. ஆனாலும் அமைதியான ஆட்சியைத் தந்த காரணத்தால், பிரிட்டிஷாருக்கு எதிராகப் பொது மக்களிடமிருந்து எந்த எதிர்ப்பும் வரவில்லை. அடுத்த 150 ஆண்டுகளுக்கு பிரிட்டிஷாரைத் தங்களுடைய மிகச்சிறந்த நண்பர் களாகவும் ஆபத்பாந்தவர்களாகவும் சீக்கியர்கள் கருதினர்.

ஆனால், பிரிட்டிஷாரின் அடக்குமுறைகளும் அவர்கள் கொண்டுவந்த அவகாசியிலிக் கொள்கை போன்ற சட்டங்களும் நாட்டின் பல பகுதிகளில் சுதந்திர முழக்கம் எழும்புவதற்கும் 1857சிப்பாய் கலகத்துக்கும் வழிவகுத்தன. இந்தப் போரின்போது பல இடங்களில் பின்னடைவைச் சந்தித்த பிரிட்டிஷாருக்கு சீக்கியர்கள் உதவினர். இதற்குப் பல காரணங்கள் இருந்தன.

இப்போரில் ஈடுபட்ட கிளர்ச்சியாளர்கள் கடைசி முகலாய மன்னரான இரண்டாம் பகதூர் ஷாவை டெல்லியில் மீண்டும் அமர்த்துவதற்குச் செய்த முயற்சிகளை சீக்கியர்கள் ஏற்கவில்லை. முகலாய ஆட்சியில் பல கொடுமைகளை அனுபவித்த சீக்கியர்கள் அவர்களில் ஒருவரை ஆட்சிப் பொறுப்பேற்க போரில் ஈடுபடுவது என்பது கனவிலும் நினைக்க முடியாத ஒன்று.

அடுத்ததாக, ரஞ்சித் சிங்கின் மறைவுககுப் பிறகு, சீக்கிய ராணுவத்தைத் தன் கட்டுக்குள் வைத்திருக்கக்கூடிய சீக்கியர் யாரும் உருவாகவில்லை. ஜாகிர்களை ஒழித்து சீக்கிய சமுதாயத்தின் முதுகெலும்பான விவசாயக் குடிமக்களை அவர்களின் அடக்குமுறை களிலிருந்து பிரிட்டிஷார் மீட்டதால், அவர்களுக்கு எதிராகப் போர்க் கொடி தூக்க அக்குடிமக்கள் விரும்பவில்லை.

இரண்டு சீக்கியப் போர்களிலும் சீக்கிய ராணுவம் காட்டிய வீரத்தைப் பார்த்த ஆங்கிலத் தளபதிகள், அவர்களை பிரிட்டிஷ் ராணுவத்துடன் சேர்த்துக்கொள்ளலாம் என்று ஆலோசனை கூறியிருந்தனர். இதை ஏற்ற டல்ஹௌசி, ஃபெரோஸ்பூரிலும், லூதியானாவிலும் இரண்டு சீக்கியப் படைப்பிரிவுகளை உருவாக்கியிருந்தார். பிரிட்டிஷாருக்கு உதவ இந்தப் போரில் இறங்கிய சீக்கியர்களின் படைப்பிரிவு, டெல்லி விரைந்தது. அங்கே குரு தேஜ் பகதூர் கொல்லப்பட்ட இடத்தில் தங்களது வெற்றிக்கொடியையும் அவர்கள் ஏற்றினர். முகலாய ஆட்சியை ஒழித்துக்கட்டியதன் அடையாளமாக அதை அவர்கள் கொண்டாடினர்.

இந்தக் கலகம் ஒருவாறு அடக்கப்பட்ட பிறகு, பிரிட்டிஷ் ராணுவத்தில் சீக்கியர்களைப் பெருமளவில் சேர்க்கும் பணி தொடங்கப்பட்டது. அதே சமயம் சீக்கியர்கள் தங்கள் மத நம்பிக்கைக்கு குந்தகம் வராமல் பிரிட்டிஷ் ராணுவத்தில் பணிபுரியவும் அனுமதிக்கப்பட்டனர். 'சீக்கியர்கள் தங்கள் தலைமுடியை வெட்டவேண்டும் என்பதும் தாடியை மழிக்கவேண்டும் என்பதும் கட்டாயமில்லை' என்று கூறப்பட்டது. ராணுவத்தில் பணிபுரிந்த சீக்கியர்களுக்கு குருத்வாரா சென்று வருவது கட்டாயமாக்கப்பட்டது. ஏன், ஆங்கில அதிகாரிகளுக்கு குர்முகியைப் படிப்பதும் சீக்கிய வீரர்களிடம் உரையாடுவதற்காக பஞ்சாபியைக் கற்றுக்கொள்வதும்கூடக் கட்டாயமாக்கப்பட்டது.

இதைத் தவிர முதல் இந்திய சுதந்தரப் போரின் போது சீக்கியர்கள் புரிந்த உதவிகளுக்காக அவர்களைப் பல்வேறு வகைகளில் பிரிட்டிஷ் அரசாங்கம் கௌரவித்தது. சீக்கியத் தலைவர்களுக்கு அவர்களின் பட்டம், பதவி அனைத்தும் திரும்பத் தரப்பட்டு, பணம், நிலம் ஆகிய சொத்துகள் அளிக்கப்பட்டன. பாட்டியாலா, நபா, ஜிந்த், பரீத்கோட், கபூர்தலா ஆகியவற்றை ஆண்ட சீக்கியத் தலைவர்களை ஏற்றுக்கொண்டு அந்தந்தப் பகுதிகளை அவர்களே ஆளும் உரிமையையும் அளித்தனர் பிரிட்டிஷார். 'குறிப்பிடத்தக்க சீக்கியர்கள்' என்ற பட்டமும் அவர்களுக்கு வழங்கப்பட்டது. 1871ல் நடந்த மக்கள் தொகைக் கணக்கெடுப்பின்போது சீக்கிய மதம் ஒரு தனி மதமாக அங்கீகரிக்கப்பட்டது.

இந்த நடவடிக்கைகளால் சீக்கியர்கள் பெரும் மகிழ்ச்சி அடைந்தனர். தங்களது அடையாளம் தனித்துவம் பெற்று மேலெழுந்து வருவதாக அவர்கள் கருதினர். நீண்டகாலத்திற்குப் பின் தொடர்ந்து நிலைத்தன்மை நிலவியதால், தங்களது முக்கியத் தொழிலான விவசாயத்தில் அவர்கள் கவனம் செலுத்தினர். அதற்கு உதவியாக பஞ்சாப் முழுவதும் பல நீர் நிலைகளை ஏற்படுத்தியும், கால்வாய்களை வெட்டியும், அணைகளைக் கட்டியும் விவசாயம் வளர பிரிட்டிஷார் போதுமான ஊக்கம் தந்தனர். கோதுமையைத் தவிர கரும்பு, பருத்தி, சோளம் போன்ற பலவிதமான பயிர்வகைகள் அறிமுகப்படுத்தப்பட்டன. நாளடைவில் பிரிட்டிஷ் இந்தியாவின் தானியக் களஞ்சியமாக பஞ்சாப் உருவெடுத்தது.

பத்திரிகைத் துறையிலும் பல மாற்றங்களை இந்தக் காலகட்டத்தில் பஞ்சாப் சந்தித்தது. பெரும்பாலான பத்திரிக்கைகள் பிரிட்டிஷாரால் நடத்தப்பட்டு வந்த நிலையில், ஹரி ஹக்கிகத் என்ற என்ற பத்திரிக்கையை 1877ல் பிரம்ம சமாஜக்காரர்கள் துவக்கினர். பிரம்ம சமாஜ் என்பது வங்காளத்தில் ராஜா ராம் மோகன் ராயால் தொடங்கப்பட்ட இயக்கமாகும். ஆர்ய சமாஜத்தைத் தோற்றுவித்த சுவாமி

தயானந்த சரஸ்வதியும் சத்யார்த் ப்ரகாஷ் என்ற பத்திரிக்கையை இந்தக் காலகட்டத்தில் வெளியிட்டார்.

பழமையான இந்து நம்பிக்கைகளை மாற்ற முனைந்த இந்த இயக்கம் உருவ வழிபாடு, சடங்குகள், யாத்திரைகள் போன்றவற்றை ஏற்க வில்லை. குழந்தைத் திருமணத்தைக் கண்டித்து விதவை மறுமணத்தை ஆதரித்தது ஆரிய சமாஜ். இது போன்ற சீர்த்திருத்தக் கருத்துகளால், இந்த இயக்கம் பஞ்சாபில் வேகமாகப் பரவியது. அதைப் போலவே மிர்ஸா குலாம் அகமது என்பவரால் தோற்றுவிக்கப்பட்ட அகமதியா இயக்கமும் இஸ்லாமியர்களிடையே ஒரு தாக்கத்தை ஏற்படுத்த முயன்று கொண்டிருந்தது. இஸ்லாத்தை குரானின் அடிப்படையில் வடிவமைக்க விரும்பிய இந்த இயக்கம், கிறிஸ்தவ மிஷனரிகளையும், பிரம்ம/ஆர்ய சமாஜக்காரர்களையும் சாடியது. குரு நானக்கையும் இஸ்லாமியர் என்று கூறி அகமதியர்கள் பிரசாரம் செய்தனர். இது பஞ்சாபின் சமூகத்தில் மத சம்பந்தமான பிரச்னைகளைக் கிளப்பியது.

இந்தக் காலகட்டத்தில் சீக்கிய சமூகத்தில் ஏற்பட்ட மாற்றங்களைக் கவனிப்பது அவசியமாகும். அடிமட்டத்தில் அதுவரை உழன்று கிடந்த மக்கள் தலைதூக்க ஆரம்பித்தனர். சீக்கியர்களிடையே உயர் குடிகளாக இருந்தவர்களுக்கு இதை ஏற்க முடியவில்லை. இந்தச் சமூக முன்னேற்றத்துக்கான முட்டுக்கட்டைகளைப் போட ஆரம்பித்தனர்.

இது ஒருபுறமிருக்க, சீக்கிய வழிபாட்டுத்தலங்களை மஹந்துகள் என்று அழைக்கப்பட்ட இந்து மதத்தைச் சேர்ந்த பூஜாரிகளே கவனித்து வந்தனர். அரசு எல்லா இடங்களையும் அவற்றுக்கு உரியவர்களுக்கு பட்டா கொடுத்து பதிவு செய்வதைக் கட்டாயமாக்கியபோது, இந்த வழிபாட்டுத்தலங்களைத் தங்கள் பெயருக்கு இந்த மஹந்துகள் மாற்றிக்கொண்டனர். தங்களையும் அவர்கள் சீக்கியர்கள் என்று கூறிக் கொண்டதால் 'இந்து-சீக்கியர்கள்' என்ற புதுப்பிரிவு உருவானது. இதனாலும் சீக்கியர்கள் ஆத்திரம் அடைந்தனர். ஆனால் சட்டப் பூர்வமான உரிமையாளர்களாக மஹந்துகள் இருந்ததால் அவர்களால் ஒன்றும் செய்ய இயலவில்லை. சீக்கிய மதத்தினுள்ளும் பல்வேறு விதமான மாற்றங்கள் நிகழ்ந்தன. புதிய பிரிவுகள் உருவாயின.

நிரங்காரிகள்

நிரங்காரி என்பதற்கு உருவமில்லாத என்று பொருள். சீக்கிய மதத்தைச் சீர்திருத்துவதற்காக, அதாவது தன்னுடைய அடிப்படைக் கோட்பாடு களிலிருந்து வெகுதூரம் சென்று விட்ட அம்மதத்தை மீண்டும் பழைய வழியில் திருப்புவதற்காகவே நிரங்காரிகள் என்ற பிரிவு உருவானது என்று அவ்வியக்கத்தினர் கூறினர். தயாள் தாஸ் (1783 - 1855)

என்பவரால் இந்த இயக்கம் உருவாக்கப்பட்டதாகக் கூறப்படுகிறது. அவருடைய தாயிடம் இருந்து சீக்கிய மதக் கோட்பாடுகளை இவர் கற்றார். தயாள் தாஸின் தாய்வழிப் பாட்டனார், குரு கோவிந்த் சிங்கிடம் பணிபுரிந்தவர். சீக்கிய மதக் கோட்பாடுகளைப் பின்பற்றச் சொல்லி ஆதரவாளர்களிடம் இவர் கடுமையாகப் பிரச்சாரம் செய்தாலும், அவரே முறைப்படி தீட்சை அளிக்கப்படாதவர் என்பதும் நீண்ட தலைமுடியை வைத்துக் கொள்ளாதவர் என்பதும் இங்கே குறிப்பிடத்தக்கது. இதற்கு அவர் பரப்ப முயன்றது குரு கோவிந்த் சிங்குக்கு முன்னால் நிலவிய சீக்கியக் கோட்பாடுகளையே என்பது காரணமாகச் சொல்லப்பட்டது.

ரஞ்சித் சிங்கின் காலத்திலிருந்து சிறிது சிறிதாக இந்துக்களின் உருவ வழிபாட்டையும் சடங்குகளையும் பின்பற்ற ஆரம்பித்திருந்த சீக்கியர்களை மாற்றுவதே இவருடைய குறிக்கோளாக இருந்தது. சீக்கியர்கள் குரு நானக் போன்ற குருக்களின் உருவங்களை வழிபடுவதையும் இவர் கண்டித்தார். திருமணங்களில் சடங்குகளைப் பின்பற்றுவதையும், முன்னோர்களுக்குத் திதி கொடுப்பதையும் நிரங்காரிகள் ஏற்கவில்லை. வரதட்சிணை கொடுப்பதை நிறுத்துமாறும், விதவைத் திருமணத்திற்கு உதவுமாறும் இவர்கள் கேட்டுக்கொண்டனர். தன்னுடைய கருத்துகளைப் பரப்புவதற்கு ஏதுவாக, ராவல்பிண்டியில் ஒரு கோவிலையும் தயாள் தாஸ் கட்டினார். இக்கோவிலுக்கு ரஞ்சித் சிங் வந்து வழிபட்டதாகவும், பல நன்கொடைகளைக் கொடுத்ததாகவும் கூறப்படுகிறது.

ஆனால், சீக்கியர்களில் பலர் இவரைக் கடுமையாக எதிர்த்தனர். தயாள் தாஸின் சீடர்கள் அவரை ஒரு குருவின் நிலைக்கு உயர்த்தி விட்டதுதான் அதன் காரணம். குரு கோவிந்த் சிங்கின் கட்டளையைப் பின்பற்றும் பழமைவாத சீக்கியர்களின் குழு அவரை ராவல்பிண்டியிலிருந்து ஒதுக்கி வைத்தது. அவர் மறைந்த போது, அவரது உடலை நகரின் உள்ளேவிட அவர்கள் மறுத்ததால், அது ஆற்றில் விடப்பட்டது. தயாள் சிங்கிற்குப் பிறகு, அவரது மகனான தர்பாரா சிங் இயக்கப் பொறுப்பேற்றார். தனது தந்தையின் போதனைகளை முன்னெடுத்துச் சென்ற அவர், நாற்பது மையங்களை வட இந்தியா முழுவதும் நிறுவினார். ஹுக்கும் நானியா என்ற பெயரில் அவற்றை 1857ஆம் ஆண்டு வெளியிடவும் செய்தார். தனது தந்தையின் நினைவாக, அவர் மறைந்த இடத்தில் ஒரு கோவிலையும் காட்டினார். அதில் தயாள் தாஸின் காலணிகள் வைக்கப்பட்டு அவற்றுக்கு வழிபாடுகள் நடந்தன. தயாள் சர் என்று அந்த இடம் அழைக்கப்பட்டது. நிரங்காரிகளின் முக்கிய யாத்திரைத் தலமாக அது விளங்கியது.

தர்பாரா சிங்கிற்குப் பின் அவரது குடும்பத்தினரே வாழையடி வாழையாக இந்த இயக்கத்தின் தலைமைப் பொறுப்பேற்று நடத்தி வந்தனர். மேஜர் பிங்லே தன்னுடைய ஹாண்ட்புக் ஆஃப் சீக்ஸ் என்ற நூலில் 1891 ஆம் ஆண்டு கிட்டத்தட்ட 46,610 நிரங்காரிகள் இருந்ததாகக் கூறியிருக்கிறார்.

நாடு பிரிவினை அடைந்ததற்குப் பிறகு, ராவல் பிண்டிக்கு அருகிலிருந்த தயாள் சரில் இருந்த தங்கள் தலைமையகத்தை இந்தியாவிற்கு மாற்றினர் நிரங்காரிகள். நிரங்காரிகள் தங்கள் குருக்களை, கோவிந்த் சிங்கிற்கு அடுத்து வந்தவர்கள் என்று வரிசைப்படுத்திக் கூறுவதால், பெரும்பாலான சீக்கியர்கள் இந்த இயக்கத்தை நிராகரிக்கின்றனர். ஆயுதங்களுக்கு முக்கியத்துவம் கொடுத்துவந்த பொதுவான சீக்கிய வழிபாட்டு முறையில் ஈடுபட்டவர்களுக்கு நிரங்காரிகள் அமைதி வழியைப் போதிப்பதும் ஏற்றதாக இல்லை.

நாமாத்ரிக்கள்

சீக்கியர்கள் ஆட்சியின் கடைசி நாட்களில் நாமாத்ரிகள் இயக்கம் தொடங்கப்பட்டது. இவர்களைக் குக்காக்கள் என்றும் அழைத்தனர். இந்தியாவின் வடமேற்கு எல்லைப்புற மாகாணத்தில் ஓர் ஆசிரமத்தை ஏற்படுத்தி அங்கிருந்து இந்த இயக்கத்தை உருவாக்கிய பகத் ஜவஹர் மால் என்பவரும் அவருடைய சீடரான பாபா பாலக் சிங் என்பவரும் செயல்பட்டு வந்தனர். இருவரும் மெத்தப் படித்த அறிவாளிகள் என்பதாலும், எளிமையான வாழ்க்கை வாழ்ந்தவர்கள் என்பதாலும், அந்த ஆசிரமத்திற்குப் பல சீக்கியர்கள் கூட்டமாக வந்து கொண்டிருந்தனர்.

இந்த இயக்கத்தின் நோக்கம், இந்து மதத்தின் தாக்கத்தை முற்றிலுமாக சீக்கியர்களிடமிருந்து நீக்குவது மற்றும் செல்வந்தர்களான சில சீக்கியர்கள், தங்கள் பண பலத்தால் பல தீய பழக்கங்களுக்கு மாறி விட்டபடியால், அவர்களை அந்தப் பழக்கங்களிலிருந்து மீட்டு நல்வழிப்படுத்துதல். நிரங்காரிகள் மத ரீதியான அணுகுமுறையை மட்டும் கடைபிடித்த நேரத்தில், நாமாத்ரிகள் மதத்தோடு அரசியலையும் கலந்தனர்.

பஞ்சாப் பிரிட்டிஷாரின் கைக்கு வந்தவுடன், இந்த இயக்கத்திலும் பல மாறுதல்கள் ஏற்பட்டன. மத, சமூகச் சீர்திருத்தங்களோடு புதிய ஆட்சியாளர்களுக்கு எதிர்ப்பும், சீக்கிய ஆட்சியை மீண்டும் நிறுவுதலும் இவர்களின் நோக்கங்களாயிற்று. லூதியானாவைச் சேர்ந்த ராம் சிங் என்பவர் இந்தக் கொள்கைகளை அடிப்படையாக

வைத்து, இந்த இயக்கத்தை முன்னெடுத்துச் சென்றார். இளவயதில் இவர் இளவரசர் நௌ நிஹால் சிங்கின் படைப்பிரிவு ஒன்றில் பணியாற்றியவர். தமது படையோடு வடக்குப் பக்கம் வந்த இவருக்கு பாபா பாலக் சிங்குடன் பரிச்சயம் ஏற்பட்டது.

முதல் ஆங்கில சீக்கியப் போருக்குப் பிறகு, படையிலிருந்து விலகி தமது கிராமத்திற்குத் திரும்பினார் ராம் சிங். அங்கு சொந்தமாகத் தொழில் தொடங்கி வருமானத்திற்கு வழி செய்துவிட்டு, நாமாத்ரி குருக்களின் போதனையை தமது மக்களிடம் தொடர்ந்தார் ராம் சிங். குரு கோவிந்த் சிங்கைப் போலவே ஐந்து சீடர்களுக்கு தீட்சையும் செய்துவைத்தார். தம்மைப் பின்பற்றுபவர்களுக்குத் தனிப்பட்ட, சமூக, மத மற்றும் அரசியல் ரீதியான கட்டளைகளையும் ஏற்படுத்திக் கொடுத்தார். இவற்றை ரகத்நாமா என்ற பெயரில் புத்தகமாகவும் வெளியிட்டார். இதற்கடுத்த இரண்டு ஆண்டுகளில் நாமாத்ரிகளின் எண்ணிக்கை 50,000ஆக அதிகரித்தது. சுபாக்கள், நாயக் சுபாக்கள் ஆகிய மண்டலப் பிரிவுகளை நியமித்து, அந்தந்தப் பகுதிகளில் உள்ளோருக்கு ராணுவப் பயிற்சி அளிக்கவும் ஏற்பாடு செய்தார். அவருக்கென தனி தபால் வசதியையும் தொடங்கினார்.

நாட்டின் நிர்வாகத்தைக் கையிலெடுத்துக் கொண்ட பிரிட்டிஷார், நாமாத்ரிகளை உன்னிப்பாகக் கவனித்து வந்தனர். அவர்களால் பெருத்த அபாயம் ஒன்றும் விளையப்போவதில்லை என்பதால் நிம்மதியும் அடைந்தனர். ஆனால் முதல் இந்திய சுதந்திரப் போரின் போது, நாமாத்ரிகளுக்கும் நெருக்கடி ஏற்பட்டது. ராம் சிங்கும் அவருடைய ஆட்களும் கிராமத்தை விட்டு வெளியேறாத வண்ணம் தடை செய்யப்பட்டனர். மூன்று ஆண்டுகளுக்குப் பிறகு இந்த உத்தரவு விலக்கிக் கொள்ளப்பட்டது.

இந்த நேரத்தில் இன்னொரு பிரச்னை உருவாகத் தொடங்கியது. பசுவதை செய்வது சீக்கிய நம்பிக்கைக்கு எதிரானது. பிரிட்டிஷ் அரசு பஞ்சாபின் நிர்வாகப் பொறுப்பைக் கவனித்து வந்தபோது, சீக்கியர்களின் மத நம்பிக்கைகளுக்கு குந்தகம் எதுவும் வந்துவிடக் கூடாது என்று அரசு அதிகாரியாக இருந்த மேஜர் லாரன்ஸ் எச்சரித்திருந் தார். ஆனால் அதையும் மீறி பல இடங்களில் கசாப்புக் கடைகள் திறக்கப்பட்டு மாட்டிறைச்சி விற்கப்பட்டது.

புனித நகரான அமிர்தசரஸிலும், கோவிலுக்குப் போகும் தெருக்கள் ஒன்றில் இதுபோன்று ஒரு கசாப்புக் கடை இருந்தது. இது கண்டு ஆத்திரமடைந்த நாமாத்ரிகளில் சிலர், அந்தக் கடையை அடித்து நொறுக்கி கடையிலிருந்த நான்கு பேரைக் கொன்றுவிட்டனர். இந்தப் படுகொலையை ராம் சிங் கண்டித்து அதற்காக அவரது

ஆதரவாளர்களின் கோபத்தையும் சம்பாதித்துக் கொண்டார். இந்தக் கொலைக்காக ஐந்து நாமாத்ரி ஆதரவாளர்கள் கைது செய்யப்பட்டு தூக்கிலிடப்பட்டனர். ஆனால், அவர்களில் இருவர் இந்தக் கொலையில் சம்பந்தப்படாதவர்கள் என்று கூறி இயக்கத்தினர் ஆர்ப்பாட்டத்தில் ஈடுபட்டனர்.

அப்போது, மலேர்கோட்லா என்ற இடத்தில் பசுக்கள் இறைச்சிக்காகக் கொல்லப்படுவதாக அவர்களுக்குத் தகவல் கிடைத்தது. ஆத்திரத் தோடு அந்த ஊரை நோக்கிச் சென்ற அவர்கள் பெருங்கலவரத்தில் ஈடுபட்டனர். அதைக் கட்டுப்படுத்துவதற்காக அங்கே வந்த அந்த ஊர் நவாபின் வீரர்கள் எட்டு பேரையும் அவர்கள் கொன்றனர். அவர்கள் பக்கமும் உயிரிழப்பு இருந்தது. நிலைமை கட்டுமீறிப் போவதை அறிந்த பிரிட்டிஷ் ராணுவம் களத்தில் இறங்கியது. அறுபத்து எட்டு நாமாத்ரிகள் சிறை பிடிக்கப்பட்டனர். ஜலந்தர் துணை ஆணையராக அப்போது இருந்த கோவன் அவர்கள் அனைவரையும் சுட்டுக்கொல்ல உத்தரவிட்டார்.

மறுநாள் தண்டனை நிறைவேறும் தருணத்தில் அவரது உயர் அதிகாரியும் ஆணையருமான ஃபோர்ஸித் இந்தத் தண்டனையை நிறுத்துமாறு கடைசி நிமிடத்தில் உத்தரவு அனுப்பியும் அதைக் கிடப்பில் போட்டு, எந்த விதமான நீதி விசாரணையும் இல்லாமல் கொடூரமான முறையில் இந்தத் தண்டனையை கோவன் நிறை வேற்றினார். போதாதென்று, நாமாத்ரிகளின் தலைமையகமும் சோதனை போடப்பட்டது. ராம் சிங்கும் அவரது ஆதரவாளர்கள் பன்னிரண்டு பேரும் நாடு கடத்தப்பட்டு பர்மாவுக்கு அனுப்பப் பட்டனர்.

அதற்குப் பின் நாமாத்ரிகள் இயக்கத்தை ராம் சிங்கின் சகோதரர் பௌத் சிங் எடுத்து நடத்தினார். அரசியல் சிக்கல்களில் தலையிடுவதை விட்டுவிட்டு, மத, சமூக இயக்கமாகவே அதை அவரும் அவருக்குப் பின்வந்தவர்களும் வழிநடத்தினர்.

சிங் சபா இயக்கங்கள்

1873ல் ஐந்து சீக்கிய மாணவர்கள் கிறிஸ்தவ மதத்துக்கு மதமாற்றம் செய்யப்பட்டனர். இதைத் தங்கள் மதத்திற்கு எதிராக விடப்பட்ட அறைகூவல் என்று கருதிய சீக்கியர்கள், மதமாற்ற முயற்சிகளைத் தடுப்பதற்கான ஏற்பாடுகளில் இறங்கினர். இதைச் சாக்காக வைத்துக்கொண்டு, சீக்கிய உயர்குடி மக்கள் அம்ரித்ஸர் சிங் சபா என்ற அமைப்பை அதே ஆண்டு உருவாக்கினர். சீக்கிய மதத்தைச் சீர்திருத்துவதே இதன் நோக்கம் என்று கூறப்பட்டது. 'குறிப்பிடத்தக்க

சீக்கியர்கள்' என்று அழைக்கப்பட்ட பிரபுக்களும் நிலச்சுவான்தார்களுமே இதன் உறுப்பினர்களாக இருந்தனர். தங்களுடைய சுய நலமான நோக்கங்களை நிறைவேற்றிக்கொள்வதே இவர்களின் குறிக்கோளாக இருந்தது என்றும், உண்மையான சீக்கியக் கோட்பாடுகளைப் பரப்புவதிலும் சீக்கிய சமூகத்தை நவீனமாக்கி முன்னேற்றுவதிலும் இவர்களுக்கு அக்கறையில்லை என்றும் குற்றச்சாட்டுகள் எழுப்பப்பட்டன. எனவே 1879ம் ஆண்டு இந்தச் சபாவுக்கு மாற்றாக லாகூர் சிங் சபா என்ற ஓர் அமைப்பு சீக்கியப் பல்கலைக்கழகக் கல்வியாளர்களால் உருவாக்கப்பட்டது. பிரிட்டிஷ் அரசும் உடனே இதற்கு அங்கீகாரம் அளித்தது. அதன் போஷகராக இருக்கவும் ஒப்புக்கொண்டது.

சீக்கிய சமூகத்தைச் சீர்திருத்துவதிலும் முன்னேற்றுவதிலும் இறங்கியது லாகூர் சிங் சபா. கிறிஸ்தவர்களைக் காட்டிலும் சீக்கிய உயர்குடியினரே சீக்கிய சமூக முன்னேற்றத்துக்குத் தடையாக இருந்தனர் என்று லாகூர் சிங் சபாவினர் கருதினர். எனவே அம்ரித்ஸர் சிங் சபாவினரைப் போல, கிறிஸ்தவர்களுக்கு எதிரான நடவடிக்கைகளில் இவர்கள் ஈடுபடவில்லை. இவ்வாறு கிறிஸ்தவர்களை ஆதரித்ததால்தான், அரசின் உதவியும் நிதியும் இவர்களுக்குக் கிடைத்தது என்று சொல்வதும் உண்டு. ஆனால் பொதுமக்களிடையே அம்ரித்ஸர் சபாவை விட, லாகூர் சபாவிற்கு ஆதரவு அதிகம் இருந்தது. இதற்கு என்ன காரணம் என்று ஆராய்வோம்.

அதுவரை மதகுருக்களின் பிடியில் இருந்த சீக்கிய சமுதாயத்தில், லாகூர் சிங் சபா ஒரு மறுமலர்ச்சியை ஏற்படுத்தியது. ஒரு பழமை வாய்ந்த சமூகமாக இருந்த சீக்கியர்களை, நவீன கருத்துருவாக்கங்களை ஏற்றுக்கொள்ள வைத்து, புதியதொரு சமூகமாக உருவெடுக்க வைத்தது இந்த இயக்கம். அதுவரை சீக்கிய உயர்குடியினர், சீக்கிய மதத்தை இந்து சமயத்தின் ஒரு நீட்சியாகவே கருதவேண்டும் என்ற கருத்தைக் கொண்டிருந்தது. அம்ரித்ஸர் சிங் சபாவும் இந்த எண்ணத்தை ஆதரித்தது.

ஆனால், ஒரு தனி அடையாளத்தை விரும்பிய சீக்கியர்களுக்கு இது உவப்பாக இல்லை. எனவே சீக்கியர்கள் தனித்தன்மை வாய்ந்தவர்கள், இந்து சமய மக்களில் இருந்து மாறுபட்டவர்கள் என்று பிரச்சாரம் செய்த லாகூர் சிங் சபா இயக்கம் அவர்களுக்கு உவப்பாக இருந்ததில் வியப்பொன்றுமில்லை. பிரித்தாளும் கொள்கையைப் பின்பற்றிய பிரிட்டிஷ் அரசும் இதற்கு ஆதரவாகவே இருந்தது. இது ஒருபுறமிருக்க, சீக்கிய மதகுருக்களும் குருத்வாராக்களுக்கு வழங்கப்பட்ட நிலங்களைத் தமக்கு உடைமையாக்கிக்கொண்டு பெரும்

செல்வந்தர்களாக வளர்ந்திருந்தனர். அதைத் தவிர குருத்வாராக் களுக்கு வழங்கப்பட்ட பணமும் அவர்களுக்கே போய்ச்சேர்ந்தது. ஒரு சாதாரண சீக்கியரால் இந்தப் பகற்கொள்ளையைச் சகிக்க இயல வில்லை. எனவே, இயற்கையாகவே அவர்கள் ஆதரவு குருமார் களுக்கு எதிரான லாகூர் சிங் சபாவின் பக்கம் சென்றது.

லாகூர் சிங் சபாவின் தொண்டர்கள் நாடெங்கும் சென்று தங்கள் கருத்துகளைப் பரப்பி வந்தனர். சமூகத்தின் எல்லாப் படிகளிலும் இருக்கும் சீக்கியர்களுக்கு கல்வியறிவு அளிப்பதில் அவர்கள் கவனம் சென்றது. பள்ளிகள் பல இடங்களில் தொடங்கப்பட்டன. ஆண் களைப் போலவே பெண்களுக்கும் சமமான கல்வியறிவு அளிப்பது அவர்களின் குறிக்கோள்களில் ஒன்று. இதற்கான போதிய ஆதரவும் பிரிட்டிஷ் அரசிடமிருந்து அவர்களுக்குக் கிடைத்தது.

இதற்கு அடுத்த கட்டமாக, அரசியல் ரீதியாகத் தங்களை வலுப் படுத்திக்கொள்ள சீக்கியர்கள் நினைத்தனர். லாகூர் சிங் சபாவால் நிலைநிறுத்தப்பட்ட நவீன கருத்தாக்கங்களும், பிரிட்டிஷ் அரசால் தரப்பட்ட கல்வியறிவும் அவர்களின் இந்த எண்ணங்களுக்குப் பின் புலமாக இருந்தன. ஆனால், அந்தக் காலகட்டத்தில் ஆட்சியதிகாரத் தில் பெருமளவில் இந்துக்களும் இஸ்லாமியர்களும் இடம்பெற்றிருந் தனர். எனவே அவர்களுடன் போராடியே தங்களுக்கான அதிகாரத்தைப் பெறவேண்டிய நிலையில் சீக்கியர்கள் இருந்தனர்.

கால்ஸா திவான்

இந்தத் தருணத்தில் சீஃப் கால்ஸா திவான் என்ற ஒரு அமைப்பை 1902ல் அம்ரித்ஸர் சிங் சபா உருவாக்கியது. சீக்கிய பந்த்களிடையே ஒற்றுமையை உருவாக்குவதே இதன் நோக்கம் என்று அறிவிக்கப் பட்டது. இந்த அமைப்பில் சேர்வதற்கு லாகூர் சிங் சபாவும் ஒப்புக்கொண்டது. சீக்கியக் கல்வியாளர்களையும், அறிவார்ந்த சமூகத்தைச் சேர்ந்தவர்களையும், உயர்பதவிகளில் இருக்கும் சீக்கிய அதிகாரிகளையும், பத்திரிகை ஆசிரியர்களையும் இந்த அமைப்பில் அங்கம் வகிக்கச் சொல்லி அம்ரித்ஸர் சிங் சபா கேட்டுக்கொண்டது.

அமிர்தசரஸ் பொற்கோவில் வளாகத்தில் உள்ள தர்பார் சாகிப்பை தங்கள் தலைமையிடமாகக் கொண்டிருந்த கால்ஸா திவான், லாகூர் சிங் சபாவைப் போலவே கல்வியறிவையும் சமூக முன்னேற்றத்தை யும் சீக்கியர்களிடையே கொண்டு செல்வதில் ஆர்வம் காட்டியது. பள்ளி கல்லூரிகள் போன்ற கல்வி நிறுவனங்களைத் தொடங்கியதைத் தவிர, அனாதை விடுதிகள், ஆதரவற்றோருக்கான இல்லங்கள் ஆகியவற்றையும் இந்த அமைப்பு தொடங்கியது.

இப்படிச் சமூக சீர்திருத்தங்கள் ஒருபுறம் நடைபெற்றுக் கொண்டிருக்கும்போது, மற்றொரு புறம், சீக்கியரல்லாத மஹந்த்களிடமிருந்து குருத்வாராக்களை மீட்கும் போராட்டம் தொடர்ந்து நடைபெற்றுக்கொண்டிருந்தது. இந்தப் போராட்டத்தின் தடைக்கல்லாக இரண்டு விஷயங்கள் இருந்தன.

சீக்கிய உயர்குடியினர், இந்தப் போராட்டத்தில் ஈடுபட்டவர்களைச் சந்தேகத்துடன் பார்த்தனர். போராட்டக்காரர்களின் உண்மையான நோக்கம் குருத்வாராக்களைக் கைப்பற்றுவதோடு, நாளடைவில் தங்களின் அதிகாரத்தையும் கைப்பற்றுவதுதான் என்று அவர்கள் எண்ணியதால், உயர்குடியினரது ஆதரவு போராட்டத்தில் ஈடுபட்டோருக்கு முழுமையாகக் கிடைக்கவில்லை. அதோடு, எந்த ஒரு இயக்கத்தையும் வலிமை பெறச்செய்வது தமக்கே தீங்காக முடியும் என்ற எண்ணத்தில் இருந்த பிரிட்டிஷ் அரசும் இவர்களுக்கு ஆதரவு அளிக்கவில்லை. இருந்த போதிலும், போராட்டக்காரர்கள் தங்கள் முயற்சியை விடாமல் தொடர்ந்து அழுத்தம் கொடுத்தபடி இருந்தனர்.

சீக்கிய சமூகச் சீர்த்திருத்தங்களைச் சட்டமாக்குவது பற்றி அரசிடம் தொடர்ந்து பேச்சுவார்த்தையில் ஈடுபட்ட திவானுக்கு, 1908ம் ஆண்டு ஒரு வெற்றி கிட்டியது. சீக்கியர்களுடைய திருமணத்தைச் சட்ட பூர்வமாக அங்கீகரிக்கும் ஆனந்த கராஜ் மசோதா, அந்த ஆண்டு நிறை வேற்றப்பட்டது. சீக்கிய மதத்தை ஒரு தனி மதமாக அங்கீகரிக்கும் முயற்சியில் இது ஒரு முக்கியமான மைல்கல். இந்தச் சட்டத்தை சீக்கிய உயர்குடியினர் எதிர்த்து வந்தனர் என்பது குறிப்பிடத்தக்கது. இதையடுத்து கிர்பானை பொது இடங்களில் எடுத்து வர அனுமதியளிக்கும் உத்தரவு பிறப்பிக்கப்பட்டது. மேலும், சீக்கியர் களுக்கு அரசு வேலைவாய்ப்பில் 20 சதவிகித இட ஒதுக்கீடு அளிக்கப் பட்டது. பள்ளி, கல்லூரிகளில் சீக்கிய சமூகத்தின் மக்கள் தொகை விகிதாச்சாரப்படி இடங்கள் ஒதுக்கப்பட்டன.

அடுத்ததாக, 1916ம் ஆண்டு பஞ்சாப் காங்கிரஸ் கட்சி, மாகாண சபையில் இந்துக்களுக்கும் இஸ்லாமியர்களுக்கும் தலா 50% ஒதுக்க ஏற்பாடு செய்தது. இரு தரப்பினரும் சீக்கியர்களுக்கு இடம் கொடுக்க மறுத்தனர். இது சீக்கியர்களுக்கு ஆத்திரமூட்டியது. கால்ஸா திவான் அரசிடம் தமக்குப் போதுமான இடம் ஒதுக்கவேண்டும் என்று கூறி பேச்சுவார்த்தையில் ஈடுபட்டது. இதை ஏற்ற அரசு, சீக்கியர்களுக்கு 15 சதவிகித இடம் ஒதுக்கவேண்டும் என்று கூறி 1919ல் உத்தரவிட்டது. இவ்வாறு கால்ஸா திவான் அமைப்பு, சமூக ரீதியாகவும், அரசியல் ரீதியாகவும், பல நன்மைகளை சீக்கியர்களுக்குச் செய்து கொடுத்தது.

ஆனாலும், அதனால் சாதாரண மக்களை எட்ட முடியவில்லை. பொதுமக்களின் பங்களிப்பு அந்த அமைப்பில் இல்லாமல், குறிப்பிட்ட, சமூகத்தின் மேல் மட்டத்தில் உள்ளவர்களால் இயக்கப் படும் அமைப்பாக இருந்தது அந்த அமைப்பை நாளடைவில் வலுவிழக்கச் செய்தது. அரசின் ஓர் அங்கமாகவே அது சாதாரணர் களால் பார்க்கப்பட்டது. தவிர, சீக்கியர்களின் முக்கியக் கோரிக்கை யான, சீக்கிய வழிபாட்டுத்தலங்கள் அவர்களிடமே ஒப்படைக்கப்பட வேண்டும் என்ற லட்சியத்தை அடைய உதவாமல் போனதே கால்ஸா திவானின் பெருந்தோல்வி. இந்தக் காரணங்களால், மக்கள் மத்தியில் அந்த அமைப்பு செல்வாக்கு இழந்து கொண்டு வந்தது.

முதல் உலகப் போரில் சீக்கியர்கள்

இந்தத் தருணத்தில், ஐரோப்பாவில் முதல் உலகப் போர் தொடங்கியது. இந்திய ராணுவத்தில் பங்கு பெற்றிருந்த சீக்கியர்களும் அந்தப் போரில் பிரிட்டிஷ் அரசாங்கத்தால் ஈடுபடுத்தப்பட்டனர். பிரிட்டிஷ் காலனிகளிலேயே அதிகபட்சமாக இந்தியாவிலிருந்து தான் துருப்புகள் சென்றன. இதில் சீக்கியர்கள் மட்டும் கிட்டத்தட்ட 35000 பேர் ஆரம்பத்தில் இருந்தனர். போர் தீவிரமடைந்த பிறகு இந்த எண்ணிக்கை ஒரு லட்சம் துருப்புகளாக உயர்ந்தது.

காலாட்படையில் மட்டுமன்றி, விமானப் படையிலும் சீக்கியர்கள் பங்கு வகித்தனர். போர் ஒருபுறம் தீவிரமாக நடைபெற்றுக் கொண்டிருந்த போதிலும், சீக்கியர்களின் மத நம்பிக்கைக்கும் சடங்கு களுக்கும் பங்கம் வராமல், அவர்கள் தாற்காலிக குருத்வாராக்களை அமைத்துக்கொள்ளவும், சீக்கிய குருக்களின் பிறந்த நாட்களைக் கொண்டாடவும், சீக்கியர்களின் மரபு சார்ந்த ஆயுதங்களை வைத்துக்கொள்ளவும் பிரிட்டிஷார் அனுமதித்தனர். சீக்கியப் படைப்பிரிவுகள் அனைத்திலும் குரு கிரந்த சாஹிப் இருப்பது வழக்கமான ஒன்று.

பிரிட்டிஷ் படையின் சார்பாக, சைப்ரஸ், ஃப்ளாண்டர்ஸ், கல்லிப் பொலி, கிழக்கு ஆப்பிரிக்கா, பாலஸ்தீனம், எகிப்து, மெசபடோமியா ஆகிய இடங்களில் நடைபெற்ற போர்களில் சீக்கியப் படைகள் பங்கேற்றன. அதிகம் அறிமுகமில்லாத இடங்கள், கொள்ளை நோய், விஷவாயுத் தாக்குதல் ஆகிய கடினமான சூழ்நிலைகளுக்கு இடையே, தங்கள் மதநம்பிக்கைப்படி டர்பனை மட்டும் தலைக்கவசமாக வைத்துக்கொண்டு தீரத்துடன் சீக்கியர்கள் போரிட்டனர்.

சீக்கிய லீக்

முதல் உலகப் போர் முடிவுக்கு வந்த நேரத்தில் நாடு முழுவதும் விடுதலைப் போராட்டம் தீவிரத்தை அடைந்திருந்தது. ஒருபுறம் இந்திய தேசிய காங்கிரஸும் மற்றொரு புறம் முஸ்லீம் லீகும் இணைந்து சுதந்தரத்திற்காகப் போராட்டத்தில் ஈடுபட்டு வந்தன. தென்னாப்பிரிக்காவில் இருந்து திரும்பி வந்த காந்தி இந்தப் போராட்டத்திற்குத் தலைமை தாங்கி நடத்தி வந்தார்.

இந்த நிலையில், சீக்கியர்களையும் அந்தப் போராட்ட இயக்கத்தில் இணைப்பதற்காக, 1919ம் ஆண்டு சென்ட்ரல் சீக் லீக் என்ற அமைப்பு தொடங்கப்பட்டது. அதன் தொடக்க விழாவில் காந்திஜியும் கலந்துகொண்டார். கால்ஸா திவான் பிரிட்டிஷ் அரசுக்கு நெருக்கமாக இருந்தது என்பதை ஏற்கெனவே பார்த்தோம். எனவே அந்த அமைப்பு விடுதலைப் போராட்டத்தில் ஈடுபடுவது என்பது கனவிலும் முடியாத ஒன்று. அதற்கு ஒரு மாற்றாக சீக் லீக் செயல்பட்டது.

நாடு ஒரு கட்டத்தில் பிரிட்டிஷாரிடமிருந்து விடுதலை அடைந்து விடும் என்பதை உணர்ந்த சீக்கியர்கள், விடுதலைக்குப் பின் சீக்கியர்களின் நலனைப் பாதுகாக்க வலுவான ஓர் அரசியல் அமைப்பு வேண்டும் என்று உணர்ந்திருந்தனர். சீக்கியர்கள் விடுதலைப் போராட்ட இயக்கத்தில் ஈடுபடவில்லையென்றால், விடுதலைக்குப் பின்னான இந்தியாவில் தங்களுக்கான இடம் இல்லாமல் போய்விடும் என்று அவர்கள் கருதினர். எனவே, சீக் லீகை அவர்கள் ஆதரித்தனர்.

ஆனால், இங்கும் ஒரு பிரச்னை எழுந்தது. காந்தியின் தலைமையை ஏற்று போராட்டத்தில் ஈடுபட்ட சீக் லீகிற்கு நாடு விடுதலை அடைவதுதான் பிரதான நோக்கமாக இருந்தது. ஆனால், சீக்கியர் களோ தங்கள் வழிபாட்டுத் தலங்களைத் தங்களிடம் ஒப்படைக்கும் போராட்டத்திலும் லீக் ஈடுபடவேண்டும் என்று கருதினர். சீக்கியர்கள் சுதந்தரமாக வழிபட முடியாத நிலையில் தேசிய நலனுக்கு ஏன் பாடுபடவேண்டும் என்று சிலர் குரல் எழுப்பினர்.

இங்கே நாம் மீண்டும் நினைவுகொள்ள வேண்டியது, பிரிட்டிஷ் அரசினால், சீக்கியர்களுக்கு பெரும் பாதகம் ஏதும் ஏற்பட்டுவி வில்லை என்பதை. கல்வியறிவு, சமூக முன்னேற்றம், தங்களுக்கான தனி அந்தஸ்து ஆகியவற்றை பிரிட்டிஷாரே பெற்றுத் தந்தனர் என்று அவர்கள் நம்பினர். இதனால், அவர்களை எதிர்ப்பதில் சீக்கியர்கள் பெரிதளவு ஆர்வம் காட்டவில்லை. இந்நிலையில் வழிபாட்டுத்தலங் களை மீட்கும் கோரிக்கையை, நாட்டு விடுதலையைவிட அவர்கள் பிரதானமாகக் கருதியதில் வியப்பேதும் இல்லை.

ஆனால், காந்தி முதலிய தலைவர்களுக்கு இது ஆச்சரியத்தை ஏற்படுத்தியது. நாடு முழுவதும் விடுதலைப் போருக்கான அறை கூவல் விடப்பட்டிருக்கும் நிலையை, விடுதலைக்காக முழுமூச்சில் ஈடுபடவேண்டும் என்பதே காங்கிரஸ் தலைவர்களின் எண்ணமாக இருந்தது. மத சம்பந்தமான தகராறுகளைப் பின்னர் தீர்த்துக் கொள்ளலாம் என்று அவர்கள் எண்ணினர்.

இந்த முரணான கருத்தாக்கங்களுக்கு நடுவே சீக் லீக் சிக்கிக் கொண்டது. தேசியமா, சீக்கிய சமூக நலனா என்ற கேள்விக்குச் சரியான பதில் அவர்களால் அளிக்கமுடியவில்லை. இதனால் தங்களது அடுத்த இயக்கத்தை சீக்கியர்கள் தோற்றுவித்தனர்.

அகாலி லெஹொர் இயக்கம்

அகாலி லெஹொர் இயக்கம், சீக்கியர்களின் வரலாற்றில் பெருமளவில் மக்கள் பங்குகொண்ட முதல் இயக்கமாகும். சீக்கியர்களுடைய மத உரிமைகளை நிலைநிறுத்துவது, குருத்வாராக்களில் நிலவிய ஊழல்களை ஒழிப்பது, குருத்வாராக்களில் இருந்து இந்து மஹந்த்களை வெளியேற்றி அவற்றை சீக்கியர்களுக்கு உரிமையாக்குவது ஆகியவைதான் இந்த இயக்கத்தின் முக்கிய நோக்கங்களாக இருந்தன. இந்தக் கோரிக்கைகளை நிறைவேற்ற அஹிம்சை வழிப் போராட்டங்களில் இந்த இயக்கம் ஈடுபட்டது.

அகாலி லெஹொர் இயக்கத்தின் போராட்டம் தீவிரமாவதைக் கண்ட அரசு, அவர்களது கோரிக்கைகளைப் பரிசீலிக்க குருத்வாரா சீர்திருத்தக் கமிட்டி ஒன்றை அமைத்தது. இதில் சில உயர்குடி சீக்கியர்களும், அரசு அதிகாரிகளும் இடம்பெற்றிருந்தனர். இதற்கிடையில், தங்களது செல்வாக்கு நிலைகுலையத் தொடங்கியதைக் கண்ட கால்ஸா திவான், உடனடியாக எதுவும் செய்யவில்லையென்றால் தங்களது அமைப்பு முற்றிலும் ஒழிக்கப்பட்டுவிடும் என்ற முடிவுக்கு வந்தது. அதன் விளைவாக, 1920ம் ஆண்டு நவம்பர் 15ம் தேதி சிரோன்மணி குருத்வாரா பிரபந்தக் கமிட்டி (எஸ்ஜிபிசி) என்ற அமைப்பை உருவாக்கியது. இதில் சீக்கிய சமூகத்தைச் சார்ந்த பல முக்கியப் பிரமுகர்களையும், அரசு அமைத்த கமிட்டியில் இடம் பெற்றிருந்தவர்களையும் கூட, உறுப்பினர்களாக நியமித்தது கால்ஸா திவான். இதனால் அரசு அமைத்த கமிட்டி செல்லாக் காசாகிவிட்டது.

அடுத்ததாக, செல்வாக்குடன் விளங்கிய அகாலி லெஹொர் இயக்கத்தினரைத் தன்னோடு இணைக்க விரும்பிய பிரபந்தக் கமிட்டி, லெஹொர் இயக்கத்தினரோடு இணைந்து சிரோன்மணி அகாலி தள் என்ற இயக்கத்தை ஏற்படுத்தியது. ஆனால், இதன் தலைமைப்

பொறுப்புகளில் லெஹோர் இயக்கத்தினர் யாரும் அமர்த்தப்பட வில்லை. லெஹோர் இயக்கத்தினருடன் கூட்டணி அமைத்ததன் மூலம், அவர்களுக்குக் கிடைக்கும் வெற்றிகளில் பங்கு கொள்ளலாமென்றும், அதே சமயம், ஏற்படும் பிரச்னைகளுக்கு அவர்களைக் காரணம் காட்டி தப்பிக்கலாம் என்றும் பிரபந்தக் கமிட்டியில் இருந்தவர்கள் நினைத்தார்கள்.

ஆனால், அகாலி லெஹோர் இயக்கத்தினர், சிரோன்மணி குருத்வாரா பிரபந்தக் கமிட்டியை தங்கள் போராட்டத்திற்கான முன்னணியாகப் பயன்படுத்தத் தொடங்கினார்கள். தாங்கள் நடத்தும் போராட்டங்கள் அனைத்தும் எஸ்ஜிபிசியின் ஆதரவுடனே நடைபெறுகின்றன என்று அறிவிக்கப்பட்டது. தம்முடைய வெற்றிகளுக்கும் எஸ்ஜிபிசிதான் காரணகர்த்தா என்று அறிவிக்கவும் தயங்கவில்லை அது. அகாலி லெஹோர் இயக்கத்தைப் பகிரங்கமாக எதிர்க்கமுடியாமல், எஸ்ஜிபிசி அதன் நடவடிக்கைகளுக்கு இயைந்துபோகவேண்டியதாயிற்று.

இருந்தாலும், எஸ்ஜிபிசி, அதைத் தோற்றுவித்த கால்ஸா திவானைப் போல், அரசுக்கு நெருக்கமாக இருந்து, அரசின் சீற்றத்திற்கு இலக்காகாமல், தனது பணிகளை நிறைவேற்றிக்கொள்ள நினைத்தது. ஆனால், அகாலி லெஹோர், எந்தவிதமான சமரசமும் செய்து கொள்ளாமல், சீக்கியர்களின் கோரிக்கைகள் நிறைவேற்றப்பட வேண்டும் என்று அரசுக்கெதிராகப் போராட்டங்களில் ஈடுபட்டது. இவை இரண்டும் துவக்கிய அகாலிதளம் இந்த இரண்டுவிதமான அணுகுமுறைகளுக்கும் இடையில் சிக்கித் தவித்தது.

குருத்வாராக்களை ஒப்படைப்பது தாமதமாகிக்கொண்டே வருவதைக் கண்ட லெஹோர் இயக்கத்தினர், தங்களது போராட்டத்தைத் தீவிரப்படுத்தினர். மதரீதியாக இப்படிப்பட்ட போராட்டங்கள் வலுப்பட்டு வருவதை விரும்பாத அரசு, அந்தப் போராட்டத்தை இரும்புக்கரம் கொண்டு ஒடுக்க நினைத்தது. பொதுக்கூட்டங்களுக்கு அனுமதி மறுக்கப்பட்டது. குருத்வாராக்களின் பொறுப்புகளில் அப்போது இருந்த மஹந்த்களுக்கும் தங்களது ஆதரவைத் தெரிவித்தது. அவர்களுக்கு உதவியாக, குருத்வாராக்களுக்கு பாதுகாப்பு அளிக்கப்பட்டது.

தாங்கள் இதுவரை நண்பர்களாகக் கருதியிருந்த சீக்கியர்கள், தங்களுக்கு எதிராகத் திரும்பியதை பிரிட்டிஷ் அரசு ரசிக்கவில்லை. இந்தப் போராட்டத்தின் மூலம் தங்கள் ஆட்சியின் கீழ் உள்ள பகுதிகளை சீக்கியர்கள் ஆக்கிரமிக்க எண்ணுவதாக அரசு நினைத்தது. ஏராளமான எண்ணிக்கையில் சீக்கியர்கள் கைது செய்து சிறையில் அடைக்கப்பட்டனர். சாதாரணமான காரணங்களுக்குக் கூட அவர்கள்

கைது செய்யப்பட்டனர் என்பது குறிப்பிடத்தக்கது. இதை எதிர்த்து சீக்கியர்கள் பெரும் கிளர்ச்சிகளில் ஈடுபட்டனர். இப்படியாக சீக்கிய ஆங்கில நல்லுறவு ஒரு முடிவுக்கு வந்தது.

ஜாலியன்வாலாபாக் படுகொலை

இதன் உடனடி விளைவு 1919ம் ஆண்டு சரித்திரத்தில் இடம்பெற்ற ஒரு நிகழ்வில் எதிரொலித்தது. அந்த ஆண்டு கொண்டு வரப்பட்ட ரௌலட் சட்டத்திற்கு எதிராக நாடு முழுவதும் கிளர்ச்சிகள் நடைபெற்றன. அதன் தொடர்பாக, சத்ய பால் மற்றும் சைபுதீன் கிட்ச்லூ என்ற இரு அமிர்தசரஸ் தலைவர்களை நாடு கடத்தும்படி பஞ்சாப் ஆளுநராக இருந்த பிரான்ஸிஸ் ஓட்யெர் உத்தரவிட்டார்.

இதை எதிர்த்து பஞ்சாப் முழுவதும் பொது வேலைநிறுத்தத்திற்கு அழைப்பு விடப்பட்டது. அந்த வேலைநிறுத்தப் போராட்டத்தின் போது போராட்டக்காரர்கள் மீது போலீசார் துப்பாக்கிச்சூடு நடத்தியதில் 20 பேர் கொல்லப்பட்டனர். இதனால் ஆத்திரமடைந்த கிளர்ச்சியாளர்கள் அரசு அலுவலகங்களைத் தாக்கினர். இந்தத் தாக்குதலில் ஐந்து ஐரோப்பியர்கள் மரணமடைந்தனர். இதனால் மாகாண அரசாங்கம் கிளர்ச்சியாளர்களை ஒடுக்க ராணுவத்தை உதவிக்கு அழைத்தது.

ஏப்ரல் 11ம் தேதி, ஒரு படைப்பிரிவுடன், பிரிகேடியர் ஜெனரல் ஹாரி டயர் அமிர்தசரஸ் வந்தடைந்தார். அதற்கு அடுத்த நாளே அனைத்துப் பொது கூட்டங்களையும் சட்ட விரோதமானவை என்று அவர் அறிவித்தார். அந்த ஆண்டு பைசாகித் திருவிழா ஏப்ரல் 13ம் தேதி கொண்டாடப்பட்டது. அதன் பொருட்டு, பொற்கோவிலில் ஏராள மான மக்கள் கூடி வழிபாடு நடத்தினர். அதன் பின் அவர்கள் அனைவரும், கோவிலுக்குச் சற்று தூரத்தில் இருந்த ஜாலியன் வாலாபாக் என்ற இடத்தில் தங்கள் தலைவர்கள் சிலரின் உரையைக் கேட்பதற்காக மத்தியான நேரத்தில் ஒன்றுகூடினர்.

ஆண்கள், பெண்கள், குழந்தைகள் உட்பட கிட்டத்தட்ட 20,000 பேர் கூடியிருந்த அந்த இடத்திற்கு ஜெனரல் டயர் தனது படைகளுடன் வந்தார். பொதுக்கூட்டம் 1.30 மணிக்குத் துவங்கியது. கூட்டம் தொடங்கிய ஒரு மணி நேரத்திற்குள், சுற்றிலும் கட்டடங்களால் சூழப்பட்டிருந்த அந்த இடத்தின் வாயில்களை ராணுவம் அடைத்தது. எந்தவித முன்னெச்சரிக்கையும் செய்யாமல் அந்தக் கூட்டத்தின் மீது துப்பாக்கிச்சூடு நடத்தியது.

கிட்டத்தட்ட 1650 ரவுண்டுகள் இந்தத் துப்பாக்கிச் சூடு நடைபெற்றது. இரவு 8 மணிக்குமேல் ஊரடங்கு உத்தரவு அமல்படுத்தப்பட்டதால்,

காயமுற்றோருக்கு சிகிச்சை தரவும் யாரும் முன்வரவில்லை. சுமார் 1000 பேர் இந்தத் தாக்குதலில் கொல்லப்பட்டனர். சீக்கியர்களின் மனதில் இந்தத் துயர சம்பவம் ஆறா வடுவாக மனதில் பதிந்து விட்டது.

இந்தப் படுகொலைக்கு அடுத்து நகர் முழுவதும் ஊரடங்கு உத்தரவு போடப்பட்டது. ஆனால் இதை ஆங்கிலப் பத்திரிக்கைகள் ஆதரித்தன. அவர்கள் 28000 பவுண்டுகளை வசூல் செய்து ஜெனரல் டயரிடம் அளித்தது மட்டுமில்லாமல், பிரிட்டிஷ் சாம்ராஜ்யத்தைக் காத்ததற்காக ஒரு தங்க வாளையும் பரிசாக அளித்தனர்.

அடுத்த நாள், தனது பன்னிரண்டாம் வயதில், ஜாலியன்வாலாபாக் படுகொலை நடந்த இடத்தைப் பார்ப்பதற்காக வந்திருந்தான் ஒரு சிறுவன். அங்கு அவன் கண்ட காட்சிகள் அவன் மனதைப் பெரிதும் பாதித்தன. அப்பாவி மக்கள் மேல் இப்படி ஒரு கொடூரமான வன்முறையை ஏவிய பிரிட்டிஷாரை ஒழிக்க வன்முறையே சரியான வழி என்ற முடிவுக்கு பின்னாளில் வந்த அவன்தான், ஆங்கிலேயருக்கு சிம்ம சொப்பனமாக விளங்கிய பகத் சிங். காந்தியின் அகிம்சைப் போராட்டத்திற்கு நேர்மாறாக பகத் சிங்கும் அவரது கூட்டாளிகளும் பிரிட்டிஷாருக்கு எதிராகப் பல வன்முறைச் சம்பவங்களில் ஈடுபட்டனர். முடிவில் பிரிட்டிஷாரால் சிறைப்பிடிக்கப்பட்டு பகத் சிங், ராஜ்குரு, சுக்தேவ் ஆகிய மூவரும் தூக்கிலிடப்பட்டனர்.

சீக்கிய குருத்வாரா சட்டம்

ஜாலியன் வாலாபாக் படுகொலைகளை அடுத்து, அதுவரை அகிம்சை வழியில் சென்றுகொண்டிருந்த குருத்வாரா மீட்புப் போராட்டமும், வன்முறைச் சம்பவங்களை நோக்கிச் செல்ல ஆரம்பித்தது. அகாலி லெஹெர் இயக்கத்தினர், குருத்வாராக்களை நோக்கி ஊர்வலமாகச் சென்று, வலுக்கட்டாயமாக அவற்றை ஆக்கிரமிக்க ஆரம்பித்தனர்.

1920ம் ஆண்டு தரன் தரன் என்ற இடத்தை நோக்கிச் சென்ற லெஹெர் இயக்கத்தினர், அங்குள்ள குருத்வாராவுக்குள் புக முற்பட்டனர். இதை அங்குள்ள மஹந்த்கள் எதிர்த்தனர். இருவருக்கும் இடையில் கைகலப்பு மூண்டது. இயக்கத்தினர் மீது மஹந்த்கள் துப்பாக்கிச்சூடு நடத்தியதில் இரு சீக்கியர்கள் மாண்டனர். இருந்தாலும், சீக்கியர்கள் அந்த குருத்வாராவைக் கைப்பற்றினர். இந்தத் தகராறில் அரசாங்கம் ஈடுபடாமல் வேடிக்கை பார்த்துக்கொண்டிருந்தது.

இந்த முயற்சியில் அடைந்த வெற்றியைத் தொடர்ந்து பஞ்சாப் முழுவதும் இது போன்ற குருத்வாராக்களை கைப்பற்றும் இயக்கம்

தீவிரமடைந்தது. உச்சகட்டமாக பொற்கோவிலையும் கைப்பற்ற முயற்சிகள் தொடங்கின. இதை அடக்க நினைத்த அரசாங்கம், பொற் கோவில் கஜானாவின் சாவிகளைத் தன் கையில் எடுத்துக்கொண்டு, உள்ளே கடவுளர்களின் சிலைகளை வைக்கவும் மஹந்த்களுக்கு அனுமதியளித்தது.

சீக்கிய மதக் கோட்பாடுகளுக்கு எதிரான இந்தச் செயலை எதிர்த்து போராட்டங்கள் வெடித்தன. நிலைமை கட்டுக்கடங்காமல் போவதைக் கவனித்த பிரிட்டிஷ் அரசு, 1922ம் ஆண்டு ஜனவரி மாதம், பொற்கோவில் சாவிகளை எஸ்ஜிபிசியின் தலைவர் சர்தார் கராக் சிங்கிடம் ஒப்படைத்தது. முடிவில், 1925ம் ஆண்டு ஜூலை 22ம் தேதி சீக்கிய குருத்வாரா சட்டம் நிறைவேற்றப்பட்டது.

இந்தச் சட்டத்தின்படி, ஒவ்வொரு குருத்வாராவும் அதற்கான தனிப்பட்ட நிர்வாகத்தில் இயங்கும் என்று முதலில் அறிவிக்கப் பட்டது. ஆனால், அகாலிகள் இதை ஏற்கவில்லை. முறையான நிர்வாகம் நடைபெற மத்தியக் கட்டுப்பாட்டு அமைப்பு ஒன்று வேண்டும் என்றும், அந்த உரிமை எஸ்ஜிபிசிக்கு வழங்கப்பட வேண்டும் என்றும் அது வலியுறுத்தியது.

இதை ஓரளவுக்கு ஏற்ற பிரிட்டிஷ் அரசு, குருத்வாராக்களின் மீதான அதிகாரப் பகிர்வில் எஸ்ஜிபிசிக்கும் சிறிது இடம் அளித்து சட்டத்தை நிறைவேற்றியது. இதன் மூலம் குருத்வாராக்களின் உரிமை சீக்கியர்களுக்கு முறைப்படி அளிக்கப்பட்டது. மகாத்மா காந்தி சீக்கியர்களுக்கு அனுப்பிய வாழ்த்துச் செய்தியொன்றில், 'இந்திய சுதந்தரத்துக்கெதிரான முதல் முக்கியப் போராட்டம் வெற்றியடைந் தது. வாழ்த்துகள்' என்று குறிப்பிட்டிருந்தார்.

இதை அடுத்து எஸ்ஜிபிசிக்கு நடைபெற்ற தேர்தலில், அகாலி லெஹெர் இயக்கத்தினர் பெருமளவு இடங்களைக் கைப்பற்றினர். ஆட்சிக்கு ஆதரவாகச் செயல்பட்ட எஸ்ஜிபிசியின் பழைய தலைவர் கள் இதன்மூலம் வெளியேற்றப்பட்டனர். அடுத்த கட்டமாக, சிரோன்மணி அகாலி தளத்தின் முக்கியப் பதவிகளையும் லெஹெர் இயக்கத்தினர் கைப்பற்றினர். அதுவரை உயர்குடி மக்களால் நிர்வகிக்கப்பட்டு வந்த இவ்விரு இயக்கங்களும் ஒருவழியாக சாதாரண மக்களின் பிரதிநிதிகளின் கையில் வந்தது. அகாலி லெஹெர் இயக்கமும் கலைக்கப்பட்டு, சீக்கியர்களின் மத, சமூக ரீதியான அதிகாரத்தை எஸ்ஜிபிசியும், அரசியல் நடவடிக்கைகளை அகாலி தளமும் கவனிக்க ஆரம்பித்தன.

குருத்வாரா சட்டத்தில் சீக்கியர்களால் மட்டும் குருத்வாராக்கள் நிர்வாகம் செய்யப்படவேண்டும் என்று குறிப்பிடப்பட்டிருந்ததே

தவிர, சீக்கியர்கள் யார் என்பதைப் பற்றி தெளிவான விளக்கம் தரப்படவில்லை. இதனால், சீக்கியர்கள் அல்லாதவர்களும் தாங்களும் சீக்கியர்கள்தான் என்று கூறி சீக்கிய மத நிறுவனங்களைக் கைப்பற்றும் அபாயம் இருந்தது.

எனவே, நிர்வாகத்தைக் கட்டுக்குள் வைத்திருக்க, சீக்கியர்கள் யார் என்பதைத் தெளிவாக வரையறுக்கவேண்டிய கட்டாயம் அகாலி தளத்திற்கு இருந்தது. இதற்காக 'ரஹித் மர்யாதா' என்ற வழிகாட்டு நூலை அகாலி தளம் தயாரித்தது. இதன் நிறைவு பெற்ற வரைவு 1945ம் ஆண்டு வெளியிடப்பட்டது. இது அம்ரித்தரி சீக்கியர் என்பவர் யார் என்பதன் தெளிவான விளக்கத்தை அளிக்கிறது. சீக்கிய மத நிறுவனங் களின் நிர்வாகப் பதவிகளை வகிக்க யாரெல்லாம் தகுதியானவர்கள் என்பதையும் இது தெளிவாக்குகிறது.

இரண்டாம் உலகப் போர்

முதல் உலகப் போரின்போது சீக்கியர்கள் காட்டிய வீரமும் தியாகமும் பிரிட்டிஷாரைக் கவர்ந்திருந்தன. இதனால், இரண்டாம் உலகப் போர் தொடங்கியபோது, பெருமளவில் சீக்கியர்களை நேச நாடுகளின் படையில் சேர்த்துக்கொள்வதற்கு அவர்கள் அக்கறை காட்டினர். ஆனால் இம்முறை இந்திய சுதந்தரப் போராட்டத்தில் ஈடுபட்டிருந்த வர்களிடமிருந்து இதற்கு எதிர்ப்பு வந்தது. இதைப் பற்றிக் கவலைப் படாமல் வைஸ்ராயாக இருந்த லின்லித்தோ பிரபு, இந்தியாவின் சார்பில் ஜெர்மனியின் மேல் போர் பிரகடனம் செய்தார். இதைக் கண்டித்த காங்கிரஸ் கட்சி, இந்தியர்களை பிரிட்டிஷ் படை அவர்கள் சம்மதம் இல்லாமல் போரில் ஈடுபடுத்துவதை எதிர்த்துப் பல போராட்டங்களை நடத்தியது.

பிற்பாடு, காந்தி 1942ல் வெள்ளையனே வெளியேறு இயக்கத்திற்கு அழைப்பு விடுத்தார். இந்தப் போராட்டத்தை அடக்குமுறை மூலம் பிரிட்டிஷார் ஒடுக்கினர். பல்வேறு நகரங்களில் வன்முறைகள் வெடித்தன. ஆனால் பஞ்சாபில் ராணுவ சேவையில் ஈடுபட்டிருந்த சீக்கியர்களின் பார்வையோ வேறாக இருந்தது. முதலில் உலக அமைதிக்கு எதிராகப் புறப்பட்டிருப்பவர்களை அழித்துவிட்டு பின்னர் இந்தியா விடுதலையைப் பற்றிக் கவனிக்கலாம் என்று அவர்கள் வாதிட்டனர். அதிக அளவில் பிரிட்டிஷ் ராணுவத்திலும் அவர்கள் சேர்ந்தனர்.

உலகப் போர் உச்சத்தில் நடைபெற்றுக் கொண்டிருந்தபோது கிட்டத்தட்ட மூன்று லட்சம் சீக்கிய வீரர்கள் அதில் ஈடுபட்டிருந்தனர். மலேயா, இத்தாலி என்று பல்வேறு போர்முனைகளிலும் சீக்கியர்கள்

தங்கள் வீரத்தைக் காட்டினர். மலேயாவில் மட்டும் சுமார் ஒரு லட்சம் சீக்கியர்கள் பிரிட்டிஷ் படை சார்பாகப் போரிட்டனர். இதில் குறிப்பிடத்தக்கது, இந்தியாவின் கிழக்குப் பகுதியில் ஜப்பானியப் படைகளை எதிர்த்து அவர்கள் போரிட்டதுதான்.

1941ஆம் ஆண்டு டிசம்பர் மாதம் பேர்ல் துறைமுகத்தைத் தாக்கி, போரில் இறங்கிய ஜப்பான், ஆசியாவின் கிழக்குப் பகுதிகள் பலவற்றைச் சிறிது சிறிதாகக் கைப்பற்றிக்கொண்டு தென்கிழக்கு ஆசியாவைத் தாண்டி, இந்தியாவை நோக்கி முன்னேறியது. பர்மாவின் காடுகளில் அவர்களை சீக்கியப் படைப்பிரிவு ஒன்று எதிர்த்து நின்றது.

அந்தப் போரைப் பற்றித் தன்னுடைய புத்தகத்தில் குறிப்பிட்டிருக்கும் கர்னல் பேர்ட்வுட். 'அது ஒரு அதிசயமான காட்சி, முழு நிலவு வானில் ஒளியைப் பொழிந்து கொண்டிருந்தது. காட்டினூடே ஜப்பானியர்கள் கொஞ்சம் கொஞ்சமாக முன்னேறி வந்துகொண்டிருந்தனர். சீக்கியர்கள் தாக்குதலைத் தொடங்காமல் அமைதியாகக் காத்துக்கொண்டிருந்தனர். ஜப்பானியர்கள் அருகில் நெருங்கியதும் 'ஜோ போலே ஜோ நிகால், சத் ஸ்ரீ அகால்' என்ற கூச்சலிட்டுக்கொண்டே ஜப்பானியர்கள் மீது அவர்கள் துப்பாக்கிப் பிரயோகம் செய்யத் துவங்கினார். காடு முழுவதும் இந்தக் கோஷம் எதிரொலித்தது. சீக்கியர்களின் தன்னம்பிக்கை ஈடில்லாதது. விடிவதற்கு முன்பாக ஜப்பானியர்கள் பின்வாங்கத் தொடங்கினர்' என்று கூறியிருக்கிறார்.

இந்தியாவின் கிழக்குப் பகுதியில், இன்னொரு இடத்தில், ஜப்பானியர்கள் பர்மா வழியாகப் போரிட்டுக்கொண்டே நாகாலாந்தைத் தாண்டி கோஹிமாவையும் இம்பாலையும் நெருங்கிவிட்டனர். இவர்களைத் தடுக்க இயலாமல் பிரிட்டிஷ் படை திணறியது. இந்தியப் படையில் சுமார் 2500 பேர் இருந்தனர். ஜப்பானியர்களோ 10,000 பேர் கொண்ட வலுவான படையுடன் வந்திருந்தனர். இரு தரப்புக்கும் கடும் சண்டை நடைபெற்றது.

இந்தியப் படைப்பிரிவின் முன்னிலையில் இருந்த ஒரு சிறு படைக்கு நாயக் நந்த் சிங் என்பவர் தலைமை தாங்கினார். எதிரிகளை நோக்கிச் செல்ல ஒரு குறுகிய வழியே இருந்தது. அதில் பல பதுங்கு குழிகள் இருந்தன. அவற்றிலிருந்து ஜப்பானியர்கள் தாக்குதல்களை நிகழ்த்திக் கொண்டிருந்தார்கள். ஆனால் அதைப் பற்றிக் கவலைப்படாமல், நந்த் சிங் முன்னேறிச் சென்றார். கடுமையான துப்பாக்கிப் பிரயோகத்தை அவர் சந்திக்க வேண்டியிருந்தது. அவரை ஒரு கையெறி குண்டும் தாக்கியது. காயமடைந்த போதிலும் அவர் முன்னேறிச் சென்று பதுங்கு குழிகளை அழித்து அதனுள் இருந்த வீரர்களைக் கொன்றார்.

அதன்பின் அங்கு சென்ற அவரது படை, 37 ஜப்பானியர்களை அழித்தது. தனது வீரச் செயலுக்காக, நாயக் நந்த் சிங் விக்டோரியா கிராஸ் எனும் பிரிட்டிஷ் வீர விருதைப் பெற்றார். இதைப் போலவே பல சீக்கியர்களும் விக்டோரியா கிராஸ் விருதை உலகப் போரின் இறுதியில் பெற்றனர். போரில் தமது உயிர்களைத் தியாகம் செய்த சீக்கியர்களின் நினைவாக, போர் நினைவுச் சின்னங்கள் ஐரோப்பாவின் பல இடங்களில் நிறுவப்பட்டன.

இந்திய விடுதலை

இந்தக் காலகட்டத்தில், நாட்டின் விடுதலைப் போராட்டம் உச்ச கட்டத்தை எட்டியிருந்தது. மகாத்மா காந்தியின் தலைமையில் காங்கிரஸ் இதில் முக்கியப் பங்காற்றி வந்தது. இந்த நிலையில், முகமது அலி ஜின்னா, முஸ்லிம்களுக்குத் தனி நாடு என்ற கோரிக்கையை முன்வைத்தார். முதலில் நிராகரிக்கப்பட்டாலும் சிறிது சிறிதாக இந்தக் கோரிக்கை வலுப்பெற்று வந்தது. இதன் தொடர்பாக, ஆங்காங்கே இந்துக்களுக்கும் முஸ்லீம்களுக்கும் கலவரங்கள் நடைபெற்றன.

1940ம் ஆண்டு லாகூரில் நடைபெற்ற முஸ்லீம் லீக் மாநாட்டில் பாகிஸ்தான் என்ற தனி நாடு வேண்டும் என்ற தீர்மானம் நிறைவேற்றப் பட்டது. முஸ்லீம்கள் மெஜாரிட்டியாக வாழக்கூடிய இடங்களை உள்ளடக்கியதாக இது இருக்கவேண்டும் என்று கூறிய அத்தீர்மானத் தின்படி பாகிஸ்தானில் வடமேற்கு எல்லைப்புற மாகாணம், பஞ்சாப், சிந்த், பலூசிஸ்தான் ஆகிய மேற்கிலிருந்த பகுதிகளும், கிழக்கில் வங்காள மாகாணமும் இருந்தது. பஞ்சாபில் வாழ்ந்துகொண்டிருந்த சீக்கியர்களுக்கு இந்தத் தீர்மானம் பெரும் அதிர்ச்சியை அளித்தது.

இந்தத் தீர்மானத்தை நடைமுறைப்படுத்துவதில் ஏதாவது சந்தேகம் இருந்தால், அதை 1946ல் நடைபெற்ற தேர்தல்கள் தீர்த்துவைத்தன. அந்தத் தேர்தல்களில், சிந்திலும் வங்காளத்திலும் முஸ்லீம் லீக் அதிகப்படியான இடங்களை வென்று ஆட்சியைப் பிடித்தது. பஞ்சாபிலும் அதிகப்படியான இடங்களை (78 இடங்கள்) அது பிடித்த போதிலும் யூனியனிஸ்டுகளும் இஸ்லாமியர் அல்லாதவர்களும் சேர்ந்து கூட்டணி அமைத்ததால், அவர்களுக்கு ஆட்சியதிகாரம் போய் சேர்ந்தது.

இந்தக் கூட்டணி அரசில் 18 யூனியனிஸ்ட் கட்சி உறுப்பினர்கள் (10 இஸ்லாமியர்கள், 8 இந்துக்கள்), 51 காங்கிரஸ் உறுப்பினர்கள், 23 சீக்கியர்கள் அங்கம் வகித்தனர். இந்தக் கூட்டணி அரசுக்கு மாலிக் கிஸ்ர் ஹயாத் தலைமை வகித்தார். அவரும் யூனியனிஸ்ட் கட்சியில்

இருந்த மற்ற இஸ்லாமியர்களும்கூட முஸ்லீம் லீகின் பாகிஸ்தான் கோரிக்கைக்கு ஆதரவாக இருந்தனர் என்பது இங்கு குறிப்பிடத்தக்கது.

இந்தத் தருணத்தில், ஆகஸ்ட் 16, 1946ஐ 'நேரடி நடவடிக்கை' நாளாகக் கொண்டாடப் போவதாக முஸ்லீம் லீக் முடிவெடுத்தது. இது எந்தக் காரணத்திற்காக என்பது சரிவரத் தெரியவில்லை. ஆனால், அதற்கு அடுத்த நாள் பெருமளவில் மதக் கலவரங்கள் கல்கத்தாவில் வெடித்தன. இந்துக்களுக்கும் இஸ்லாமியர்களுக்கும் இடையேதான் இந்தக் கலவரங்கள் தொடங்கின. அச்சமயம் வங்காளத்தில் முஸ்லீம் லீக் ஆட்சி செய்துகொண்டிருந்தது.

கல்கத்தாவில் தொடங்கிய இக்கலவரம், அடுத்ததாக நவகாளிக்கு அக்டோபர் மாதம் பரவியது. அதன்பின் பீகார் மாநிலமும் இக் கலவரத்தைச் சந்தித்தது. இதையடுத்து மதக்கலவரங்கள் மேற்குப் பகுதியில் பரவியபோது, மற்ற பகுதிகளில் சிறுபான்மையினராக இருந்தாலும், கலவரங்களால் பாதிப்படையாத சீக்கியர்கள் இந்தக் கலவரங்களுக்குப் பலியாகத் தொடங்கினர்.

டர்பன்களாலும் தாடிகளாலும் எளிதாக இனங்காணக்கூடிய சீக்கியர் கள் ஹஸாரா, ராவல்பிண்டி, காம்பெல்பூர், மூல்தான் ஆகிய இடங் களில் இஸ்லாமியக் கலவரக்காரர்களால் கொல்லப்பட்டனர். சீக்கிய கிராமங்கள் அழிக்கப்பட்டன. ஆண்கள் கொல்லப்பட்டனர், பெண்கள் மானபங்கப்படுத்தப்பட்டனர். இதன் காரணமாக, இஸ்லாமியர் களிடையே தமக்குப் பாதுகாப்பில்லை என்று சீக்கியர்கள் எண்ண ஆரம்பித்தனர்.

எனவே அகாலி தளம், பாகிஸ்தானில் பஞ்சாப் சேர்க்கப்படுவதற்கு எதிர்ப்பு தெரிவித்தது. அதே சமயம், பாகிஸ்தான் என்ற நாடு உருவாவதற்கு ஒப்புதல் அளிக்கப்படுமானால், சீக்கியர்களுக்கும் தனி நாடு ஒன்று வேண்டும் என்ற கோரிக்கையை முன்வைத்தது. இதை பிரிட்டிஷ் அரசு கண்டுகொள்ளாமல் கிடப்பில் போட்டது.

பிரிட்டிஷ் ஆட்சியின் கீழ், தமது மதம், சமூகம் சார்ந்த விஷயங்களிலேயே கவனத்தைச் செலுத்தி நாட்டின் விடுதலைக்காக அரசியல் ரீதியாக தமது பங்களிப்பை அதிகம் வழங்காததால், காங்கிரஸிலும் முஸ்லீம் லீகிலும் சீக்கியர்களுக்காக வாதிட யாரும் இல்லாமல் போனார்கள். நாட்டின் பிரிவினைக்கான முக்கிய முடிவுகள் எடுக்கப்படும்போது அதனால் பெரும் பாதிப்பைச் சந்திக்க வேண்டியிருந்த சீக்கியர்கள், அதில் பங்கு கொள்ளாமல் வேடிக்கை மட்டும் பார்க்க நேர்ந்தது ஒரு வரலாற்று சோகம்.

இந்திய பாகிஸ்தான் நாடுகள் பிரிக்கப்படும்போது பஞ்சாபும் இரண்டாகப் பிரிக்கப்படும் என்ற திட்டத்தைப் பற்றி ஏற்கெனவே பார்த்தோம். 1946ல் ஏற்படுத்தப்பட்ட காபினட் மிஷன், சீக்கியர்களுக்கு முஸ்லீம் பாகிஸ்தானில் இருந்த பஞ்சாபிலோ அல்லது இந்தியப் பகுதிக்கு வந்த பஞ்சாபிலோ ஒட்டுமொத்தமாகக் குடியேறலாம் என்ற வாய்ப்பினை அளித்தது.

சீக்கியத் தலைவர்களைச் சந்தித்த ஜின்னாவும், சீக்கியர்கள் பாகிஸ்தான் பஞ்சாபில் குடியேறுவதையே தான் விரும்புவதாகவும் அந்த நாட்டில் அவர்களுக்குத் தகுந்த பாதுகாப்பு அளிக்கப்படும் என்றும் அறிவித்தார். ஆனால், அகாலி தலைவர்கள், குறிப்பாக மாஸ்டர் தாரா சிங், மேற்குறிப்பிட்ட காரணங்களால் பாகிஸ்தானில் சீக்கியர்கள் குடியேறுவதை விரும்பவில்லை. இந்தியப் பகுதியிலேயே சீக்கியர்கள் வாழ விரும்புகிறார்கள் என்று அறிவித்தார்.

இந்தியாவுடன் சேர்வது தவிர்க்கமுடியாதது என்று உணர்ந்த சீக்கியர்கள், சர்தார் வல்லபாய் படேலைச் சந்தித்து தங்கள் விருப்பத்தைத் தெரிவித்தனர். அவற்றை ஏற்றுக்கொண்ட படேல், பிரிவினைக்கான காங்கிரஸ் நிபந்தனைகளில் சீக்கியர்களின் கோரிக்கைகளையும் சேர்ப்பதாக உறுதியளித்தார். என்ன காரணத்தாலோ, சீக்கியர்களை பாகிஸ்தான் பஞ்சாபில் வாழச் சம்மதிக்குமாறு வைஸ்ராயான மவுண்ட்பேட்டன் வற்புறுத்தினார். அகாலி தலைவர்களில் ஒருவரான மாஸ்டர் தாரா சிங்கும் காங்கிரஸும் கொடுத்த அழுத்தங்களால் அவர் இந்த வற்புறுத்தலைக் கைவிட்டார். முடிவாக, 1947ம் ஆண்டு ஜூன் 3ம் தேதி நாட்டின் பிரிவினைக்கான திட்டத்தையும், பஞ்சாப் பிரிவினையின் திட்டத்தையும் பிரிட்டிஷார் வெளியிட்டனர்.

பிரிவினையும் போராட்டங்களும்

இந்திய நாடு பிரிவினை செய்யப்பட்டு பாகிஸ்தான் என்ற தனி நாடு முஸ்லீம்களுக்காக உருவாக்கப்படும் என்று முடிவு செய்யப் பட்டாலும், இதற்கான செயல்திட்டம் வகுப்பது அவ்வளவு எளிதாக இல்லை. 1946ல் இந்தியா வந்த காபினட் மிஷனின் பரிந்துரைகள் பெரும்பாலும் ஏற்கப்படவில்லை.

எனவே, மவுண்ட்பேட்டன் பிரபு, திட்டம் ஒன்றை வகுத்து காங்கிரஸிடமும் முஸ்லீம் லீகிடமும் பேச்சுவார்த்தைகள் நடத்தினார். அதன்படி, மக்கள் தொகைக் கணக்கெடுப்பின் படி, மாகாணங்கள் இந்தியாவிலோ அல்லது பாகிஸ்தானிலோ இணையலாம் என்று முடிவெடுக்கப்பட்டது. இதில் விதிவிலக்காக இருந்த இரண்டு மாகாணங்கள் கிழக்கில் வங்காளமும், மேற்கில் பஞ்சாபும்தான்.

வங்காளம் ஏற்கெனவே 1905ல் ஒரு பிரிவினையைச் சந்தித்திருந்தது. முஸ்லீம்கள் மெஜாரிட்டியாக வாழ்ந்த கிழக்கு வங்காளமும், இந்துக்கள் மெஜாரிட்டியாக இருந்த மேற்கு வங்காளமும் கர்சன் பிரபுவால் தனித்தனி மாகாணங்களாகப் பிரிக்கப்பட்டிருந்தன. 1911ல் இவை மீண்டும் ஒன்றுபட்டாலும், நாட்டின் பிரிவினையின் போது மீண்டும் வங்காளம் இரண்டாகப் பிரிக்கப்படவேண்டும் என்ற கோரிக்கை எழுந்தது.

பஞ்சாபைப் பொறுத்தவரை, இந்து, முஸ்லீம் ஆகிய இரண்டு சமூகத்தினரைத் தவிர சீக்கியர்களும் ஒரு குறிப்பிடத்தக்க

எண்ணிக்கையில் இருந்தனர். அவர்கள் நாடு துண்டாடப்படுவதை விரும்பவில்லை என்றபோதிலும், நாம் ஏற்கெனவே பார்த்தபடி, அப்படி ஒரு கட்டாயம் தங்கள்மீது திணிக்கப்பட்டால், தாங்கள் இந்தியாவுடன் இணைய விரும்புவதாகத் தெரிவித்திருந்தனர்.

ஆனால், பஞ்சாபில் எடுக்கப்பட்ட மக்கள் தொகைக் கணக்கெடுப்பின் படி அந்த மாநிலத்தில் முஸ்லீம்கள் மெஜாரிட்டியாக இருந்தனர். எனவே மவுண்ட்பேட்டன் திட்டத்தின்படி அது பாகிஸ்தானுடன் இணைவதாகத்தான் இருந்தது. இந்தத் திட்டத்தை சீக்கியர்கள் கடுமையாக எதிர்த்தனர். ஆனால் காங்கிரஸோ, இந்தியாவுடன் சேர விரும்பாத எந்த மாநிலத்தையும் சேர்த்துக்கொள்ள விரும்பவில்லை என்று தெரிவித்தது. இதைக் கேட்ட சீக்கியர்கள் பெரும் அதிர்ச்சி அடைந்தனர். முஸ்லீம்கள் மெஜாரிட்டியாக இருப்பதால், பஞ்சாப் பாகிஸ்தானுடன் இணைந்துவிடும் என்று அவர்கள் அஞ்சினர்.

இந்தப் பிரச்னையைத் தீர்க்கும் முகமாக, பஞ்சாப் மற்றும் மாகாண சட்டசபைகளைக் கூட்டுவதென்றும், அதில் ஓட்டெடுப்பு நடத்தி அதன்மூலம் மாகாணத்தைப் பிரிவினை செய்யலாமா, வேண்டாமா என்பது பற்றி தீர்மானிக்கலாம் என்றும் முடிவு செய்யப்பட்டது.

பஞ்சாப் சட்டசபை முதலில் முழுவதுமாகக் கூடி ஒரு ஓட்டெடுப்பு நடத்தவேண்டும், அதன்பின், முஸ்லீம்கள் வாழும் பகுதிகளில் உள்ள உறுப்பினர்களும், இந்து/சீக்கியர்கள் வாழும் பகுதியில் உள்ள உறுப்பினர்களும் தனித்தனியாகக் கூடி ஓட்டெடுப்பு நடத்த வேண்டும். இதில் ஏதாவது ஒரு கூட்டத்தில், பிரிவினைக்கு மெஜாரிட்டி ஆதரவு இருந்தால், மாகாணத்தைப் பிரிவினை செய்வதென்று தீர்மானிக்கப்படும் என்றும் கூறப்பட்டது.

இதன்படி, முதலில் கூடிய ஒட்டுமொத்த மாகாண சபை உறுப்பினர்கள், பாகிஸ்தானுடன் பஞ்சாப் இணைவதற்கு தங்கள் ஆதரவைத் தெரிவித்தனர். ஆனால், இந்து/சீக்கிய மக்கள் நிறைந்த கிழக்குப் பஞ்சாப் உறுப்பினர்கள், தங்களுடைய கூட்டத்தில் பிரிவினைக்கு ஆதரவாக ஓட்டளித்ததால், பஞ்சாப் இரண்டாகப் பிரிக்கப்படும் என்ற முடிவு எட்டப்பட்டது.

இந்தக் குழப்பத்தின் இடையே, 1947ஆம் ஆண்டு மார்ச் இரண்டாம் தேதி, பஞ்சாபின் கூட்டணி மந்திரிசபை ராஜினாமா செய்தது. ஆனால், முஸ்லீம் லீகிற்கு போதுமான உறுப்பினர்களின் ஆதரவு இல்லாததால், அதனாலும் ஆட்சியை அமைக்க முடியவில்லை. எனவே ஆளுநரான சர் இவான் ஜென்கின்ஸ் ஆட்சிப்பொறுப்பை ஏற்றுக்கொண்டார்.

இதன்காரணமாக ஆத்திரமடைந்த முஸ்லீம் லீக் ஆதரவாளர்கள், லாகூர் சட்டசபையின் முன்னால் கூடி ‘ரத்த ஆறு ஓடினாலும்,

பாகிஸ்தானை அடைந்தே தீருவோம்' என்று கோஷமிட்டனர். மாஸ்டர் தாரா சிங், தன்னுடைய கிர்பானை உறையிலிருந்து எடுத்து 'பாகிஸ்தான் ஒழிக' என்று கோஷமிட்டார். இதையடுத்து அடுத்த சுற்றுக் கலவரங்கள் மூண்டன. லாகூரிலும் அமிர்தசரஸிலும் இயல்பு வாழ்க்கை கடுமையாகப் பாதிக்கப்பட்டது.

ஆரம்பத்தில் ஜூன் 1948க்கு முன்னால் இந்தியாவுக்கு சுதந்தரம் அளிப்பதாக லேபர் கட்சிக்கு உத்தரவாதம் அளித்து இந்தியாவுக்கு வந்த மவுண்ட்பேட்டன், இந்தியா வந்த மூன்று மாதங்களுக்குள், ஆகஸ்ட் 1947க்குள், சுதந்திரம் அளிப்பதாகக் கால அட்டவணையை மாற்றினார். இந்த அவசரத்திற்குப் பல காரணங்கள் கூறப்பட்டாலும், இதனால் பாதிப்படைந்தது என்னவோ சீக்கியர்கள்தான்.

தவிர, இரண்டாகப் பிரிக்கப்பட்ட பஞ்சாபின் எல்லைக்கோடுகளை வரையறை செய்வதற்காக அவர் அளித்த காலக்கெடு ஐந்து வாரங்கள் மட்டுமே. இந்த எல்லைக்கோட்டை நிர்ணயம் செய்வதற்காக சர் சிரில் ராட்க்ளிஃப் ஜூலை 8ம் தேதி இந்தியா வந்தடைந்தார். இந்திய வரலாற்றின் மிக முக்கியமான பணிகளில் ஒன்றைச் செய்யவேண்டிய அவர், அவசர அவசரமாக எல்லையை நிர்ணயம் செய்ய வேண்டியிருந்தது.

பவுண்டரி கமிஷன் என்று அழைக்கப்பட்ட இந்த எல்லைப்புறங்களை நிர்ணயம் செய்யும் குழுவிற்கு, பஞ்சாபைப் பொருத்த வரையிலும் இஸ்லாமியர்கள் வாழும் பகுதிகளையும், இந்துக்கள் வாழும் பகுதிகளையும் தனித்தனியாகக் கண்டறிந்து அதன் மூலம் எல்லை களை வகுக்க வேண்டும் என்ற அறிவுரை வழங்கப்பட்டிருந்தது. இதை நிறைவேற்றும்போது, மற்ற காரணிகளையும் கணக்கில் எடுத்துக்கொள்ள வேண்டும் என்று அது வலியுறுத்தப்பட்டு இருந்தது. இந்த 'மற்ற காரணிகள்' சீக்கியர்களுக்குச் சற்று ஊக்கம் தந்தன.

அகாலிகளும் இதன் அடிப்படையில் தீர்மானம் ஒன்றை நிறை வேற்றினார்கள். தங்கள் இறையாண்மை மதிக்கப்படவேண்டும் என்றும், கால்வாய்களிலும், கால்வாய்களை ஒட்டியுள்ள குடியிருப்புப் பகுதிகளிலும் போதுமான அளவிற்கு சீக்கியர்களுக்கான பங்கைத் தரவேண்டும் என்றும் அவர்களின் புனிதத்தலங்கள் கிழக்குப் பஞ்சாபில் இருக்குமாறு எல்லைப்புறங்களை வகுக்க வேண்டும் என்றும் அதில் குறிப்பிடப்பட்டிருந்தது.

எல்லைப்புற கமிஷனைச் சந்தித்த அகாலி தலைவர்கள் அதனிடம் பின்வரும் தரவுகளை முன்வைத்தனர். மக்கள்தொகைக் கணக்கெடுப்பில் உள்ள குறைபாடுகள்; இஸ்லாமிய மக்கள்தொகை மாறிக்கொண்டேயிருப்பது; மேற்குப் பஞ்சாபில் உள்ள வளமான

நிலங்கள் அனைத்தும் சீக்கியர்கள் வசம் இருப்பது; சீக்கிய மதத்தைத் தோற்றுவித்தவருடைய பிறப்பிடம் முதல், சீக்கியர்களுடைய வரலாற்று முக்கியத்துவம் வாய்ந்த, புனிதத்தலங்கள் அனைத்தும் மேற்குப் பஞ்சாபில் இருந்தது; தங்களுடைய வரிகள் அனைத்தையும் முறைப்படி சீக்கியர்கள் செலுத்தி வந்தது ஆகியவையே அவை. முடிவில், சீனாப் நதியை இரு பஞ்சாப்களுக்குமான எல்லையாக அறிவிக்குமாறு அவர்கள் கோரிக்கை வைத்தனர். இதன்மூலம் 95% சீக்கியர்கள் இந்தியாவின் பகுதியில் வாழத்தொடங்குவார்கள் என்பது அவர்கள் வாதம்.

ஆனால், இதன் முடிவு என்னவானது என்பது உடனடியாகத் தெரிய வில்லை. ராட்க்ளிஃப் தனது அறிக்கையை ஆகஸ்ட் 9ம் தேதி சமர்ப்பித்தபோது அவர் எந்தெந்த காரணிகளை மனதில் கொண்டு இந்த எல்லைக்கோடுகளை வகுத்தாரோ அந்த விவரங்கள் வெளியிடப்படவில்லை. ஏன், எந்தெந்தப் பகுதிகள் இந்தியாவில் வருகின்றன, எந்தெந்தப் பகுதிகள் பாகிஸ்தானிடம் சென்றன என்ற விவரம்கூட கடைசி நிமிடம் வரை வெளியிடப்படவில்லை. இத்தனைக்கும் அப்போதைய பஞ்சாப் ஆளுநராக இருந்த சர் இவான் ஜென்கின்ஸ் அறிக்கையை உடனடியாக வெளியிடக்கூறி பலமுறை வற்புறுத்தினார். நிலைமை கொந்தளிப்பாக இருப்பதாகவும் எந்த நேரமும் பெரும் வன்முறை ஏற்படக்கூடிய சூழல் இருப்பதாகவும், அதனால் அறிக்கை உடனடியாக வெளியிடப்படவேண்டும் என்றும் டெல்லிக்கு தந்திகள் மூலம் அவர் தகவல் அனுப்பியிருந்தார்.

ஆனால், மவுண்ட்பேட்டன் இதைக் கண்டுகொள்ளவில்லை. வன்முறைச் சம்பவங்கள் நிகழும் என்று தெரிந்திருந்தும், அதனால் ஏற்படக்கூடிய விளைவுகளுக்கு இந்திய, பாகிஸ்தான் அரசுகளைப் பொறுப்பாக்கிவிட்டு அவர் தப்பித்துக்கொண்டார். ஆகஸ்ட் 18ம் தேதி இந்த எல்லைக்கோட்டின் விவரங்கள் தெரியவந்ததும், கால்வாய்க் குடியிருப்புகளும், 150 வரலாற்று முக்கியத்துவம் வாய்ந்த தலங்களும் பாகிஸ்தானின் பக்கம் சென்றிருப்பதை சீக்கியர்கள் கண்டனர். வேறு வழியில்லாமல் இந்தத் தீர்ப்பை அவர்கள் ஏற்றுக்கொள்ள வேண்டியதாயிற்று.

அடுத்ததாக கவனிக்கவேண்டிய பிரச்னை, பாகிஸ்தான் பக்கம் சென்ற பஞ்சாபிலிருந்து சீக்கியர்களை இந்தியப் பகுதிகளில் குடியமர்த்துவது. பிரிவினைக்கான திட்டம் தீட்டப்பட்டவுடன், பாகிஸ்தான் பக்கம் சென்ற பஞ்சாபிலிருந்து, சீக்கியர்களை இந்தியாவில் எப்படி குடியேற்றுவது என்பதற்கான செயல்திட்டமும் தீட்டப்பட்டிருக்க வேண்டும். துரதிருஷ்டவசமாக நாட்டை அவசரமாகப் பிரித்து,

சுதந்தரம் அளித்து வெளியேறுவதில் குறியாக இருந்த பிரிட்டிஷார், குறிப்பாக மவுண்ட்பேட்டன் பிரபு, சீக்கியர்களின் நிலைமையைப் பரிசீலிக்கவில்லை.

மேற்கு பஞ்சாப் பகுதியில் சீக்கியர்கள் பெரும்பாலான விளை நிலங்களுக்குச் சொந்தக்காரர்களாகவும், அதில் வேலை செய்வோராக இஸ்லாமியர்களும் இருந்தனர். இந்துக்கள் பெரும்பாலும் வணிகத்தில் ஈடுபட்டு வந்தனர். வணிகம், லேவாதேவி முறை ஆகியவற்றைப் பற்றி அதிகமாகத் தெரியாததால், விவசாயிகளான சீக்கியர்களை முதலில் வெளியேற்றுவதில் இஸ்லாமியர்கள் குறியாக இருந்தனர். சில நாட்களுக்குள்ளாகவே லட்சக்கணக்கான சீக்கியர்களும் இந்துக்களும் இடம்பெயர்ந்து இந்தியாவின் பக்கம் பயணப்பட்டனர்.

இந்தியா 1947இல் சுதந்திரம் பெற்றதை அடுத்து நடந்த கலவரங்கள் பஞ்சாபின் வரலாற்றில் மறக்க இயலாதவை. எங்கு பார்த்தாலும் கலவரங்கள், குவியல் குவியலாக மக்கள் கொல்லப்படுதல், வீடு வாசல்களை இழந்து மக்கள் அல்லாடுதல் என்று மீண்டும் முகலாயர் காலத்திற்குச் சென்றது போல் இருந்தது.

லாகூரிலும் அமிர்தசரஸிலும் மதக்கலவரம் வெடித்தது. சாலைகள் மூலமும் ரயில்கள் மூலமும் மக்கள் இருபுறமும் இடம்பெயர்ந்தனர். பஞ்சாப். நாடிழந்து வீடிழந்து அகதிகளாக இந்தியா வந்த மேற்கு பஞ்சாபைச் சேர்ந்த சீக்கியர்களை கிழக்கு பஞ்சாபிலிருந்த சீக்கியர்கள் அன்போடு வரவேற்றனர். அவர்களை அன்னியர்களாகக் கருதாமல், விரைவில் அவர்களுடைய மறுவாழ்வுக்குத் தங்களால் ஆன உதவியைச் செய்தனர். மூன்று ஆண்டுகளுக்குள் அகதி முகாம்கள் மூடப்பட்டன. மீண்டுமொரு வீழ்ச்சியிலிருந்து சீக்கியர்கள் மீண்டெழுந்தனர்.

இந்தியாவில் சீக்கியர்களின் எழுச்சி

ஒன்றுபட்ட பஞ்சாப் எங்கும் விரவியிருந்த சீக்கியர்கள், முதல் முறையாக ஒன்றிணைந்து இந்திய பஞ்சாபின் பல பகுதிகளில் ஆதிக்கம் செலுத்தினர். விவசாயத்திலும் தொழில்மயமாக்கலிலும் தங்களது கவனத்தைச் செலுத்தி பஞ்சாப் மாநிலத்தை முன்னேற்றினர். விவசாயத்தைப் பொறுத்தவரை, அரசும் நீர்வளங்களை அதிகரிப்பதிலும், விவசாயத்திற்குத் தேவையான நிதி உதவிகளை அளிப்பதிலும் கவனம் செலுத்தி 'இந்தியாவின் தானியக்களஞ்சியமாக' பஞ்சாப் மாறுவதற்கு உறுதுணையாக நின்றது. சீக்கியர்களும் டிராக்டர்கள், அறுவடை இயந்திரங்கள் போன்ற நவீன இயந்திரங்களின்

துணையுடன் விவசாயத்தில் முன்னேறினர். நாட்டின் பல பாகங்களுக்கு மட்டுமல்லாமல், உலகின் பல பகுதிகளிலும் சீக்கியர்கள் குடியேறினர். அவர்கள்மூலம் கிடைத்த வருமானத்தினால், பஞ்சாப் மேலும் செழிப்படைந்தது.

ஆனால் தொழில்மயமாக்குவதைப் பொறுத்த வரை அரசின் உதவி அதிகம் கிடைக்கவில்லை. அரசுத் துறை நிறுவனங்கள் நாடெங்கும் ஆரம்பிக்கப்பட்டபோது, பஞ்சாபில் ஒரு நிறுவனத்திற்குக்கூட அனுமதி அளிக்கவில்லை. இதைப் பற்றி கேள்விகள் எழுப்பப் பட்டவுடன், பாகிஸ்தானுக்கு மிக அருகில் இருப்பதால், தொழிற் சாலைகளுக்கு ஆபத்து வரக்கூடும் என்ற காரணத்தினால்தான் அங்கே தொழில் ஏதும் தொடங்கப்படவில்லை என்ற பதில் கிடைத்தது.

இது பஞ்சாப் மக்களுக்குத் திருப்தி அளிக்கவில்லை. பாகிஸ்தான் தனது எல்லைப் புறத்தில் பல தொழிற்சாலைகளைத் தொடங்கும் போது இந்தியா ஏன் தொடங்கக் கூடாது என்று கேள்விகளை எழுப்பிக் கொண்டே இருந்தார்கள் அவர்கள். இதற்கான சரியான பதில் அவர் களுக்கு அளிக்கப்படவில்லை. ஆனால் பஞ்சாபில் தொழில்கள் வளரவே இல்லை என்று இதற்கு அர்த்தமல்ல. சிறு குறு தொழில்கள் அங்கு வளர்ந்துதான் வந்தன. குறிப்பாக விவசாயம் சார்ந்த சிறு தொழில்களும், ஆயத்த ஆடை, மிதிவண்டிகள், விளையாட்டுப் பொருட்கள் ஆகியவற்றைத் தயாரிக்கும் தொழில்களும் முன்னேற்றம் அடைந்தன. ஆனால் பெரிய தொழிற்சாலை ஒன்றும் அங்கு உருவாக வில்லை.

இது ஒருபுறமிருக்க சுதந்தர இந்தியாவில் மொழிவாரி மாநிலங்கள் பிரிக்கப்படும் போதும் பஞ்சாபில் சிக்கல்கள் எழுந்தன. சுதந்தரம் அடைந்தபோது, பஞ்சாப் இரண்டாகப் பிரிக்கப்பட்டது என்று பார்த்தோம். இந்தியாவின் வசம் வந்த பஞ்சாப் பகுதியில், பாட்டியாலா, ஜிந்த், நாபா, கபூர்தலா, ஃபரீத்கோட் போன்ற சமஸ்தானங்கள் இருந்தன. இவை எல்லாம் ஒன்றிணைக்கப்பட்டு பாட்டியாலா அண்ட் ஈஸ்ட் பஞ்சாப் ஸ்டேட்ஸ் யூனியன் (PEPSU) என்ற ஒரு மாநிலம் உருவாக்கப்பட்டது. இதைத் தவிர்த்த மற்ற பகுதிகள் எல்லாம் பஞ்சாப் என்றே அழைக்கப்பட்டு வந்தன.

ஒன்றுபட்ட பஞ்சாபின் தலைநகராக இருந்த லாகூர் பாகிஸ்தானிடம் சென்றுவிட்டதால், இந்திய பஞ்சாபிற்குப் புதியதொரு தலைநகரை உருவாக்க நினைத்த அரசு சண்டிகர் என்ற நகரத்தை உருவாக்க முனைந்தது. பஞ்சாபின் இரண்டாவது முக்கிய நகரமாக அமிர்தசரஸ் இருந்தாலும், அது பாகிஸ்தானுக்கு மிக அருகில் இருந்ததால், அதைத் தலைநகராக்க நேரு விரும்பவில்லை என்று கூறப்படுகிறது. லெ

கோப்யூசியே சண்டிகரை ஒரு அழகான நகரமாக, செயற்கையாக ஏற்படுத்தப்பட்ட ஒரு ஏரியின் கரையில் உருவாக்கினார்.

1952ல் நடைபெற்ற பொதுத்தேர்தலின் போது, அகாலி தள் தனது தேர்தல் அறிக்கையில் பஞ்சாபி மொழி பேசுவோர் மெஜாரிட்டியாக உள்ள தனி மாநிலம் ஒன்றை அமைக்கவேண்டும் என்ற கோரிக்கையை எழுப்பியது. ஆனால், அந்தத் தேர்தலில் அகாலி தளம் தோல்வி யடைந்ததை அடுத்து, இந்தக் கோரிக்கை கிடப்பில் போடப்பட்டது. இந்தியாவில் மொழி வாரியாக மாநிலங்கள் பிரிக்கப்பட வேண்டும் என்ற குரல் எழுந்தபோது, அதற்காக அமைக்கப்பட்ட கமிட்டி தமக்கும் ஒரு தனி மாநிலம் வேண்டும் என்ற பஞ்சாபியரின் கோரிக்கையை ஏற்கவில்லை. மாறாக 1956ஆம் ஆண்டு கொண்டு வரப்பட்ட மாநிலங்கள் மறுவரையறைச் சட்டத்தின்படி, பஞ்சாபும் PEPSUவும் ஒன்றிணைக்கப்பட்டு பஞ்சாப் மாநிலமாக உருவாக்கப் பட்டது. இதில் பஞ்சாபி மொழி பேசுகின்ற மக்களும் இந்தி மொழி பேசுகின்ற மக்களும் இருந்ததை சீக்கியர்கள் ஏற்கவில்லை. தங்களுக்கென்று ஒரு தனி மாநிலம் வேண்டும் என்ற போராட்டத்தில் ஈடுபட்டனர்.

சீக்கியர்கள் கோரியதென்னவோ, பஞ்சாப் மொழி மெஜாரிட்டியாக உள்ள மாநிலத்தைதான். ஆனால் இந்தக் கோரிக்கையை ஏற்றால் மீண்டும் மத ரீதியான ஒரு பிளவைச் செய்யவேண்டியிருக்கும் என்பதால் மத்திய அரசு இதை நிராகரித்தது. ஆனால் சீக்கியர்கள் தங்களுக்கு வேண்டியது பஞ்சாபி மொழி பேசும் ஒரு மாநிலமே தவிர சீக்கியர்களுக்குத் தனி மாநிலம் அல்ல என்று வாதிட்டனர். அப்படி அமையும் மாநிலத்தில் மெஜாரிட்டியாக பஞ்சாபி மொழி பேசும் இந்துக்களே இருப்பார்கள் என்பதால் இது மத ரீதியான பிளவு அல்ல என்று அவர்கள் கூறினர். ஆனால் பஞ்சாபில் வாழ்ந்துவந்த இந்தி மொழி பேசும் மக்கள் இந்தப் பிரிவினையை எதிர்த்தனர். அவர்களில் பெரும்பான்மையினர் இந்துக்களாக இருந்ததால், மத ரீதியாகப் பிளவு ஏற்படக்கூடும் என்று அஞ்சிய அரசால் இந்தக் கோரிக்கை ஏற்கப்படவில்லை. சீக்கியர்களும் தங்கள் போராட்டங்களைத் தொடர்ந்தனர்.

1956ம் ஆண்டுத் தேர்தலில் காங்கிரஸ் அகாலி தளம் கூட்டணி அரசு அமைந்தது. மீண்டும் பஞ்சாபி மொழிக்கான தனி மாநிலம் ஒன்றைக் கோரிய அகாலிகள், பஞ்சாப் மாநிலத்திற்கு உள்ளாகவே இரண்டு மொழி வாரியான பிரதேசங்களை அங்கீகரிக்கலாம் என்ற யோசனையை வழங்கியது. ஆனால் இதை இந்தி மொழி பேசுவோர் ஏற்கவில்லை. இதனால் கூட்டணியிலிருந்து அகாலி தளம் விலகிக்கொண்டது.

உட்கட்சிப் பூசலால் 1960ல் அகாலி தள் இரண்டாக உடைந்தது. அகாலி தள் (மாஸ்டர்) என்ற கட்சிக்கு மாஸ்டர் தாரா சிங்கும், அகாலி தள் (சந்த்) என்ற கட்சிக்கு சந்த் பதே சிங் என்பவரும் தலைமை தாங்கினர். பெருமளவு மக்கள் ஆதரவு, குறிப்பாக ஜாட் சமூகத்தின் ஆதரவு சந்த் பிரிவுக்கு இருந்ததைக் கண்ட தாரா சிங், அந்த ஆதரவைத் தம் பக்கம் திருப்ப, சீக்கியர்களின் நன்மைகளுக்காக என்று கூறி பல போராட்டங்களை அறிவித்தார்.

அதுவரை மதத்தையும் குருத்வாராக்களையும் போராட்டங்களில் கலக்காத சீக்கியர்கள், முதல் முறையாகத் தங்களது போராட்டங்களின் தலைமையகத்தை அகால் தக்தில் அமைத்தனர். போராட்டங்கள் தீவிரமடைந்ததைக் கண்ட அப்போதைய பஞ்சாப் முதலமைச்சர் பிரதாப் சிங் கெய்ரோன், மாஸ்டர் தாரா சிங்கைக் கைது செய்து சிறையிலடைத்தார். இது பெரும் புயலைக் கிளப்பியது.

மக்கள் ஆதரவு தாரா சிங்கின் பக்கம் சாய்வதைக் கண்ட சந்த் பதே சிங், தம் பங்குக்கு சாகும் வரை உண்ணாவிரதம் என்ற போராட்டத்தை அறிவித்தார். இதற்குப் பதிலடி கொடுக்கும் விதமாக, தாரா சிங்கைச் சிறையிலிருந்து விடுவிக்குமாறு பிரதாப் சிங் உத்தரவிட்டார். அவர் எதிர்பார்த்தபடியே தாரா சிங்கும் பஞ்சாப் தனிமாநிலக் கோரிக்கையை முன்வைத்து சாகும் வரை உண்ணாவிரதம் இருக்கப்போவதாக அறிவித்தார்.

இதைக் கண்ட பதே சிங் தமது உண்ணாவிரதத்தைக் கைவிட்டார். ஆகஸ்ட் 15, 1961ல் தொடங்கிய தாரா சிங்கின் உண்ணாவிரதப் போராட்டத்திற்கு நேரு அசைந்து கொடுக்கவில்லை. தன் முயற்சிகள் பலனளிக்காததைத் தொடர்ந்து 45 நாட்கள் கழித்து உண்ணாவிரதப் போராட்டத்தை தாரா சிங் முடித்துக்கொண்டார். இதன்மூலம் அவர் பெருத்த அவமானத்தைச் சந்திக்க நேர்ந்தது. சிரோன்மணி குருத்வாரா பிரபந்தக் கமிட்டி அவருக்கு ஐந்து நாட்கள் பொற்கோவிலில் பக்தர்களின் செருப்புகளைத் துடைக்கும் பணி என்ற தண்டனையை விதித்தது. அதை அடுத்து அகாலி தளத்தில் தன் செல்வாக்கை இழந்து தாரா சிங் காணாமல் போனார்.

பதே சிங் அதிகாரத்தை முழுவதுமாகக் கைப்பற்றினார். ஜாட் வகுப்பைச் சேர்ந்த பதே சிங் அகாலி தளத்தின் தலைமைப் பதவியில் அமர்ந்ததை அடுத்து, அகாலிகளின் நிர்வாகப் பதவிகளை ஜாட்கள் ஆக்கிரமிக்க ஆரம்பித்தனர். இதை அடுத்து பஞ்சாபி சுபா இயக்கம் என்கிற, பஞ்சாபி மொழியை ஆட்சிமொழியாகக் கொண்ட தனி மாநிலம் தேவை என்ற போராட்டம் தீவிரமடைந்தது. குருமுகி எழுத்துருவை அடிப்படையாகக் கொண்ட பஞ்சாபி ஆட்சி

மொழியாக மாறவேண்டும் என்பது இந்த இயக்கத்தினரின் முக்கியக் கோரிக்கையாக இருந்தது.

ஒருவழியாக இந்தப் பிரச்னைக்கு முடிவுகண்ட மத்திய அரசு, 1966ஆம் ஆண்டு, பஞ்சாபை இந்தி மொழி பேசப்படும் ஹிமாசலப் பிரதேசம், ஹர்யான்வி மொழி பேசப்படும் ஹரியானா, பஞ்சாபி மொழி பேசப்படும் பஞ்சாப் என்று மூன்றாகப் பிரித்தது. இது சீக்கியர்களுக்கு பெரும் அதிர்ச்சியை அளித்தது.

ஏற்கெனவே தங்கள் வாழிடம் துண்டாடப்பட்ட அதிர்ச்சியிலிருந்து முழுவதுமாக மீளுமுன் மற்றொரு பிரிவினையால் பெரும்பாலான பகுதிகள் தங்களை விட்டுச் சென்றதை அவர்களால் ஜீரணித்துக் கொள்ள முடியவில்லை. அவர்களின் அதிருப்திக்கு முக்கியமான காரணம், பஞ்சாப் மாநிலத்தின் விவசாயச் செழிப்புக்கு முதுகெலும் பாக விளங்கிய ஆறுகளும் அவற்றின் குறுக்கே கட்டப்பட்ட அணை களும் துண்டாடப்பட்டதுதான். தங்களுடைய நீர்வளம் தங்களை விட்டுப் போனதை அவர்களால் ஏற்றுக்கொள்ள முடியவில்லை.

அடுத்த பிரச்னையாக சண்டிகரை யாருக்குத் தருவது என்ற கேள்வி எழுந்தது. 1960ல் நியமிக்கப்பட்ட ஷா கமிஷன், சண்டிகரின் மக்கள் தொகைக் கணக்கெடுப்பை வைத்து, ஹரியானாவுக்கே சண்டிகரைத் தரவேண்டும் என்று பரிந்துரைத்திருந்தது. ஆனால், பஞ்சாபிற்கு என்று கட்டப்பட்ட அந்த நகரைத் தங்களுக்குத் தரவில்லையென்றால் பெரும் போராட்டத்தில் ஈடுபடப்போவதாக அகாலி தள் எச்சரித்தது. உச்சகட்டமாக, அந்தக் கோரிக்கையை வலியுறுத்தி தான் தீக்குளிக்கப் போவதாக பதே சிங அறிவித்தார். அகால் தக்தில் அதற்கான இடமும் தயார் செய்யப்பட்டது.

இதனால் பெரும் நெருக்கடியைச் சந்தித்த பிரதமர் இந்திரா காந்தி, ஷா கமிஷன் பரிந்துரையை மாற்றி, சண்டிகரைப் பஞ்சாபிற்குத் தருவதாக அறிவித்தார். அதற்கு ஈடாக, அபோஹர், பஸில்கா என்ற இந்தி பேசக்கூடிய மக்கள் அதிகம் வாழும் பகுதிகளை ஹரியானாவுக்குத் தரும்படி உத்தரவிட்டார். ஆனால், பருத்தி வளம் அதிகமாக உள்ள இந்த இரு பகுதிகளை மாற்றித் தருவதற்கு அகாலிகள் ஒத்துக்கொள்ளவில்லை. எனவே இந்த உத்தரவு அமல்படுத்தப் படாமல் அப்படியே முடங்கிப்போனது. இன்றுவரை இதற்குத் தீர்வு காண முடியவில்லை.

இதன்பின் ஐந்து ஆண்டுகாலத்துக்கு பஞ்சாப் பெரும் அரசியல் குழப்பத்தைச் சந்தித்தது. காங்கிரஸும் அகாலி தளமும் மாறி மாறி ஆட்சி புரிந்தன. இடையில் இரண்டு முறை குடியரசுத்தலைவர் ஆட்சி அமல்படுத்தப்பட்டது.

1972ல் பாகிஸ்தானுடன் நடந்த போரில் கிடைத்த வெற்றி காரணமாக இந்திரா காந்தியின் புகழ் உச்சத்தை எட்டியது. இதனைத் தொடர்ந்து 1972இல் நடந்த தேர்தலில் அகாலி தள் தோற்கடிக்கப்பட்டு மாநிலத்தின் ஆட்சியை காங்கிரஸ் கைப்பற்றியது. பஞ்சாப் முதலமைச்சராக நியமிக்கப்பட்ட ஜெயில் சிங், சீக்கியர்களைக் கவரும் விதத்தில் பல திட்டங்களை அறிவித்தார்.

இதனால், தங்களின் அடையாளத்தை இழந்துவிடுவோம் என்று அஞ்சிய அகாலி தளம், தங்களைச் சுயபரிசோதனை செய்துகொள்ளத் தீர்மானித்து, தோல்விக்கான காரணங்களை ஆராயவும், அகாலி தளத்தினரின் செல்வாக்கை அதிகரிக்கும் வழிகளைக் கண்டறியவும் பன்னிரண்டு பேர் கொண்ட ஒரு குழுவை அமைத்தது.

இந்தக் குழு, சீக்கியர்களின் புண்ணியத்தலங்களில் ஒன்றான அனந்தபூர் சாகிப் என்ற இடத்தில் 1973ம் ஆண்டு நடைபெற்ற மாநாட்டில், பல தீர்மானங்களை முன்மொழிந்தது. 1973 அனந்தபூர் சாகிப் தீர்மானம் என்று அழைக்கப்பட்ட இந்தத் தீர்மானத்தில் பின்வரும் முக்கியக் கோரிக்கைகள் எழுப்பப்பட்டிருந்தன :

- சீக்கியர்களுக்கான தன்னாட்சிப் பிரதேசம் ஒன்றை உருவாக்க வேண்டும்.
- ராணுவத்தில் எப்போதும் போல சீக்கியர்களுக்கு இட ஒதுக்கீடு அளிக்கவேண்டும்.
- அகில இந்திய குருத்வாரா சட்டம் ஒன்றை நிறைவேற்றி அதன் மூலம் நாடு முழுவதிலும் உள்ள குருத்வாராக்களை எஸ்ஜிபிசியின் கீழ் கொண்டுவரவேண்டும்.
- குற்றப் பின்னணி இல்லாத சீக்கியர்கள் அனைவருக்கும், பெண்கள் உட்பட, ஆயுதங்களை உரிமம் ஏதும் இல்லாமல் அளிக்கவேண்டும்.
- சீக்கியர்களுக்கு அரசியல் ரீதியாக தனிப்பட்ட அதிகாரங்கள் அளிக்கப்படவேண்டும்.

இந்த அனந்தபூர் சாகிப் தீர்மானத்திற்கு நாடு முழுவதும் பலத்த எதிர்ப்பு கிளம்பியது. நாட்டைத் துண்டாடுவதற்கே அது வழி வகுக்கும் என்று காங்கிரசாரும் மற்ற தேசிய கட்சிகளும் வாதிட்டனர். தாங்கள் விரும்புவது மாநில சுயாட்சியைத் தான், நாட்டின் பிரிவினையை அல்ல என்று அகாலிகள் கூறினர்.

அடுத்ததாக, ஜாட் சமூகத்தினர் அதிகமாக உள்ள அகாலிகள், விவசாயத்தைக் கருத்தில் கொண்டே இந்தத் தீர்மானங்களை

நிறைவேற்றியிருக்கிறார்கள் என்றும், வணிகர்களை அவர்கள் புறக்கணித்துவிட்டார்கள் என்றும் எதிர்ப்புகள் எழுந்தன. அதுவரை நடந்த தேர்தல்களில் ஒன்றில்கூட அகாலிதளத்திற்கு 50% மேல் வாக்குகள் கிடைக்கவில்லை என்பது குறிப்பிடத்தக்கது. அவர்கள் ஆட்சியில் இருந்த பெரும்பாலான சமயங்களில் கூட்டணி ஆட்சியில் தான் இருந்தனர் என்பதும் நினைவில் கொள்ள வேண்டிய விஷயமாகும். இதற்கான முக்கிய காரணம், சீக்கியர்களுக்குள் ஒரு குறிப்பிட்ட சமூகத்தினால் மட்டுமே அவர்கள் ஆதரிக்கப்பட்டு வந்ததுதான்.

1975ஆம் ஆண்டு அவசர நிலைப் பிரகடனம் செய்யப்பட்டவுடன் அகாலிகள் அதைக் கடுமையாக எதிர்த்தனர். ஹர்சந்த் சிங் லோங்கோவாலின் தலைமையில் கிட்டத்தட்ட 40,000 அகாலி தள தொண்டர்கள் கைது செய்யப்பட்டு சிறை வைக்கப்பட்டனர். அடுத்ததாக நடைபெற்ற 1975ஆம் ஆண்டுப் பொதுத் தேர்தலில் இந்திரா காந்தி தோல்வி அடைந்தார். அதன்பின் ஏற்பட்ட ஜனதா கூட்டணி ஆட்சியில் அகாலி தளமும் அங்கம் வகித்தது.

மாநிலத்திலும் நாடு முழுவதும் வீசிய காங்கிரஸ் எதிர்ப்பு அலையின் மூலமாக அகாலி தளம் ஆட்சியைப் பிடித்திருந்தது. ஆனால் தங்களால் கொண்டுவரப்பட்ட கமிட்டியின் பரிந்துரைகளான 1973 அனந்தபூர் சாகிப் தீர்மானத்தை நடைமுறைக்குக் கொண்டுவர அந்தக் கட்சி தயங்கியது. மாறாக 1978ல் அனந்தபூர் சாகிப்பில் நடைபெற்ற மாநாட்டின் போது, மற்றுமொரு தீர்மானத்தைக் கொண்டுவந்தது. அதில் இடம்பெற்ற கோரிக்கைகள் :

- 1950ல் கொண்டுவரப்பட்ட அரசியல் சட்டம் சீக்கியர்களுக்கு போதுமான நீதியை வழங்கவில்லை. இது உடனே சரிசெய்யப்பட வேண்டும்.
- பஞ்சாப் மாநிலத்தோடு ஹரியானா, ஹிமாசலப் பிரதேசம், ராஜஸ்தான் ஆகிய மாநிலங்களின் சில பகுதிகளை ஒன்றிணைத்து ஒரு புதிய மாநிலம் ஒன்றை சீக்கியர்களுக்காக உருவாக்க வேண்டும். அதற்குத் தலைநகராக சண்டிகர் இருக்கவேண்டும்.
- பஞ்சாப் மாநிலத்திற்கு மேலும் அதிகாரப் பகிர்வு செய்து மாநில சுயாட்சியை அமல்படுத்தவேண்டும்.
- பஞ்சாப் மாநிலத்தில் ஓடுகின்ற ஆறுகளின் உற்பத்திப் பகுதிகள் அனைத்தும் மாநிலத்தின் கட்டுப்பாட்டுக்குள் கொண்டுவரப்பட வேண்டும்.
- பத்து வருடங்களுக்குள் வேலையில்லாத் திண்டாட்டம் ஒழிக்கப்பட்டு, ஏழை எளியவர்களுக்குப் புதிய வேலை

வாய்ப்புகள் வழங்கப்பட்டு, பணக்காரர்களுக்கு அதிக வரிவிதிப்பு செய்யப்பட்டு சமத்துவ சமுதாயம் உருவாக்கப்பட வேண்டும்.

- பஞ்சாப் மாநிலத்தின் அண்டை மாநிலங்களில் பஞ்சாபி மொழி இரண்டாம் அரசு மொழிக்கான அந்தஸ்தைப் பெறவேண்டும்

மேற்சொல்லப்பட்ட கோரிக்கைகள் பல யதார்த்தத்திற்கு ஒத்து வராதவை என்பதை சீக்கியர்கள் உணர்ந்தனர். இதனைத் தொடர்ந்து அகாலி தளத்தின் தலைவரான லோங்கோவால், இதில் சில திருத்தங்களைக் கொண்டுவந்து அரசால் ஏற்கக்கூடிய வடிவம் ஒன்றைத் தர முனைந்தார்.

இந்தத் திருத்தப்பட்ட வடிவத்தில் மாநில சுயாட்சி அதிகமாக வற்புறுத்தப்பட்டிருந்தது. தவிர, சீக்கியர்களுக்கு இழைக்கப்பட்ட கொடுமைகளை ஆராய்ந்து அவற்றைச் சரி செய்ய குழு ஒன்றை அமைக்குமாறும், சண்டிகரைப் பஞ்சாபிற்கே ஒப்படைக்குமாறும் வலியுறுத்தப்பட்டிருந்தது. மற்ற கோரிக்கைகள் கிட்டத்தட்ட முந்தைய வடிவத்தை ஒட்டியே அமைந்திருந்தன. ஆனால், இந்தக் கோரிக்கைகளும் விவாதிக்கப்பட்டு முன்னெடுத்துச் செல்லப்பட வில்லை. இத்தனைக்கும் மத்திய அரசுக் கூட்டணியில் அகாலிதளம் தொடர்ந்துகொண்டிருந்தது. அதற்குப் பின் கூட்டணி ஆட்சியில் ஏற்பட்ட குளறுபடிகள், மத்திய அரசு கவிழ்ந்து 1980இல் நடந்த பொதுத் தேர்தலில் இந்திரா காந்தி வெற்றி அடைந்து மீண்டும் ஆட்சியைப் பிடித்தார்.

அதேபோல, 1980ம் ஆண்டு நடைபெற்ற சட்டசபைத் தேர்தலில் வெற்றிபெற்ற காங்கிரஸ் பஞ்சாப் மாநில ஆட்சியைக் கைப்பற்றியது. எதிர்கட்சியாக மாறிய அகாலி தளம் தனது போராட்டங்களை மீண்டும் துவக்கியது. இந்தக் காலகட்டத்தில், நாடுமுழுவதும் இருந்ததைப் போலவே வேலையில்லாத் திண்டாட்டம் பஞ்சாபிலும் தலைவிரித் தாடியது. போதுமான விளைச்சலும் தொழில் வளர்ச்சியும் இல்லாத தால், சீக்கிய இளைஞர்கள் வழிதவறி நடப்பதற்கான சூழல் நிலவியது.

1982ல் டெல்லியில் நடைபெற்ற ஆசிய விளையாட்டுப் போட்டிகளில் குழப்பம் விளைவிக்கப்போவதாக போராட்டம் ஒன்றை அகாலிகள் அறிவித்தனர். இதற்குப் பதிலடியாக, ஹரியானா பஞ்சாப் எல்லையை சீல் வைத்த அரசு, எம்பிக்கள், ராணுவ வீரர்கள் என்று யாரையும் விட்டு வைக்காமல், அனைத்து சீக்கியர்களையும் சோதனைக்குப் பின்பே நகருக்குள் அனுமதித்தது. இது சீக்கியர்களின் ஆத்திரத்தை இன்னும்

அதிகமாக்கியது. நாட்டின் இரண்டாந்தரக் குடிமக்களாக தாங்கள் நடத்தப்படுகிறோம் என்று அவர்களிடையே நிலவிய அதிருப்தியைச் சிலர் பயன்படுத்திக்கொண்டு அதை மேலும் விசிறிவிட்டனர். சீக்கியர்களுக்காக காலிஸ்தான் என்ற தனி நாடு வேண்டும் என்ற கோரிக்கை உருவாக்கப்பட்டு, வெளிநாடுகளில் இருந்த சீக்கியர்களிடம் நிதி திரட்டப்பட்டது.

பிந்தரன்வாலே

இந்தியா சுதந்திரம் அடைந்த வருடமான 1947ல் ரோடே என்ற கிராமத்தில் பிறந்தவர் ஜர்னெயில் சிங் பிந்தரன்வாலே. தனது இளவயதில் பள்ளிக்குச் செல்லாது, பொழுதைப் பெரும்பாலும் குருத்வாராக்களிலேயே கழித்த பிந்தரன்வாலே, அந்த வயதிலேயே குரு கிரந்த சாகிப்பை முழுவதுமாக ஒப்புவிக்கும் திறனைப் பெற்றிருந்தார். மதத்தில் அவருக்கு இருந்த ஆர்வத்தைக் கண்ட அவரது தந்தை அவரை டம்டமி தக்ஸல் என்ற பள்ளியில் சேர்த்தார்.

தக்ஸல் என்பது சீக்கிய மத சம்பந்தமான போதனைகளைப் பற்றிப் படிக்கும் இடமாகும். டம்டமி தக்ஸல், பிரபலமான தக்ஸல்களில் ஒன்று. சீக்கியர்களின் முக்கியத் தலைவர்களின் ஒருவரான பாபா தீப் சிங்கால் உருவாக்கப்பட்டது. ஆப்கானியரான அகமத் ஷா அப்தாலி, பஞ்சாபின்மேல் படையெடுத்தபோது, பொற்கோவிலின் புனிதத்தைக் காக்க தன் உயிரைத் தியாகம் செய்தவர் பாபா தீப் சிங்.

பிந்தரன்வாலே விரைவிலேயே அங்குள்ள சிறந்த மாணவர்களில் ஒருவராக உருவெடுத்தார். அதனால் பின்னாளில் அந்த தக்ஸலுக்குத் தலைவராக, 1977ம் ஆண்டு, சந்த் என்ற பட்டத்துடன் உயரவும் செய்தார்.

டம்டமி தக்ஸல் சீக்கியர்களின் பழமை வாய்ந்த மரபைக் கடுமையாகக் கடைப்பிடிக்கக்கூடிய தரப்பைச் சார்ந்தது. மதத்தில் நவீனத்தன்மையைப் புகுத்துவதைக் கண்டிக்கக்கூடியது. அதை ஒட்டி

பிந்தரன்வாலேயும் அதே போன்று மரபு சார்ந்த மத நம்பிக்கைகளைக் கடைப்பிடிப்பவராக இருந்தார். அதேசமயம், தன்னுடைய ஆளுமையாலும், பேச்சுத்திறனாலும் சீக்கியர்களிடையே மிகவும் மதிக்கப்படுபவராக அவர் உருவெடுத்தார்.

அச்சமயம் பஞ்சாபில் முதல்வராக காங்கிரஸ் கட்சியைச் சேர்ந்த ஜெயில் சிங் இருந்தார். எதிர்க்கட்சியாக அகாலி தளம் இருந்தது. சீக்கியர்களின் தலைவர்களின் வரிசையில் மூவர் முக்கிய இடங்களைப் பிடித்திருந்தனர். அகாலிகளின் தலைவர்களான பிரகாஷ் சிங் பாதல் மற்றும் ஹர்சந்த் சிங் லோங்கோவால், சிரோன்மணி குருத்வாரா பிரபந்தக் கமிட்டியின் தலைவரான குருசரண் சிங் தோரா ஆகியோர்தான் அவர்கள்.

1977ம் ஆண்டு நடந்த பொதுத் தேர்தலில், ஜெயில் சிங்கின் தலைமையிலான காங்கிரஸ் தோல்வியுற்று அகாலிதள் ஆட்சியைப் பிடித்தது. பாதல் முதலமைச்சரானார். மத, சமூக ரீதியில் மட்டு மல்லாது பஞ்சாப் அரசியலிலும் பாதல், லோங்கோவால், தோரா ஆகியோர் முக்கிய இடத்திற்கு வந்தனர். இதனால் மனம் நொந்திருந்த ஜெயில் சிங்கை பிந்தரன்வாலே சந்தித்தார். அகாலித் தலைவர்கள் மூவரையும் பிரித்து அவர்களை வலுவிழக்கச் செய்து, தானே சீக்கியர்களின் தலைவராக உருவெடுக்கத் திட்டமிருப்பதாகவும், அதன்மூலம் காங்கிரஸ் மீண்டும் பதவியில் அமர உதவி புரிவதாகவும் கூறினார். இந்த விசித்திரமான யோசனையைக் கேட்ட ஜெயில் சிங் அவரது முயற்சிகளுக்கு தன்னாலான ஆதரவை அளிப்பதாக உறுதியளித்தார்.

இதை அடுத்து தள் கால்ஸா என்ற புதிய இயக்கம் ஒன்றை பிந்தரன்வாலே தோற்றுவித்தார். இந்த இயக்கம் அவரால் உருவாக்கப்பட்டதல்ல என்று கூறுவோரும் உண்டு. ஆனால், பிந்தரன்வாலேயின் ஆதரவு இந்த இயக்கத்திற்கு இருந்தது என்பதில் எந்தவிதமான சந்தேகமும் இல்லை.

நிரங்காரிகளுடன் மோதல்

அடிப்படையான மத சம்பந்தமான கோட்பாடுகளில் இருந்த வேறுபாடுகளால், நிரங்காரிப் பிரிவுக்கும் மரபுசார்ந்த சீக்கியர் களுக்கும் உரசல்கள் இருந்துவந்தன. 1978ம் ஆண்டின் பைசாகி தினத்தில் அமிர்தசரஸில் நிரங்காரிகளின் கூட்டம் ஒன்றுக்கு அகாலி அரசு அனுமதியளித்தது. நிரங்காரிகளை சீக்கியர்களாக அங்கீகரிக்காத தள் கால்ஸா இதை ஏற்கவில்லை. கூட்டம் நடைபெற்ற இடத்திற்கு பிந்தரன்வாலே தன் ஆதரவாளர்களுடன் சென்றார். அகில இந்திய

சீக்கிய மாணவர் படை என்ற அமைப்பும் அவர்களோடு இணைந்து கொண்டது. அங்கே அவர்கள் நிரங்காரிகளுக்கு எதிராகக் கோஷ மிட்டனர். இதனால் இரு பிரிவினருக்கும் இடையில் தகராறு மூண்டது. வாக்குவாதம் முற்றி ஒரு கட்டத்தில் ஃபௌஜா சிங் என்ற பிந்தரன்வாலேயின் ஆதரவாளர் கத்தியை உருவிக்கொண்டு நிரங்காரி களின் குருவான பாபா குர்பசன் சிங்கை நோக்கிப் பாய்ந்தார். உடனே, குருவின் பாதுகாவலர்களில் ஒருவர் ஃபௌஜா சிங்கை தன் துப்பாக்கி யால் சுட்டுக்கொன்றார். அதை அடுத்து ஏற்பட்ட கலவரத்தில் பிந்தரவன்வாலேயின் தரப்பில் பன்னிரண்டு பேரும், நிரங்காரிகளில் மூவரும் உயிரிழந்தனர்.

நிரங்காரிகளில் பலர் கைது செய்யப்பட்டாலும், நீதிமன்றத்தில் இது தொடர்பாக தொடரப்பட்ட வழக்கில், தற்காப்புக்காகவே தள் கால்ஸா ஆதரவாளர்களைக் கொலை செய்ய நேரிட்டது என்று நிரங்காரிகள் வாதிட்டனர். அதை ஏற்று நீதிமன்றம் அவர்களை விடுவித்தது. இதனால் ஆத்திரமடைந்த பிந்தரன்வாலே நிரங்காரி களைக் கொன்றவர்களைத் தியாகிகள் என்றும், தம்முடைய தரப்பில் உயிரிழந்தவர்களுக்கு பழிக்குப் பழி வாங்குவேன் என்றும் சபதம் செய்தார்.

அகாலி அரசு உறுதியான முடிவு எடுத்து நிலைமையைக் கட்டுக்குள் கொண்டுவராமல் வேடிக்கை பார்த்துக்கொண்டிருந்தது. மத்திய அரசோ, இந்தச் சிக்கலைத் தீர்க்கும் பொறுப்பை அகாலிகளிடமே விட்டுவிட்டது. யாருமே நிலைமையைச் சீர்செய்ய முன்வராததால் தைரியமடைந்த பிந்தரன்வாலே, தனது இயக்கத்தை மேலும் வலுப்படுத்தினார். வேலையில்லாத் திண்டாட்டத்தால் பாதிக்கப் பட்டிருந்த இளைஞர்களைத் தன்னுடன் சேர்த்துக்கொண்டார். துப்பாக்கிகளைத் தாங்கி சுதந்திரமாக அவர்கள் உலவினர்.

டெல்லியில் 1980ம் ஆண்டு ஏப்ரல் மாதம் 24ம் தேதி, நிரங்காரிகளின் குருவான பாபா குர்பசன் சிங் படுகொலை செய்யப்பட்டார். இதற்கு பிந்தரன்வாலேயின் ஆதரவாளர்கள்தான் காரணம் என்பது வெள்ளிடை மலை. பாய் ரஞ்சித் சிங் மற்றும் பாய் கபால் சிங் ஆகிய இருவர் இந்தப் படுகொலை தொடர்பாகக் கைது செய்யப்பட்டு 16 ஆண்டுகள் சிறைத்தண்டனை பெற்றனர். இதையடுத்து பல நிரங்காரி ஆதரவாளர்கள் பஞ்சாப் மாநிலம் முழுவதும் வேட்டையாடப் பட்டனர்.

இந்தச் செயல்களுக்கு எதிராக நடவடிக்கை ஏதும் எடுக்கப்படாததால் மேலும் துணிச்சலடைந்த பிந்தரன்வாலேயின் இயக்கத்தினர், அகாலி தலைவர்களையும் காங்கிரஸ் எதிர்ப்பாளர்களையும் கொலை செய்ய

ஆரம்பித்தனர். இந்தக் கொலைகளைத் தடுக்க ஏதும் செய்யாத அரசை எதிர்த்து நடுநிலையாளர்களும் பத்திரிகையாளர்களும் குரல் கொடுக்க ஆரம்பித்தனர். குறிப்பாக, ஜலந்தரிலிருந்து வந்துகொண்டிருந்த நிரங்காரிகளின் ஆதரவு நாளிதழான ஹிந்த் சமாசார் பிந்தரன்வாலேயைக் கண்டித்து பல கட்டுரைகளை வெளியிட்டது. அதற்கான விலையையும் அவர்கள் சீக்கிரமே தரவேண்டி வந்தது. அந்தப் பத்திரிகையின் ஆசிரியரான லாலா ஜகத் நாராயண், 1981ம் ஆண்டு செப்டெம்பர் மாதம் சுட்டுக்கொல்லப்பட்டார்.

இந்தக் கொலையில் பிந்தரன்வாலே சம்பந்தப்பட்டிருப்பதாகக் கூறி அவர்மீது அரெஸ்ட் வாரண்ட் ஒன்று பிறப்பிக்கப்பட்டது. செய்தியைக் கேள்விப்பட்ட பிந்தரன்வாலே பம்பாய்க்குத் தப்பி ஓடினார். அங்கிருந்து தன் ஆதரவாளர்கள் உதவியுடன் பஞ்சாப் திரும்பி, மேதா சவுக்கில் இருந்த குருத்வாராவுக்குள் தஞ்சம் புகுந்தார். போலீஸ் படை அந்த இடத்தைச் சுற்றி வளைத்தது. பிந்தரன்வாலேயின் ஆயிரக்கணக்கான ஆதரவாளர்களும் அங்கே திரண்டனர்.

மோதல் ஏற்படும் சூழ்நிலை உருவாவதை உணர்ந்த அப்போதைய காங்கிரஸ் முதலமைச்சர் தர்பாரா சிங், ராணுவத்தை வரவழைக்கக் கோரிக்கை விடுத்தார். ஒரு மதத் தலத்துக்குச் சென்று தாக்குதலில் ஈடுபட விரும்பாத மத்திய அரசு பிந்தரன்வாலேயோடு பேச்சு வார்த்தையில் இறங்கியது. முடிவில், தமது ஆதரவாளர்களுக்கு ஓர் அறிக்கை ஒன்றை வெளியிட்டுவிட்டு பிந்தரன்வாலே சரணடைந்தார். அந்த அறிக்கையில் தமது கைதுக்குப் பின்னர் வன்முறையில் ஈடுபடவேண்டாம் என்று கேட்டுக்கொண்டிருந்தார்.

ஆனால் அதற்கு நேர்மாறாக, அவர் கைதானதை எதிர்த்து பெரும் கலவரம் வெடித்தது. பல அப்பாவி மக்களின் உயிர்கள் பலியாயின. ரயில்கள் கவிழ்க்கப்பட்டன. ஸ்ரீநகரில் இருந்து டெல்லி வந்த இந்தியன் ஏர்லைன்ஸ் விமானம் லாகூருக்குக் கடத்தப்பட்டது. இப்படி சட்டம் ஒழுங்கு மொத்தமும் சீர்குலைந்து பஞ்சாப் தத்தளித்தது.

இதற்கிடையில், 1981 அக்டோபர் மாதம் 14ம் தேதி, அப்போது மத்திய உள்துறை அமைச்சராக இருந்த கியானி ஜெயில் சிங், லாலா ஜகத் நாராயண் கொலை வழக்கில் பிந்தரன்வாலேக்கு இருந்ததாகக் கூறப்படும் தொடர்புகளுக்கு போதுமான ஆதாரங்கள் இல்லை யென்பதால், அவர் விடுதலை செய்யப்படுகிறார் என்று அறிவித்தார். ஆனால், இந்த விடுதலை காரணமாக பஞ்சாப் வன்முறைகளுக்கு ஒரு முடிவு கட்டப்படும் என்ற அரசின் கனவு பொய்த்துப்போனது. தனது தந்தையின் கொலைக்குக் காரணமான பிந்தரன்வாலேயை எதிர்த்து

பல கட்டுரைகளை வெளியிட்ட ஜகத் நாராயணின் மகனும் அடுத்த ஒரு வருடத்திற்குள் கொல்லப்பட்டார்.

முன்பு ஒரு குருத்வாராவில் தஞ்சமடைந்த போது, அரசு தம்மை அங்கு கைது செய்யத் தயங்கியதைப் பயன்படுத்திக்கொள்ள நினைத்த பிந்தரன்வாலே, பஞ்சாப் மாநிலம் முழுவதுமுள்ள குருத்வாராக் களைத் தமது ஆதரவாளர்களைக் கொண்டு நிரப்பினார். தாமும் தமது ஆதரவாளர்களுடன் பொற்கோவில் வளாகத்தில் உள்ள குரு நானக் நிவாஸில் குடிபுகுந்தார்.

சிரோன்மணி குருத்வாரா பிரபந்தக் கமிட்டியின் தலைவர் தோராவும், அகாலி தளத் தலைவர் லோங்கோவாலும்கூட அதே இடத்தில்தான் வசித்தனர் என்பது குறிப்பிடத்தக்கது. குருநானக் நிவாஸின் பெரும்பாலான அறைகளை பிந்தரன்வாலேயின் ஆதரவாளர்கள் ஆக்கிரமித்திருந்தனர். அவர்கள் பயன்படுத்திய ஆயுதங்களும் பல அறைகளில் பதுக்கிவைக்கப்பட்டிருந்தன.

அடுத்தபடியாக 1983ம் ஆண்டு ஏப்ரல் மாதம் பஞ்சாப் போலீஸின் டிஐஜியாக இருந்த அவ்தார் சிங் அட்வால் பொற்கோவிலில் வழிபாடு செய்துவிட்டுத் திரும்பும்போது வளாகத்தில் உள்ளேயே கொல்லப் பட்டார்.

தமக்கு நம்பத்தகுந்த வட்டாரங்களில் இருந்து கிடைத்ததாக, இதற்கான பின்னணியைத் தமது புத்தகத்தில் விவரித்த பஞ்சாபில் பணிபுரிந்த ராணுவ வீரரான பிரிகேடியர் ஓங்கார் சிங் கோரயா, பிந்தரன்வாலேயை எப்படியாவது ஒழித்துக்கட்டுவதற்காக இரு சப் இன்ஸ்பெக்டர்களை பொற்கோவில் வளாகத்திற்குள் சாதாரண உடைகளில் அட்வால் அனுப்பியதாகக் கூறுகிறார்.

அவர்கள் எப்படியோ பிந்தரன்வாலேயின் ஆதரவாளர்களுக்கு நெருக்கமாகி, அவர் தங்கியிருந்த குருநானக் நிவாஸில் தங்குவதற்காக ஓர் அறையையும் பிடித்துக்கொண்டனர். ஆனால் அவர்களின் நடவடிக்கைகளில் சந்தேகம் அடைந்த பிந்தரன்வாலே, அவர்கள் காதுபட தாம் மேத்தா சௌக்கிற்குச் செல்வதாக தகவல் ஒன்றைக் கசியவிட்டார். அதன்படியே அவர் ஒரு ஜீப்பில் ஏறி பொற்கோவிலை விட்டுப் புறப்பட்டார். அதைக் கண்ட எஸ் ஐக்கள் இருவரும் அதைத் தலைமையகத்திற்குத் தெரிவித்தனர். அதன்படி, அட்வால் அந்த ஜீப்பை வழிமறிக்கத் தயாராக நடுவழியில் காத்திருந்தார். ஆனால் பிந்தரன்வாலே சிறிது தூரம் கழித்து ஜீப்பை நிறுத்தி இறங்கி ரகசியமாக பொற்கோவிலுக்குத் திரும்பிவிட்டார். அந்த ஜீப் மீது அட்வால் தாக்குதல் நடத்தியும் பலன் இல்லாமல் போனது.

இதையடுத்து அந்த இரு துணை ஆய்வாளர்களும் பிந்தரன்வாலேயின் முன்னால் நிறுத்தப்பட்டனர். தங்களுக்கு எதுவும் தெரியாது என்று அவர்கள் சாதித்தாலும் அவர்களை நம்பாத பிந்தரன்வாலே, தங்களை உண்மையானவர்கள் என்று நிரூபிக்க அட்வாலைக் கொலை செய்யும் பணியை அவர்களிடமே ஒப்படைத்ததாகக் கூறப்படுகிறது. எப்படியிருந்தாலும் போலீஸ் படையில் முக்கிய அதிகாரி ஒருவர் பொற்கோவிலின் உள்ளேயே கொலை செய்யப்பட்டது அதிர்ச்சி அலைகளை ஏற்படுத்தியது.

அடுத்ததாக 1983ம் ஆண்டு அக்டோபர் 5ம் தேதி பேருந்து ஒன்று வழிமறிக்கப்பட்டு அதிலிருந்த சீக்கிய மதத்தைச் சாராத ஆறு பேர் சுட்டுக் கொல்லப்பட்டனர். இவ்வாறு சட்டம் ஒழுங்கு மொத்தமாகக் குலைந்ததை அடுத்து தர்பாரா சிங் தலைமையிலான பஞ்சாப் அரசு டிஸ்மிஸ் செய்யப்பட்டு குடியரசுத்தலைவர் ஆட்சி அமல்படுத்தப்பட்டது.

வன்முறைச் சம்பவங்கள் நிகழ்ந்தபடி இருந்தாலும், பிந்தரன் வாலேயின் மதிப்பு சீக்கியர்களிடையே உயர்ந்தது. பஞ்சாபின் மூலை முடுக்கெல்லாம் சென்ற அவர், எப்படி சீக்கியர்களுக்கு இந்திய அரசாங்கம் அநீதி இழைக்கிறது என்பதைப் பற்றிப் பொதுக் கூட்டங்களில் உரையாற்றினார். ஒன்றுமில்லாத சம்பவங்களைக் கூட சீக்கியர்களுக்கு பெரும் கொடுமை இழைக்கப்பட்ட சம்பவங்களாகத் திரித்து மக்களிடத்தில் கொண்டு சேர்த்தார்.

'இந்து ஆதரவு' இந்திய அரசாங்கத்திலிருந்து விடுபட்டு சீக்கியர்களுக்கான தனிநாடு உருவாக்குவதே தனது லட்சியம் என்று அவர் அறைகூவல் விடுத்தார். இந்துக்களுக்கும் சீக்கியர்களுக்கும் மத ரீதியான பிளவை ஏற்படுத்துவதே அவர் நோக்கமாக இருந்தது. இயல்பாகவே பேச்சுத்திறன் மிகுந்த அவரது ஆளுமையால் கவரப்பட்ட பல இளைஞர்கள் அவரது இயக்கத்தில் சேர்ந்தனர். இத்தனைக்கும் படிப்பறிவு அதிகமில்லாத அவர், சாதாரண மக்கள் பேசும் பேச்சிலேயே தமது உரைகளை நிகழ்த்தினார். அவரது பேச்சுக்கள் அடங்கிய ஒலிநாடாக்கள் எல்லா இடங்களிலும் கிடைத்தன. வலிமைமிக்க இந்திய அரசாங்கத்தை 'தனியொருவராக நின்று எதிர்த்து நிற்கும்' அவரது புகழ் பஞ்சாப் எங்கும் பரவியது.

தனிப்பட்ட முறையில் ஊழல் ஏதும் செய்யாமலும், தமக்கென்று சொத்து சேர்க்காமல் எளிய வாழ்க்கை வாழ்பவராகவும் இருந்ததால் அவரால் சமூகத்தில் எல்லாப் படிகளிலும் இருந்தவர்களைக் கவர முடிந்தது. பலர் அவரை பதினொன்றாவது சீக்கிய குருவாகக் கொண்டாடினார்கள்.

அதற்கேற்றார்போல் மதரீதியாகவும் அவர் பல கட்டுப்பாடுகளைத் தமது ஆதரவாளர்களுக்கு விதித்தார். தாடியை வெட்டக்கூடாது, புகை, மது போன்ற போதைப்பழக்கங்கள் அறவே கூடாது என்பதெல்லாம் அவர் விதித்த கட்டுப்பாடுகள். வழக்கமாக வைத்திருக்கும் கிர்பானுடன், ஒரு கைத்துப்பாக்கியையோ, துப்பாக்கியையோ வைத்திருக்குமாறும் அவர் இயக்கத்தினருக்கு வலியுறுத்தினார்.

'பிந்தரன்வாலே சந்த் சிபாஹி, ஜிஸ் நே சூடே கௌம் ஜகாயீ' (புனிதரும் வீரருமான பிந்தரன்வாலே தூக்கத்திலிருந்து சமூகத்தை எழுப்பினார்) என்பது போன்ற அவர் புகழ் பாடும் பாடல்கள் மாநிலமெங்கும் பரவின. அவருக்கு தெய்வீகத் தோற்றம் இருப்பதாக வும் அவர் முகத்தில் ஒரு ஒளி தெரிகிறது என்றெல்லாம் கதைகள் கூறப்பட்டன.

இந்தப் பின்னணியில் தன்னுடைய மத ரீதியான, வெறுப்பு கலந்த உரைகளை ஆற்றிக்கொண்டும், வன்முறைகளைச் சம்பவங்களைத் தூண்டிக்கொண்டும் பிந்தரன்வாலே தன் நடவடிக்கைகளைத் தொடர்ந்தார். இதை அரசு சரியான முறையில் கட்டுப்படுத்தாமல், தெளிவற்ற நடவடிக்கைகளை எடுத்தது. இது அவரை மேலும் பிரபலமாக்கியது. 'என்னை உயர்த்த நான் மேற்கொண்ட வழிகளை விட, அரசாங்கம் செய்த முயற்சிகள்தான் அதிகம்' என்று ஒருமுறை அவரே நக்கலடித்தார்.

இந்த நிலையில் தமது கோரிக்கைகளை மீண்டும் வலியுறுத்தி, அகாலி தளம் போராட்டம் ஒன்றை அறிவித்தது. அந்தக் கிளர்ச்சிக்கு தமது முழு ஆதரவையும் பிந்தரன்வாலே வழங்கினார். தினப்படி பொற்கோவிலில் வழிபாடுகளை முடித்து ஏராளமானோர் 'ராஜ் கரேகா கால்ஸா' (கால்ஸாவே அரசாளும்) என்ற கோஷத்துடன் கைதானார்கள். சிறைச்சாலைகள் நிரம்பி வழிந்ததால், குறிப்பிட்ட இடைவெளிகளில் இவர்களை விடுவிக்க வேண்டிய கட்டாயம் போலீசாருக்கு ஏற்பட்டது.

சட்டம் ஒழுங்கு முற்றிலுமாகச் சீர்குலைந்த நிலையில், பஞ்சாபில் படுகொலைகள் அதிகரித்தன. இந்துக்கள் மட்டுமல்லாமல், பிந்தரன் வாலேயை எதிர்த்த சீக்கியர்களும் கொல்லப்பட்டனர். பொற்கோவில் வளாகத்திலும் இந்தக் கொலைகள் நிகழ்ந்தன. பொற்கோவிலுக்குப் பின்னால் இருந்த சாக்கடையில் பிணங்கள் மிதப்பது வழக்கமாகிப் போனது.

இங்கே நினைவு கொள்ளவேண்டிய ஒரு விஷயம் சீக்கியர்கள் அனைவரும் பிந்தரன்வாலேயின் வழிமுறைகளை ஆதரிக்கவில்லை

என்பதுதான். தவிர பிந்தரன்வாலேயை ஆதரிக்காத மற்ற தீவிரவாத இயக்கங்களும் இருந்தன. அவற்றில் ஒன்றான பப்பர் கால்ஸா என்ற இயக்கம், பல பிரச்னைகளில் அகாலி தளத்திற்கு அதன் ஆதரவைத் தெரிவித்து வந்தது. அதைப் பயன்படுத்தி, அந்த இயக்கத்தின் ஒரு குழு குருநானக் நிவாஸில் குடியேறியது.

மாறுபட்ட கொள்கையுடைய இரு இயக்கங்களுக்கு இடையே மோதல் ஏற்படக்கூடிய சூழல் உருவாவதை பிந்தரன்வாலே உணர்ந்தார். தவிர எந்த நேரமும் போலீஸ் அங்கு நுழைந்து தம்மைக் கைது செய்யலாம் என்றும் அவர் எதிர்பார்த்தார். இந்தக் காரணங் களால், தோராவை அணுகி, தம்மை அகால் தக்தில் குடியேற அனுமதிக்குமாறு நெருக்கடி கொடுத்தார். புனிதமான அகால் தக்தில் தம்மை நெருங்க அரசு அஞ்சும் என்று அவருக்குத் தெரிந்திருந்தது.

அகால் தக்த்துக்கு ஏதாவது நேர்ந்தால் அதன்மூலம் ஒட்டுமொத்த சீக்கிய சமூகத்தின் எதிர்ப்பையும் அரசு சம்பாதிக்கக்கூடிய நிலையில் இருப்பதால், அது போன்ற ஒரு நடவடிக்கையை எடுக்காது என்று அவர் எண்ணினார். இந்தக் கோரிக்கையைக் கேட்டுத் தடுமாறிய தோரா, வலுவான பிந்தரன்வாலேயை எதிர்க்க அஞ்சி அதற்குச் சம்மதித்தார். அதன் மூலம், மற்ற இரு அகாலி தலைவர்களைவிட தமது செல்வாக்கை அதிகரித்துக்கொள்ளலாம் என்றும் அவர் கருதினார்.

ஆனால் அகாலி தளத்தின் தலைவரான லோங்கோவால் இதற்குச் சம்மதிக்கவில்லை. இந்தக் கோரிக்கையைக் கைவிட்டுவிடுமாறு பிந்தரன்வாலேயை அவர் வற்புறுத்தினார். ஆனால் பிந்தரன்வாலே அதற்குச் செவிசாய்க்கவில்லை. அகால் தக்த்தின் தலைமைப் பூஜாரியான கிர்பால் சிங்கும் இதை எதிர்த்தார். புனித குரு கிரந்த சாகிப் தரைத் தளத்தில் இருப்பதால், அதன் மேலே, மேல் தளத்தில் பிந்தரன்வாலே குடியிருப்பது, புனித நூலை அவமானப் படுத்துவதற்குச் சமம் என்று அவர் வாதிட்டார். மற்ற பூஜாரிகளும் இந்தக் கருத்துக்கு ஆதரவு தெரிவித்து பிந்தரன்வாலேயை எதிர்த்தனர். ஆனால், அவர்கள் அனைவரையும் கூண்டோடு ‘அனுப்பிவிடுவதாக’ பிந்தரன்வாலே மிரட்டினார். ஆயுதபாணியான அவரையும் அவர் இயக்கத்தினரையும் எதிர்க்க முடியாமல் அவர்கள் பணிய வேண்டியதாயிற்று.

அகால் தக்த்திற்குள் நுழைவதற்கு முன்னால், ஒவ்வொரு சீக்கியரும் தம்முடைய ஆயுதங்களை வெளியே வைத்துவிட்டுச் செல்லும் நடைமுறை குரு கோவிந்த் சிங்கின் காலத்திலிருந்து கடைப்பிடிக்கப் பட்டு வந்தது. இந்த வழக்கத்தையும் மீறிய பிந்தரன்வாலே தாமும்

தமது ஆதரவாளர்களும் தாங்கியிருக்கும் ஆயுதங்களைத் தவிர பெருமளவில் துப்பாக்கிகளையும் வெடிமருந்துகளையும் உள்ளே கொண்டுவந்தார்.

அகால் தக்திற்குக் குடிபுகுந்தவுடன் பிந்தரன்வாலேயின் நடவடிக்கைகள் மேலும் தீவிரமடைந்தன. இந்துக்களை இழிவுபடுத்தியும், சீக்கிய இந்து ஒற்றுமையைக் குலைக்கும் கருத்துக்களை மையப்படுத்தியும் அவர் தமது உரைகளை லங்கார் எனப்படும் பொற்கோவில் சமையலறை வளாகத்திலிருந்து நிகழ்த்தினார். இதன்மூலம் இந்துக்கள் பஞ்சாபிலிருந்து அஞ்சி ஓட்டம் பிடிக்கும் நிலை ஏற்படும் என்றும் அது பெரும் மோதல்களை மாநிலத்தில் ஏற்படுத்தும் என்றும், அந்தக் குழம்பிய குட்டையில் தாம் மேலும் மீன்பிடிக்கலாம் என்றும் எதிர்பார்த்தார். இதற்கு ஏற்றார்போல் இந்து சமூக மக்களில் செல்வந்தர்களும் அமிர்தசரஸில் பெரிய தொழில் நிறுவனங்களையும் கடைகளையும் நடத்திய பலர் டெல்லி போன்ற நகரங்களுக்குக் குடிபுகுந்தனர்.

இப்படி நிலைமையை மேலும் மேலும் தீவிரமாக்கிக்கொண்டு போன பிந்தரன்வாலே 1984ம் ஆண்டு பொற்கோவில் வளாகத்தில் காலிஸ்தான் கொடியை ஏற்றினார். இதைக் கண்டு அதிர்ச்சி அடைந்தாலும், எதிர்த்து ஏதும் செய்ய இயலாமல், கையாலாகாத நிலையில் போலீஸ் இருந்தது. இதை எதிர்த்த லோங்கோவாலையும் பிந்தரன்வாலே சட்டை செய்யவில்லை. அவருடைய அதிகாரம் அதிகமாகிக்கொண்டே வந்ததை உணர்ந்த லோங்கோவாலும் ஏதும் செய்ய முடியாமல் ஒதுங்கிவிட்டார்.

இதற்கிடையில் பிந்தரன்வாலேயின் இயக்கத்தில், ராணுவத்திலிருந்து நீக்கப்பட்ட பல சீக்கிய அதிகாரிகள் இணைந்தனர். கோவிலுக்குள் பழுதடைந்த பகுதிகளைச் சீர் செய்ய கர் சேவா என்ற பெயரில் கட்டடவேலைகள் நடப்பது வழக்கம். அவற்றுக்காக மணல், ஜல்லி, சிமெண்ட் போன்றவை வண்டிகளில் எடுத்துச் செல்லப்படும். தவிர, லங்காரில் உணவு சமைப்பதற்காக மளிகைச் சாமான்களும் காய்கறிகளும் வண்டிகளில் செல்லும். இந்த வண்டிகளில் மறைவாக ஆயுதங்கள் கடத்தப்பட்டன. மாதக்கணக்கில் நடைபெற்ற இந்தக் கடத்தலை போலீசார் வேடிக்கை பார்த்தனர். தடுத்தால் மதரீதியான எதிர்ப்புகளைச் சந்திக்கவேண்டியிருக்கும் என்பதால் போலீஸ் இந்த வாகனங்களை வழிமறித்துச் சோதனை செய்வதைத் தவிர்த்து வந்தது.

தம்முடன் சேர்ந்த ஷேபாக் சிங் போன்ற முன்னாள் ராணுவ அதிகாரிகளின் உதவியுடன், ஆயுதங்களின் துணை கொண்டு ராணுவக்

கோட்டையைப் போல் பொற்கோவிலை பிந்தரன்வாலே மாற்றினார். துப்பாக்கி ஏந்திய பிந்தரன்வாலே இயக்கத்தினர் கோவில் கொத்தளங் களிலும் முக்கிய இடங்களிலும் காவல் காத்தனர்.

இதைத்தவிர பல்வேறு தகராறுகளைத் தீர்க்கும் கட்டப் பஞ்சாயத்து களையும் அவர் அங்கே நடத்தினார். ஒப்புக்கொண்டபடி பணம் செலுத்தாதது, மின்கட்டணம் ஒழுங்காகச் செலுத்தாதது போன்ற சில்லறைத் தகராறுகள்கூட அவரிடத்தில் வந்தன. ஏன், பல குடும்பத் தகராறுகளைக் கூட அவர் தீர்த்துவைத்தார்.

இந்த வழக்குகளுக்கு மத்தியஸ்தம் செய்ய, வழக்கின் தீவிரத்தைப் பொறுத்துக் கட்டணம் விதிக்கப்பட்டது. வழக்குகளுக்கான தீர்ப்பு களைச் சொன்ன பிந்தரன்வாலே அந்தத் தீர்ப்பின்படி தேவையான நடவடிக்கைகளை எடுக்குமாறு சம்பந்தப்பட்ட போலீஸ் அதிகாரி களுக்கு தமது இயக்கத்தினர் மூலம் உத்தரவு இடுவது வழக்கம். இந்த உத்தரவுகளை மதிக்காத அதிகாரிகள் கொல்லப்பட்டனர். எனவே இந்தத் தீர்ப்புகளுக்கு மாறாக நடக்க பொதுமக்களும் போலீஸ் அதிகாரிகளும் அஞ்சினர்.

ஒருபுறம் நிலைமை இப்படி சீர்கெட்டு வரும்போதும், மத்திய அரசு அவர்களுடன் தொடர்ந்து பேச்சுவார்த்தை நடத்தியது. சீக்கியர்களின் முக்கியக் கோரிக்கைகள் பின்வருமாறு.

- சண்டிகரை பஞ்சாபின் தலைநகராக அறிவிப்பது. அபோகர், பஸில்கா ஆகிய பகுதிகளையும் பஞ்சாபின் வசமே விடுவது
- நதிநீர் தாவாக்களைச் சுமுகமாக, உடனடியாகத் தீர்க்க ஆவன செய்வது
- மாநிலத்திற்கு மேலும் அதிகாரம் வழங்குவது

இவற்றை முன்வைத்து பேச்சுவார்த்தைகள் தொடங்கின. தவிரவும், அமிர்தசரஸைப் புனித நகரமாக அறிவிப்பது, நாட்டிலுள்ள எல்லா குருத்வாராக்களையும் சிரோன்மணி குருத்வாரா பிரபந்தக் கமிட்டியின் அதிகாரத்தின்கீழ் கொண்டுவருவது, தொலைக்காட்சியில் குரு கிரந்த சாகிப் இசைக்கு நேரம் ஒதுக்குவது போன்ற சிறு கோரிக்கைகளும் இதில் இடம் பெற்றிருந்தன. இவற்றில் பெருமளவுக்கு விட்டுத் தருவதற்கு மத்திய அரசும் தயாராக இருந்தது.

ஆனால் அனந்த்பூர் சாகிப் தீர்மானத்தை முழுவதுமாக நிறைவேற்ற வேண்டும் என்றும், அதில் எந்தச் சமாதானமும் செய்து கொள்ள முடியாது என்றும் பிந்தரன்வாலே பிடிவாதம் செய்தார். எனவே, இந்தப் பேச்சு வார்த்தைகளும் தோல்வியடைந்தன. லோங்கோ

வாலும் பாதலும் முற்றிலுமாக ஒதுக்கப்பட்டார்கள். பிந்தரன்வாலேயின் கை மேலும் ஓங்கியது.

1984ம் ஆண்டு மே மாதம், பஞ்சாப் எங்கும் தீவிரவாதம் கொடிகட்டிப் பறக்க ஆரம்பித்துவிட்டதை உணர்ந்த அகாலி தள், பிந்தரன்வாலேவுக்கு தாங்கள் அளித்த ஆதரவு மிகப் பெரிய தவறு என்பதை உணர்ந்தனர். ஆனால் அதற்குள் நிலைமை கைமீறிப்போய் விட்டது. லோங்கோவாலும் பொற்கோவில் பூஜாரிகளும் பிந்தரன்வாலேயை உடனே பொற்கோவில் வளாகத்தை விட்டு வெளியேற பிறப்பித்த ஹுக்கும்நாமாவை (கட்டளை) மதிக்காத பிந்தரன்வாலே அவர்களுக்கு எதிரான மிரட்டல் ஒன்றை விடுத்தார்.

அந்த மாதம் 20ம் தேதி வாக்கில் மத்திய ரிசர்வ் போலீஸ்படை பொற்கோவிலைச் சூழ்ந்தது. ஆனாலும் தினசரி நடவடிக்கைகளுக்கு தடை ஏதும் விதிக்கப்படவில்லை. இதற்குப் பதிலடியாக கோவில் வளாகத்தில் முன் எப்போதும் இல்லாதவண்ணம் தீவிரவாதிகள் பல்வேறு இடங்களில் தங்களை நிலைநிறுத்திக்கொண்டனர். பக்தர்கள் பலத்த சோதனைக்குப் பின்னரே உள்ளே அனுமதிக்கப் பட்டனர். லங்காரின் இருபுறமும் உள்ள கோபுரங்களில் முன்னணித் தாக்குதல்களைச் சமாளிக்கும் வகையில் தீவிரவாதிகள் ஆயுதங் களோடு குடியேறினர். அவை கண்காணிப்புக் கோபுரங்களாகவும் பயன்பட்டன.

இதற்கு மேல் இந்த நிலையை இப்படியே தொடர விட்டால் பஞ்சாப் கைவிட்டுப் போய்விடும் என்பதை உணர்ந்த மத்திய அரசு, வலுவான நடவடிக்கை ஒன்றை எடுக்கும் ஆயத்தங்களில் இறங்கியது. பிந்தரன்வாலேயும் ஒரு வகையில் இதை எதிர்பார்த்திருந்தார். அதிகபட்சமாக மத்திய ரிசர்வ் படை போலீசாரைக் கொண்டோ அல்லது எல்லைப் பாதுகாப்புப் படையைக் கொண்டோ தம்மீது தாக்குதல் நடத்தப்படலாம் என்று அவர் கருதினார். அந்தத் தாக்குதலுக்கு முன்னால் எப்படியும் பொற்கோவில் முற்றுகை இடப்படும் என்று நினைத்த அவர், அதற்குத் தயாராக இருக்குமாறு மாநிலம் முழுவதுமுள்ள தனது இயக்கத்தினருக்கு கட்டளை இட்டார். பொற்கோவில் முற்றுகை இடப்படும்போது ஆயிரக்கணக்கானோர் வந்து கோவிலைச் சூழ்ந்துகொள்வார்கள். அப்போது போலீசுக்கும் அவர்களுக்கும் ஏற்படும் மோதலில் போலீசாரை நசுக்கி தனி நாடு கோரிக்கையை நிறைவேற்றிவிடலாம் என்று அவர் கனவு கண்டார்.

ஆனால் மத்திய அரசு போலீசாரை இந்த நடவடிக்கைக்காக அனுப்பத் திட்டமிடவில்லை. ஏற்கெனவே பிந்தரன்வாலேயின் பல ஆதரவாளர்கள் போலீஸ் படையில் ஊடுருவி இருப்பதாலும், அவரின்

ஆதரவாளர்களாக இல்லாவிட்டாலும்கூட மற்றவர்கள் அவரைப் பற்றி நன்கு அறிந்திருப்பதன் விளைவாக, அவரைக் கண்டு அஞ்சுபவர்கள் என்பதால், போலீசாரை இந்த நடவடிக்கையில் ஈடுபடுத்துவதால் எந்தப் பயனும் இல்லை என்பதை அரசு அறிந்திருந்தது.

தவிர, பொற்கோவிலுக்குள் ஏராளமான ஆயுதங்கள் குவிக்கப் பட்டிருக்கும் தகவலையும் அரசு அறிந்திருந்தது. நவீனமான ராக்கெட் லாஞ்சர்கள் போன்ற அந்த ஆயுதங்களைச் சமாளிப்பது போலீசாரால் இயலாத விஷயம். எனவே அரசுக்கு முன் இருந்த ஒரே தேர்வு, ராணுவத்தைப் பயன்படுத்தி பொற்கோவிலை விடுவிப்பதுதான். இந்த நடவடிக்கையை எடுக்க தகுந்த சந்தர்ப்பத்தை எதிர்நோக்கி மத்திய அரசு காத்திருந்தது.

அது போன்ற ஒரு சந்தர்ப்பத்தை, லோங்கோவால் அளித்தார். 1984ம் ஆண்டு ஜூன் 3ம் தேதி மாநிலம் தழுவிய போராட்டம் ஒன்றை அறிவித்தார். அந்தப் போராட்டத்தின் ஒரு பகுதியாக மாநிலத்திற்குள் தானியங்கள் எடுத்துச்செல்வதைத் தடுக்கப்போவதாகவும் அவர் கூறியிருந்தார். உண்மையில் இது மாநிலத்தைக் கடும் பாதிப்புக் குள்ளாக்கும் ஒரு விஷயமல்ல. இதை வேறு வழிகளில் கையாண்டிருக் கலாம். ஆனால், மேலே பார்த்தது போல், பிந்தரன்வாலேவுக்கு எதிராக இந்தச் சந்தர்ப்பத்தைப் பயன்படுத்திக்கொள்ள நினைத்தது மத்திய அரசு.

நீல நட்சத்திரம்

ராணுவ நடவடிக்கை எடுப்பது என்ற முடிவு எடுக்கப்பட்டாலும், கடைசி கட்ட முயற்சிகளை மத்திய அரசு கைவிடவில்லை. ஒரு புறம் திரைமறைவில் அகாலிகளுடன் பேச்சுவார்த்தைகள் தொடர்ந்து நடைபெற்றன. ஆனால் இம்முயற்சிகள் பலனளிக்கவில்லை. ராணுவத் தாக்குதலுக்கு வேண்டிய நடவடிக்கைகளை மே மாத இறுதியில் அரசு எடுக்கத் தொடங்கியது.

பொற்கோவில் ராணுவ நடவடிக்கையின் தலைவராக அப்போது மேற்குப் பகுதி கமாண்டராக இருந்த லெப்டினண்ட் ஜெனரல் கிருஷ்ணசுவாமி சுந்தர்ஜி நியமிக்கப்பட்டார். அவர் தலைமையின் கீழ், பொற்கோவிலில் உள்ள தீவிரவாதிகளை வெளியேற்றும் பொறுப்பு லெப்டினண்ட் ஜெனரல் குல்தீப் சிங் பிராருக்கும், மற்ற குருத்வாராக்களிலிருந்து தீவிரவாத இயக்கத்தினரை வெளியேற்றும் பொறுப்பு லெப்டினண்ட் ஜெனரல் ஆர். எஸ். தயாளுக்கும் அளிக்கப்பட்டது. இந்தத் தாக்குதலை நடத்தும் பொறுப்பு மீரட்டில் இருந்த 9ம் இன்ஃபான்டரி படைப்பிரிவுக்கு அளிக்கப்பட்டது.

பொற்கோவில் வளாகத்தைப் பற்றி நன்கு அறிந்த ராணுவத்தில் படைப்பிரிவு ஒன்று அமிர்தசரஸிலும் இருந்தபோது உள்ளூர் விவரங்களைப் பற்றி அவ்வளவாக அறியாத மீரட்டில் உள்ள படைப்பிரிவு இதில் ஈடுபடுத்தப்பட்டது ஏன் என்ற கேள்வி

எழுகிறதல்லவா? இதற்கான மூன்று காரணங்களை அமிர்தசரஸில் உள்ள படைப்பிரிவைச் சேர்ந்த ஓங்கார் சிங் அளிக்கிறார்.

- பொற்கோவில் நடவடிக்கையின்போது எல்லையைக் கடந்து ஏதாவது தலையீடு இருந்தால், அதைத் தடுக்கக்கூடிய படைப் பிரிவு அமிர்தசரஸில் இருந்த படைகள்தான்.

- இதற்கு முன்னால் பாகிஸ்தானுடனான போர்களின்போது உணவு, ஆயுதங்களை ஏற்றிச் செல்ல ஏராளமான வண்டிகளும் மற்ற உதவிகளும் அமிர்தசரஸைச் சுற்றியுள்ள கிராமங் களிலிருந்து கிடைத்தன. பொற்கோவில் தாக்குதலில் இந்தப் படைப்பிரிவு ஈடுபடுத்தப்பட்டால், இதுபோன்ற உதவிகளை எதிர்காலத்தில் செய்ய கிராம மக்கள் மறுத்துவிடலாம். இது போர்க்காலத்தில் படைகளின் முன்னேற்றத்தைப் பாதிக்கும்

- சீக்கியத் தலமான பொற்கோவில் மீது நடவடிக்கை எடுக்க (மீரட் படைப்பிரிவுத் தலைவராக இருந்த) ஒரு சீக்கியரைத் தலைவராக நியமிப்பது, இதை வைத்து பின்னால் மத ரீதியாகப் பிளவுபடுத்த முயல்வோரைச் சமாளிக்கப் பயன்படும்.

உத்தரவு அளிக்கப்பட்டவுடன், மீரட்டிலிருந்து ராணுவத்தின் துருப்புகள் அமிர்தசரஸ் நோக்கி நகர்ந்தன. இந்த நடவடிக்கைக்கான திட்டமிடும் அறை ஒன்று அமிர்தசரஸில் அமைக்கப்பட்டது. ஆபரேஷன் ப்ளூ ஸ்டார் என்ற பெயரும் இத்திட்டத்துக்குச் சூட்டப் பட்டது. ராணுவ நடவடிக்கை நடைபெறும்போது எல்லையைத் தாண்டி தீவிரவாதிகளுக்கு உதவி ஏதும் கிடைத்துவிடக்கூடாது என்பதற்காக எல்லைப்புறங்கள் சீல் வைக்கப்பட்டன. இதற்கு ஆபரேஷன் வுட் ரோஸ் என்ற பெயர் சூட்டப்பட்டது.

அடுத்தபடியாக பொற்கோவிலின் அன்றைய நிலையைப் பற்றிய தகவல்கள் திரட்டப்பட்டன. நாம் முன்னரே பார்த்தபடி, பிந்தரன் வாலேயும் அவர் ஆதரவாளர்களும் அகால் தக்த்தில் தங்கியிருந்தனர். அகாலிதளத் தலைவரான லோங்கோவாலும், சிரோன்மணி குருத்வாரா பிரபந்தக் கமிட்டியின் தலைவரான தோராவும் குருநானக் நிவாஸில் தங்கியிருந்தனர். பிந்தரன்வாலேயின் முக்கியத் தளபதிகளில் ஒருவரும் முன்னாள் ராணுவ வீரருமான ஜெனரல் ஷேபாக் சிங்கும் அங்கே தங்கியிருந்தார்.

பொற்கோவில் வளாகத்தில் ஹர்மந்திர் சாஹிப்பைத் தவிர மற்ற எல்லா இடங்களிலும் தீவிரவாதிகள் இருந்தனர். வளாகத்திற்கு அருகில் இருந்த டெம்பிள் வ்யூ ஹோட்டலையும் தீவிரவாதிகள் ஆக்கிரமித்திருந்தனர்.

இதைத்தவிர கோவிலைச் சுற்றியிருந்த வீடுகளில் பிந்தரன்வாலேயின் இயக்கத்தினர், அந்த வீடுகளில் குடியிருந்தோரையெல்லாம் விரட்டி விட்டு, அங்கே குடியேறியிருந்தனர். தாக்குதல்களைப் பற்றி முன்னெச்சரிக்கை விடுக்கவும், முதல் தாக்குதல்களை நடத்தவும் இவர்களை பிந்தரன்வாலே அங்கே நிறுத்தியிருந்தார். இவர்களைக் கூட வெளியேற்ற போலீசார் எந்த முயற்சியும் எடுக்காதது ராணுவத்திற்குப் பெரும் சிக்கல்களைப் பின்னால் ஏற்படுத்தியது என்று பிரார் குறிப்பிடுகிறார்.

1984ம் ஆண்டு ஜுன் 2ம் தேதி, ராணுவத்தின் பிரிவுகள் அமிர்தசரஸ் வந்து சேர்ந்தன. பொற்கோவிலில் உள்ளே இருக்கும் ஆட்களின் கணக்கு எடுக்கப்பட்டது. சுமார் 1500 தீவிரவாதிகளும் சுமார் ஆயிரத்திலிருந்து இரண்டாயிரம் யாத்திரீகர்களும் உள்ளே தங்கியிருப்பதாகத் தகவல் கிடைத்தது. தகவல் அறிந்துவர உளவுத்துறை ஆட்களை உள்ளே அனுப்புவது, பொற்கோவிலைச் சுற்றி ரோந்துப் படைகளை அனுப்பித் தகவல் சேமிப்பது என்று வழக்கமான நடவடிக்கைகள் தொடர்ந்தன.

அன்று இரவு 8.30 மணிக்கு பிரதமர் இந்திரா காந்தி நாட்டு மக்களுக்கு தொலைக்காட்சி மூலம் உரையாற்றினார். பஞ்சாபில் சட்டம் ஒழுங்கு மோசமான நிலையில் இருப்பதை எடுத்துச் சொன்ன அவர், சமூக விரோதிகள் புனிதத் தலங்களை ஆக்கிரமித்துக்கொண்டு தீவிரவாதச் செயல்களை நடத்தி வருவதாகக் கூறினார். தம்மால் இயன்ற அளவு அகாலிகளின் கோரிக்கைகளுக்குச் சம்மதித்ததாகவும், ஆனால் ஒவ்வொரு முறையும் புதிய கோரிக்கைகளை அவர்கள் எழுப்பிக் கொண்டிருப்பதால் இந்தப் பிரச்னைக்கு தீர்வு ஒன்றை எட்டுவது கடினமாக இருப்பதாகவும் குறிப்பிட்டார். அகாலி தளத்தின் தலைவர்கள் மூவரும் தங்கள் அதிகாரத்தை இழந்துவிட்டதாகவும், பிந்தரன்வாலேயிடம் அவர்கள் அடிபணிந்துவிட்டதாகவும் குற்றம் சாட்டினார். மறுநாள் தொடங்கவிருக்கும் போராட்டத்தைக் கைவிடுமாறு அகாலிகளை வலியுறுத்திய அவர், நாட்டைத் துண்டாடும் நடவடிக்கைகளைத் தம்மால் பொறுத்துக்கொள்ள முடியாது என்று எச்சரித்தார். 'வெறுப்பை ஒழிக்க நாம் கைகோர்ப்போம், ரத்தம் சிந்த அல்ல' என்று கூறி தம் உரையை அவர் முடித்துக்கொண்டார்.

ஜுன் மூன்றாம் தேதி அதிகாலையில் துருப்புகள் பொற்கோவிலைச் சுற்றி வளைத்தன. முக்கிய கேந்திரங்களில் தங்களை நிலைநிறுத்திக் கொண்டன. மீரட் படைப்பிரிவினருக்கு அந்தப் பகுதி புதிதாகையால், தங்களுக்கு உதவி புரிவதற்காக மத்திய ரிசர்வ் போலீஸ் படையையும் தங்களோடு இணைத்துக்கொண்டனர்.

சீக்கியர்களுக்கு ஜூன் 3 ஒரு முக்கிய தினம். குரு அர்ஜன் தேவின் தியாகத் திருநாள் அது. அந்நாளில் பொற்கோவிலில் வழக்கமாகக் கூட்டம் அதிகமாக இருக்கும். ஆனால் அந்த வருடம் தீவிரவாதத்தின் தாக்கத்தினால், கூட்டம் குறைந்தே காணப்பட்டது. யாத்திரீகர்களின் வழிபாட்டிற்காக ஊரடங்கு உத்தரவு தளர்த்தப்பட்டது. எனவே, பொற்கோவிலுக்குள் வழக்கம்போல் மக்கள் சென்று வழிபட்டு வந்தனர். மக்கள் அதிகமான அளவில் உள்ளே வருவதைக் கண்டு எச்சரிக்கை அடைந்த தீவிரவாதிகள் தங்களது பாதுகாப்பைப் பலப்படுத்தினர்.

இதற்கிடையில் சில வெளிநாட்டுப் பத்திரிக்கை நிருபர்கள் பிந்தரன்வாலேயைப் பேட்டி கண்டனர். அந்தக் கேள்வி பதில் விவரங்கள் பல பத்திரிக்கைகளில் வெளிவந்தன.

கே: கோவிலைச் சுற்றி ராணுவம் வந்திருக்கிறதே?

ப: ராணுவம் ஒன்றும் செய்ய முடியாது. இதற்கு முன் மத்திய ரிசர்வ் படை போலீஸ் என்ன செய்தார்களோ அதைத்தான் அவர்களும் செய்யப்போகிறார்கள்.

கே: ஒருவேளை பொற்கோவிலுக்குள் ராணுவம் நுழைந்தால், அவர்களை உங்களால் தடுக்க முடியுமா? ரத்தம் சிந்துவதைத் தவிர்க்க சரணடைவது சிறந்த வழியல்லவா?

ப: ராணுவம் பொற்கோவிலுக்குள்ளே நுழைந்தால், அவர்களுக்குச் சரியான பாடம் புகட்டப்படும். ஒரு சிங்கம் ஆயிரம் ஆடுகளை நிலைகுலையச் செய்யும் என்று உங்களுக்குத் தெரியாதா?

கே: நீங்கள் சண்டையில் இறங்கினால், உங்கள் உயிர் போகும் ஆபத்து உள்ளதே?

ப: நான் மரணத்தைக் கண்டு அஞ்சவில்லை. உயிர்பயம் உள்ளவன் சீக்கியனல்ல.

மேற்கூறிய பதில்களிலிருந்து எந்தவிதமான நடவடிக்கைக்கும் தயார் என்ற பிந்தரன்வாலேயின் நிலைப்பாடு தெளிவாக வெளிப்பட்டது. வெளிப்படையாக இப்படித் துணிச்சலாகப் பேசினாலும், ராணுவ நடவடிக்கையை பிந்தரன்வாலே எதிர்பார்த்தே இருந்தார். அன்று முழுவதும் பாதுகாப்புகளைப் பலப்படுத்துவதும், தாமே நிலைமையை நேரடியாகக் கண்காணிப்பதும், துப்பாக்கிகளில் தோட்டாக்களை நிரப்பி அனைவருக்கும் அளிப்பதுமாக அன்றைய பொழுதைக் கழித்தார்.

யாத்திரீகர்கள் என்ற போர்வையில் உளவுத்துறையினர் உள்ளே நுழைந்து ராணுவத்திற்குத் தேவையான தகவல்களைச் சேமித்தனர். இந்த நடவடிக்கைகளுக்குத் தலைமை ஏற்ற பிரார் கூட இப்படி பக்தரைப் போல் பொற்கோவிலுக்குள் நுழைந்து உளவு பார்த்ததாக குல்தீப் நய்யாரும் குஷ்வந்த் சிங்கும் குறிப்பிட்டிருக்கின்றனர். ஆனால், இதை பிரார் மறுத்தார். முக்கியமான பங்கை நிறைவேற்றவேண்டிய நான் இதுபோன்று உளவறியச் செல்வது ஒட்டு மொத்த நடவடிக்கையைக் குலைக்கக்கூடிய அபாயம் இருப்பதால், இது போன்ற செயல்களில் நான் ஈடுபடுவேன் என்பது கனவிலும் இயலாத செயல் என்று தன்னுடைய புத்தகத்தில் குறிப்பிட்டிருக்கிறார் அவர்.

இதற்கிடையில் கோவிலில் வழிபாடு செய்ய பக்தர்கள், நிலைமை பதட்டமாக இருப்பதை உணர்ந்து, மீண்டும் ஊரடங்குச் சட்டம் அமல்படுத்தப்படும் முன்னர் வீடு திரும்பத் தொடங்கினர். எனவே அதிக அளவிலான யாத்திரீகர்கள் கோவிலுக்குள் தங்குவது தவிர்க்கப்பட்டது. அன்று மாலை அமிர்தசரஸில் மட்டுமல்லாது பஞ்சாப் முழுவதும் ஊரடங்கு உத்தரவு பிரகடனப்பட்டது. பஞ்சாபின் எல்லைகள் மூடப்பட்டன. எல்லாவிதமான போக்குவரத்தும் நிறுத்தப்பட்டது. ரேடியோ, டெலிவிஷன் போன்ற அனைத்து ஊடகங்களும் துண்டிக்கப்பட்டன. நாட்டின் மற்ற பகுதிகளிலிருந்து பஞ்சாப் துண்டிக்கப்பட்டது. பத்திரிகையாளர்கள் அனைவரும் பஞ்சாபை விட்டு வெளியேறுமாறு கோரப்பட்டனர். வெளிநாட்டவர்கள் மாநிலத்தில் நுழையவும் தடை விதிக்கப்பட்டது.

கடைசி முயற்சியாக, பிந்தரன்வாலேயை சரணடையுமாறும், அதன்மூலம் புனிதமான பொற்கோவிலுக்குள் ரத்தம் சிந்துவதைத் தவிர்க்குமாறும் தோரா கோரிக்கை விடுத்தார். அதை பிந்தரன்வாலே நிராகரித்ததாகக் கூறப்படுகிறது. மாறாக, தோராவும் லோங்கோவாலும் பொற்கோவிலிலிருந்து தப்பித்து ராணுவத்திடம் சரணடையும் வாய்ப்பு இருந்ததை உணர்ந்த பிந்தரன்வாலே, அவர்கள் மீது ஒரு கண் வைக்குமாறு தனது நம்பிக்கைக்கு உகந்த ஒருவரை சுமார் 20 பேரோடு குருநானக் நிவாஸுக்கு அனுப்பிவைத்தார். அவர்கள் தப்பமுயன்றால் அதைத் தடுக்குமாறும் அவருக்கு உத்தரவு இடப்பட்டிருந்தது.

இந்தச் செய்திகள் மாநிலம் முழுவதும் பரவி மக்கள் எதிர்ப்பு என்னும் அலை எழும் முன்னர், நடவடிக்கையை எடுத்து முடிக்கவேண்டிய கட்டாயத்தில் ராணுவத்தினர் இருந்தனர். பொற்கோவில் முற்றுகையைப் பற்றிக் கேள்விப்பட்டு கிராமப்புறங்களிலிருந்து மக்கள் அலை அலையாக அமிர்தசரஸ் நோக்கி வரத் தொடங்கினால்

அவர்களைக் கட்டுப்படுத்த இயலாது என்பதை ராணுவம் உணர்ந்திருந்தது.

மாறாக, இப்படி ஒரு நிலைமை உருவாவதையே தீவிரவாதிகள் விரும்பினர். பொதுமக்களை ராணுவம் எதிர்த்து நிற்க முடியாது என்றும் அந்தச் சூழ்நிலையைத் தங்களுக்குச் சாதகமாக மாற்றிக் கொள்ளலாம் என்பது அவர்கள் போட்ட கணக்கு. தவிர, பொற் கோவிலை நீண்ட நாள் முற்றுகையிட்டு தீவிரவாதிகளை வலுவிழக்க வைத்து சரணடையச் செய்யலாம் என்ற வியூகத்தையும் ராணுவம் மேற்கொள்ள முடியாது. ஏனெனில், மாதக்கணக்குக்குப் போதுமான உணவு கோவிலின் உள்ளே குவிக்கப்பட்டிருந்தது. தண்ணீருக்கும் அங்கே பஞ்சமில்லை. எனவே உடனடி நடவடிக்கைதான் ஒரே தீர்வாக இருந்தது.

ஒரு உடனடித் தாக்குதலில் ராணுவம் கவனத்தில் கொள்ளவேண்டிய முக்கிய அம்சங்கள் என்ன என்பது தீர்மானிக்கப்பட்டது.

- கோவிலில் இன்னும் தங்கியிருக்கும் யாத்திரீகர்களை பாதுகாப்பாக வெளியேற்றுதல்.
- கோவிலின் புனிதமான இடங்களான ஹர்மந்திர் சாஹிப்புக்கும் அகால் தக்த்துக்கும் எந்தவிதச் சேதமும் இல்லாமல் பார்த்துக் கொள்ளுதல்.
- மிதவாதிகளான அகாலி தளத் தலைவர்களுக்குப் பாதுகாப்பளித்தல்.
- கோவிலின் புனிதத் தன்மைக்கு மாசு ஏற்படாவண்ணம் துருப்புகள் நடந்துகொள்ளுதல்.

ஜூன் 4ம் தேதியை, தமது நிலைகளை மேலும் வலுப்படுத்துவதிலும் தாக்குதல் நடவடிக்கைக்கான ஏற்பாடுகளுக்கு இறுதி வடிவம் கொடுப்பதிலும் ராணுவம் கழித்தது. இருதரப்பிலிருந்தும் துப்பாக்கிப் பிரயோகமும் அன்று நிகழ்ந்தது. ஆனால் பெருத்த சேதம் எதுவும் இல்லை.

பரபரப்பான சூழ்நிலையில் ஜூன் 5ம் தேதி விடிந்தது. காலை வேளையில் பொற்கோவிலில் உள்ள லங்காரின் இருபுறமும் தீவிரவாதிகள் பாதுகாப்பிற்காக ஏற்படுத்தியிருந்த முன்னணி காவல் கோபுரங்கள் தகர்க்கப்பட்டன. மாலை 4.30 மணிக்கு ஒலிபெருக்கியின் மூலம் பொற்கோவிலில் உள்ள தீவிரவாதிகளுக்கும் அங்கு தங்கியிருந்த யாத்திரீகர்களுக்கும் எச்சரிக்கை விடப்பட்டது. கோவிலை விட்டு வெளியே வந்து சரணடையுமாறும், உயிர்சேதத்தைத் தவிர்க்குமாறும் கோரப்பட்டது.

சற்று நேரத்திற்குப் பிறகு வயதான நபர்களும் பெண்களும் குழந்தைகளுமாக சுமார் 120 நபர்கள் கோவிலை விட்டு வெளியே வந்தனர். இதுபோல மற்றவர்களும் வெளியே வர வாய்ப்பு உண்டா என்று அவர்களிடம் கேட்கப்பட்டது. யாத்திரீகர்கள் அனைவரும் வெளியே வர விரும்புகிறார்கள் என்றும், ஆனால் துப்பாக்கி முனையில் தீவிரவாதிகள் அவர்கள் வெளியேறுவதைத் தடுத்துக் கொண்டிருப்பதால், அவர்களால் வெளியே வர இயலாது என்றும் கூறினார்கள்.

அன்று இரவு சுமார் 7 மணியளவில் ஆபரேஷன் ப்ளூஸ்டார் துவங்கியது. டாங்கிகளும் கவச வாகனங்களும் பொற்கோவிலை நோக்கி விரைந்தன. நகரம் முழுவதும் மின்சாரம் துண்டிக்கப்பட்டது. 10 மணிக்குள்ளாக கோவில் வளாகத்திற்கு அருகில் இருந்த டெம்பிள் வ்யூ ஹோட்டலும் ப்ரம் பூத அகாரா என்ற கட்டடமும் கைப்பற்றப்பட்டு அதில் இருந்த தீவிரவாதிகள் கொல்லப்பட்டனர். இங்கு ராணுவம் அதிக எதிர்ப்பைச் சந்திக்கவில்லை.

இந்தக் கட்டடத்தில் பொற்கோவில் வளாகத்தின் அமைப்பைப் பற்றி அறிந்துகொள்வது அவசியமான ஒன்று. பொற்கோவில் என்று அழைக்கப்படும் ஹர்மந்திர் ஸாஹிப், சரோவர் என்று அழைக்கப்பட்ட நீர்நிலையின் நடுவில் அமைந்திருக்கிறது. சரோவரைச் சுற்றிலும் நான்கு புறமும் பக்தர்கள் வலம் வருவதற்கான பிரகாரம் அமைந்துள்ளது. பிரகாரத்தை அடுத்து மதில் போல கோவில் விடுதிகள் அமைந்துள்ளன. அவற்றுக்கு நடுவே, திசைக்கொன்றாக நான்கு வாயில்கள் உள்ளன. இருந்தாலும், பொற்கோவிலை மேற்குப் புற வாயிலின் உள்ளே நுழைந்து சரோவரின் மீது உள்ள பாதையின் மூலமாகவே அடைய முடியும். இந்த மேற்கு வாயிலுக்கு நேரெதிராகத்தான் அகால் தக்த் உள்ளது. கிழக்கு வாயிலுக்கு எதிரே குரு நானக் நிவாஸும் எஸ்.ஜி.பி.சியின் அலுவலகமும் உள்ளன. அந்த வாயிலின் பக்கவாட்டில் லங்கார் என்ற சமையலறை உள்ளது. தெற்கு வாயிலின் அருகே நூலகமும், வடக்கு வாயிலுக்கருகே முதலில் கைப்பற்றப்பட்டதாக நாம் பார்த்த, ப்ரம்பூத அகாராவும் டெம்பிள் வ்யூ ஹோட்டலும் உள்ளது.

பொற்கோவிலைச் சுற்றி வளைத்த ராணுவம் நாற்புறங்களிலும் புகுந்து தாக்குதல் நடத்தியது. வடக்கு வாயில் வழியாக நுழைந்து விடுதிகளின் வராந்தாக்கள் மூலம், அகால் தக்த்தை நோக்கி முன்னேறிய படைப்பிரிவைப் பக்கவாட்டிலும் சரோவருக்கு அக்கரையிலும் இருந்த விடுதிகளிலிருந்து தீவிரவாதிகள் துப்பாக்கிப் பிரயோகம் செய்து தடுத்தனர். இதில் பல ராணுவ வீரர்கள்

காயமடைந்தனர். எனவே இந்த விடுதிகளில் நுழைந்து அதிலிருந்த தீவிரவாதிகளை வெளியேற்றுவதில் கவனம் திரும்பியது.

ஆனால் இதுவும் எளிதான காரியமாக இல்லை. ஒவ்வொரு விடுதியும் காலி செய்யப்பட்டவுடன், மறைவாக அமைக்கப்பட்ட பள்ளங்களிலிருந்தும் அறைகளுக்கு இடையில் அமைக்கப்பட்டிருந்த வழிகளில் மூலமும் தீவிரவாதிகள் மீண்டும் தோன்றி துப்பாக்கிச் சண்டையைத் தொடர்ந்தனர். இதில் பல வீரர்கள் காயமடைந்ததால், இந்தச் சண்டையில் ஈடுபட்டிருந்த படைகளுக்குத் துணையாக மேலும் சில படைப்பிரிவுகள் அனுப்பப்பட்டன.

பிரகாரங்கள் மூலம் அகால்தக்த்தை நோக்கி முன்னேறிய படைப்பிரிவு இன்னும் கடுமையான துப்பாக்கிப் பிரயோகத்தை நாற்புறங்களிலிருந்தும் சந்திக்கவேண்டியிருந்தது. ஹர்மந்திர் ஸாஹிப்பிலிருந்தும் பக்கவாட்டு விடுதிகளிலிருந்தும் அவர்கள் மேல் தானியங்கி துப்பாக்கிப் பிரயோகம் செய்யப்பட்டது. கையெறி குண்டுகளும் வீசப்பட்டன. புனிதமான ஹர்மந்திர் ஸாஹிப்பிற்கு எந்தச் சேதமும் விளைவித்துவிடக்கூடாது என்று ராணுவத்தினருக்குக் கட்டளை இடப்பட்டிருந்ததால், அவர்களால் ஹர்மந்திர் ஸாஹிப்பில் இருந்தவர்களை நோக்கி துப்பாக்கியால் சுடமுடியவில்லை. இதற்குத் தப்பி மேற்கு வாயிலை அடைந்தவர்களை நோக்கி அகால் தக்த்திலிருந்தும் மேற்கு வாயிலில் இருந்து பொற்கோவிலுக்குள் நுழையும் இடத்தில் இருந்த தர்ஷனி தியோரி என்ற இடத்திலிருந்தும் கடுமையான தாக்குதல் நடத்தப்பட்டது. இந்தத் தாக்குதல்களினால் ராணுவத்தின் பக்கம் சேதம் அதிகமாக இருந்தது.

நாற்புறத்திலிருந்தும் செய்யப்பட்ட துப்பாக்கிப் பிரயோகத்தின் விளைவாக சரோவரில் குதித்து அக்கரையை அடையும்படி ஆணையிடப்பட்ட நீச்சல் வீரர்களும் தடுத்து நிறுத்தப்பட்டனர். அதேபோல், கிழக்கு வாயிலில் இருந்து உட்புக முயன்ற மதராஸ் ரெஜிமெண்டைச் சேர்ந்த படைப்பிரிவு வலுவான இரும்புக் கதவை உடைத்தெறிய இயலாமல் தயங்கி நின்றது. அந்தக் கதவை உடைப்பதற்காக டாங்கிகள் வரவழைக்கப்பட்டன. இந்தத் தாமதங்களால் ஒட்டுமொத்த நடவடிக்கையும் குறித்த நேர அட்டவணையிலிருந்து பின்னடைந்து கொண்டிருப்பதை உணர்ந்த ராணுவம் தன் வியூகத்தைச் சற்றே மாற்றி அமைத்தது. விடுதிகளின் மேல்தளங்களைக் கைப்பற்ற மேலும் சில படைப்பிரிவுகள் அனுப்பப்பட்டன.

நள்ளிரவைக் கடந்து ஒருவழியாக தரைத்தள அறைகள் கைப்பற்றப்பட்ட பின்னர், மேல்தளத்தைக் கைப்பற்றுவதும் எளிதாகியது. இதற்கிடையில் அகால் தக்த்தின் மேல் தாக்குதல் துவங்கியது.

பிந்தரன்வாலேயும் அவருடன் சுமார் நூற்றுக்கும் மேற்பட்ட தீவிரவாதிகளும் தங்கியிருந்த அகால்தக்கை தாக்குவது அவ்வளவு எளிதான காரியமாக இல்லை. அகால்தக்திலிருந்தும் படைப் பிரிவுக்குப் பின்னால் இருந்த தர்ஷனி தியோரியிலிருந்தும், அகால் தக்த்தை அடுத்து இருந்த நிஷான் சாகிப்பிலிருந்தும் தீவிரவாதிகள் தொடர்ச்சியாக துப்பாக்கிப் பிரயோகம் செய்தார்கள். படைவீரர்கள் மீது கையெறி குண்டுகளும் வீசப்பட்டன.

இந்த நிலையில் பின்னால் இருந்து தாக்குதல் தொடுத்துக் கொண்டிருக்கும் தீவிரவாதிகளை முறியடிக்க, தர்ஷனி தியோரியை கைப்பற்றுவது என்று உணர்ந்த படைப்பிரிவின் ஒரு பிரிவு அதை நோக்கி விரைந்தது. பலத்த உயிரிழப்புக்கிடையே அக்கட்டடத்தைக் கைப்பற்றி தீவிரவாதிகளை வீழ்த்தியது. இதற்கிடையில் நிஷாந்த் ஸாஹிப் கட்டடத்தின் முதல் தளத்தைக் கைப்பற்றிய இன்னொரு படைப்பிரிவு அங்கிருந்து அகால் தக்த்தின் மேல் தாக்குதல் தொடுத்து, காஸ் சிலிண்டர்களை ஜன்னல்களின் மூலமும் பால்கனிகளின் மூலமும் வீச முயற்சி செய்தது. ஆனால் மண் பைகளை வைத்துத் தடுக்கப்பட்டிருந்ததால், இந்த முயற்சியில் வெற்றி கிடைக்க வில்லை. சில சிலிண்டர்கள் அவற்றின் மேல் பட்டுத் தெறித்து படைவீரர்களின் மேலேயே விழுந்தன.

இதற்கிடையே கிழக்கு வாயிலில் உள்ள இரும்புக்கதவு உடைக்கப் பட்டு, அதன் வழியாக மதராஸ் ரெஜிமெண்ட் உள்ளே நுழைந்தது. தொடர்ச்சியான துப்பாக்கிப் பிரயோகங்களுக்கிடையே மெதுவாக அது முன்னேறியது. அதற்குத் துணையாக தெற்கு வாயிலிலிருந்து இன்னொரு படைப்பிரிவும் அனுப்பப்பட்டது. இவை இரண்டும் இணைந்து அகால்தக்தின் தெற்குப் பகுதியிலிருந்து தாக்குதலை ஆரம்பித்தன.

ஆனாலும் தொடர்ந்து தானியங்கி துப்பாக்கிகளினாலும் கையெறி குண்டுகளின் மூலமும் இந்தத் தாக்குதலைத் தீவிரவாதிகள் தடுத்துக் கொண்டிருந்தனர். எப்படியாவது விடியும் வரை துருப்புகளைத் தடுத்து நிறுத்தினால் போதும், வெளிச்சத்தில் அவர்களைத் திறந்த வெளியில் வெற்றி கொள்வது எளிது என்ற கணக்கில் தீவிரவாதிகள் தாக்குதல்களை நிகழ்த்திக்கொண்டிருந்தனர். இந்தக் காரணத்திற் காகவே, விடிவதற்கு முன்னால் அகால் தக்த்தைக் கைப்பற்றிவிட வேண்டிய அவசரத்தில் இருந்தது ராணுவம்.

ஒரு புறம் கோவிலுக்குள் இதுபோன்று தாக்குதல்கள் நடந்து கொண்டிருக்கும்போது, மறு புறம் வளாகத்தின் கிழக்கில் உள்ள விடுதிகளை இன்னொரு படைப்பிரிவு தாக்கத் தொடங்கியது. நாம்

முன்னரே பார்த்த குரு நானக் நிவாஸைத் தவிர, குரு ராம்தாஸ் சராய், தேஜாசிங் சமுந்தரி ஹால் போன்ற இடங்கள் இங்கு இருந்தன. சமையலறையான லங்கரும் இங்குதான் இருந்தது. இங்கே தீவிரவாதி களைத் தவிர அகாலிதளத் தலைவர்களும் யாத்திரீகர்களும் தங்கியிருந்தனர் என்று பார்த்தோம். எனவே மிகுந்த எச்சரிக்கையுடன் இங்கே தாக்குதல் துவங்கப்பட்டது. இங்கும் தீவிரவாதிகள் கடுமையான எதிர்ப்பைக் காட்டினாலும், மிக விரைவில் விடுதிகளில் இருந்த பெரும்பாலான அறைகள் கைப்பற்றப்பட்டன.

முதலாவதாக குரு ராம்தாஸ் சராய் முழுவதுமாகக் கைப்பற்றப்பட்டு ராணுவத்தின் கட்டுப்பாட்டுக்குள் கொண்டுவரப்பட்டது. அடுத்ததாக, தேஜாசிங் சமுந்தரி ஹாலைக் கைப்பற்ற படைவீரர்கள் விரைந்தனர். அப்போது அவர்களிடம் அகாலித் தலைவர்கள் அங்கே தங்கியிருக்கும் தகவல் சொல்லப்பட்டது. எனவே அவர்களையும் அங்கே தங்கியிருந்த யாத்திரீகர்களையும் அங்கிருந்து பாதுகாப்பாக வெளியேற்றும் பொறுப்பு அங்கு சென்றவர்களிடம் ஒப்படைக்கப் பட்டது.

மற்றொரு புறம், கோவிலின் முன்புறம், அகால் தக்துக்கு முன்னால் கடும் சண்டை தொடர்ந்தது. நேரம் நள்ளிரவைத்தாண்டி, அதிகாலை 2.30 மணியை நெருங்கியது. பொற்கோவில் தாக்கப்படும் செய்தியைக் கேள்விப்பட்டு அமிர்தசரஸைச் சுற்றியுள்ள இடங்களிலிருந்து மக்கள் கூட்டம் ஒன்று புறப்பட்டு பொற்கோவிலை நெருங்குவதாக ராணுவத்திற்குச் செய்தி கிடைத்தது.

உடனடியாக ஏதாவது செய்து நிலைமையைக் கட்டுக்குள் கொண்டு வரவேண்டிய அவசியம் இருப்பதை உணர்ந்த படைத்தளபதிகள், டாங்கிகள் மூலம் அகால் தக்த்தின் மேல் தாக்குதல் நடத்தத் திட்டமிட்டனர். இதற்காக ஜெனரல் சுந்தர்ஜியின் அனுமதியையும் கோரினர். அவர் மூலம் டெல்லிக்கும் தகவல் அனுப்பி நிலைமையின் தீவிரத்தை விளக்கி, டாங்க் தாக்குதல் நடத்துவதற்கான முறையான அனுமதி கோரப்பட்டது. விடியலின் ரேகைகள் கீழ்வானத்தைத் தொட்ட நிலையில் அதிகாலை 5.10க்கு டெல்லியிலிருந்து டாங்க் தாக்குதலுக்கான அனுமதி கிடைத்தது. வீரர்களுக்குப் பாதுகாப்பளிக்க பொற்கோவில் பிரகாரத்தில் நிறுத்தப்பட்டிருந்த மூன்று டாங்குகள் அகால் தக்த்தை நோக்கி அனுப்பப்பட்டன.

விடுதிகளின் மேல் நடந்த தாக்குதல்களில், தேஜாசிங் சமுந்தரி ஹாலை அதிகாலை 3.30 மணியளவில் கைப்பற்றிய ராணுவம். அதிலுள்ள அகாலித் தலைவர்களைத் தேடும் முயற்சியில் இறங்கியது. அதற்காக

அவர்களை நன்கு அறிந்த இருவர் உள்ளே அனுப்பப்பட்டனர். அவர்களில் ஒருவர் திரும்பிவந்து லோங்கோவால் சரணடைய விருப்பம் தெரிவித்ததாகக் கூறினார்.

இதை அடுத்து உள்ளே விரைந்த படைவீரர்கள் தோரா, லோங்கோவால் ஆகிய இருவரையும் மற்ற அகாலி தலைவர்களையும் பாதுகாப்புடன் வெளிக்கொணர்ந்தனர். அவர்களிடம் தோரா, தங்களுக்கு தீவிரவாதிகளால் எந்நேரமும் அபாயம் நேரலாம் என்றும் அதனால் தங்களைப் பாதுகாப்பான இடத்திற்கு அழைத்துச் செல்லுமாறும் கோரிக்கை விடுத்தார். அவர்கள், ராம்தாஸ் சராய்க்கு கொண்டுசெல்லப்பட்டு பாதுகாப்பாக எஸ்ஜிபிசி அறையில் தங்க வைக்கப்பட்டனர்.

அடுத்ததாக குரு நானக் நிவாஸை நோக்கி தாக்குதல் துவங்கியது. இங்கும் தீவிரவாதிகள் வீழ்த்தப்பட்டு அங்கு தங்கியிருந்த யாத்திரீகர் கள் மீட்கப்பட்டனர். அவர்களைப் பாதுகாப்புடன் கொண்டு வந்துகொண்டிருக்கும்போது தீவிரவாதிகள் திடீரென்று அவர்கள் மீது துப்பாக்கிப் பிரயோகம் செய்து கையெறி குண்டுகளை வீசி எறிந்தனர். இதனால் படைவீரர்களும் பதிலடி கொடுக்க வேண்டியதாயிற்று. துரதிருஷ்டவசமாக, இடையில் மாட்டிக்கொண்ட யாத்திரீகர்கள் பலர் இந்தச் சண்டையில் மாண்டு போனார்கள். தவிர, அங்கே தங்கியிருந்த பப்பர் கால்ஸா தீவிரவாதிகளும் இரவில் தப்பியோடிவிட்டார்கள்.

ஜூன் 6ம் தேதி அதிகாலை 5.30 மணியளவில் அகால் தக்த்தை நோக்கி கடுமையான தாக்குதல் துவங்கியது. அதன் தெற்குப்பகுதியிலிருந்த படைப்பிரிவுகள் தொடர்ச்சியாக துப்பாக்கித் தாக்குதலை நிகழ்த்திய படி அகால் தக்த்தை நெருங்கின. அவர்களில் சிலர் தரைத்தளத்தைக் கைப்பற்றி, படிகளின் மூலம் மேல்தளத்திற்குச் செல்ல முயன்றபோது தீவிரவாதிகளின் இயந்திரத்துப்பாக்கிகளால் சுட்டுக்கொல்லப் பட்டனர். அகால் தக்த்தின் கீழ்த்தளத்திலிருந்தும் இயந்திரத் துப்பாக்கிகள் மூலம் தீவிரவாதிகள் தாக்குதலைத் தொடுத்தனர். இதனால், ராணுவம் சற்று பின்னடைய நேரிட்டது. அடுத்தடுத்து படைப்பிரிவுகள் நடத்திய தாக்குதல்கள் இயந்திரத் துப்பாக்கித் தாக்குதல்களால் முறியடிக்கப்பட்டன.

கிட்டத்தட்ட காலை ஏழரை மணி. நன்றாக விடிந்துவிட்ட நிலையில், டாங்கி தாக்குதலைத் தவிர்க்கமுடியாத நிலை வந்துவிட்டதை உணர்ந்த களத்தில் இருந்த படைத் தளபதிகள் அதற்கான அனுமதியை அளித்தனர். டாங்கிகள் முழங்கிய சப்தம் நகரின் பல பகுதிகளிலும் கேட்டது என்று லெப்டினண்ட் ஜெனரல் பிரார் குறிப்பிடுகிறார். டாங்கி தாக்குதலால் பெரும் அதிர்ச்சி அடைந்த தீவிரவாதிகள் தங்கள்

தாக்குதலைச் சிறிது நேரம் நிறுத்தி வைத்தனர். அகால் தக்த்தின் பல பகுதிகள் சேதமடைந்தன. எங்கும் புகைமூட்டம். இந்த நிலையிலும் அகால் தக்த்தை நோக்கிச் செல்வது தற்கொலைக்குச் சமம் என்பதை உணர்ந்த படைப்பிரிவுகள் அதைச் சுற்றி வளைத்து பொழுது சாய்வதற்காகக் காத்திருந்தன. சில பிரிவுகள் நகரில் எல்லைக்கு, பொதுமக்கள் உள் நுழைந்தால் அவர்களைத் தடுக்கும் பொருட்டு அனுப்பப்பட்டன.

இதற்கிடையில் சராயில் தங்கியிருந்த அகால் தளத்தலைவர்களைப் பாதுகாப்பாக வெளிக்கொணரும் பணி தன்னிடம் ஒப்படைக்கப் பட்டதாக ஓங்கார் சிங் கூறுகிறார்.

'காலை மணி 10.30க்கு அமிர்தசரஸ் படைப்பிரிவின் தலைவர் ஜெனரல் ஜம்வால் என்னை அழைத்து லோங்கோவால், தோரா முதலிய தலைவர்கள் சராயில் தங்க வைக்கப்பட்டிருப்பதாகவும், தீவிரவாதிகளிடமிருந்து அவர்களுக்கு அச்சுறுத்தல் இருப்பதால், வளாகத்திலிருந்து பாதுகாப்பாக அவர்களை வெளியே அழைத்து வரவேண்டும் என்றும் கூறினார். அதன்படி ஒரு ஏபிசி டாங்கர் வண்டியை எடுத்துக்கொண்டு சராய் நோக்கி விரைந்தேன். வளாகமெங்கும் உடல்கள் சிதறிக்கிடந்தன. சராயை அடைந்த நான், அங்கிருந்த பாதுகாவலர்களுக்கு என்னுடைய நோக்கம் என்னவென்பதைப் பற்றித் தெரிவித்துவிட்டு உள்ளே புகுந்தேன். அங்கு ஓர் அறையிலிருந்து வெளிப்பட்ட முன்னாள் நாடாளுமன்ற உறுப்பினர் பல்வந்த் சிங் ராமுவாலியா, இன்னொரு அறைக்கு அழைத்துச் சென்றார். அங்கே லோங்கோவால், தோரா ஆகிய தலைவர்கள் அமர்ந்திருப்பதைக் கண்டுகொண்டேன். ராமுவாலியா அதன்பின் மற்ற தலைவர்களுக்கு என்னை அறிமுகப்படுத்தினார். அவர்களை அழைத்துக்கொண்டு வெளியே வரும் வழியில், சந்தேகத்துக்குரிய வகையில் இரு இளைஞர்கள் எங்களை அணுகினர். பாதுகாவலர்களிடம் அவர்களைச் சோதனை போடுமாறும், தனிமைப்படுத்துமாறும் கூறிவிட்டு, தலைவர்களைக் கவசவாகனத்தில் ஏற்றி பாதுகாப்பான இடத்தில் கொண்டு சேர்த்தேன்' என்று கூறுகிறார்.

ஆனால், தாங்கள் சரணடைந்ததாகச் சொல்லப்படுவதை இரு தலைவர்களும் பின்னால் மறுத்தனர். தீவிரவாதிகளிடமிருந்து தங்களுக்கு அபாயம் நேரக்கூடும் என்பதால் அவர்கள் அதை மறுத்திருக்கக்கூடும்.

காலை 11 மணிக்கு, அகால் தக்த்திலிருந்து பெருமளவில் தீவிரவாதிகள் வெளிப்பட்டு ஆயுதங்களை உயர்த்தியபடியே பொற்கோவிலை

நோக்கி ஓடினர். இதைக் கண்டு திகைத்த படைகள் செயலில் இறங்கும் முன்னர், அவர்களில் பலர் சரோவரில் குதித்து ஹர்மந்திர் ஸாஹிப்பை நோக்கி நீந்தத் தொடங்கினார்கள். ஹர்மந்திர் சாஹிப்பை படைகள் தாக்காததைக் கவனித்த அவர்கள், அந்த இடத்திற்குச் சென்றுவிட்டால், தாக்குதலிலிருந்து தப்பித்துவிடலாம் என்று நினைத்திருக்கலாம். சுதாரித்துக்கொண்ட ராணுவப் படைவீரர்கள் அவர்கள் மீது குண்டுமாரி பொழிந்ததில் பலர் தண்ணீரிலேயே இறந்தனர். மீதியுள்ளோர் படுகாயமுற்றனர். சில நிமிடங்களுக்குப் பிறகு வெள்ளைக்கொடி ஏந்தி சுமார் 10 நபர்கள் அகால் தக்த்திலிருந்து வெளியேறி படைவீரர்களிடம் சரணடைந்தனர். அங்கியிருந்து தப்பியோடமுயன்ற 26 தீவிரவாதிகள் கைது செய்யப்பட்டனர்.

மதியம் ஒரு மணி வாக்கில் கோவிலின் கிழக்குப் பக்கத்தில் இருந்த விடுதிகள் அனைத்தும் கைப்பற்றப்பட்டுவிட்டன. அப்போதிலிருந்து மாலை நான்கு மணிவரையில் வளாகத்தில் அமைதி நிலவியது. நகரில் ஊரடங்கு உத்தரவும் தளர்த்தப்பட்டது. அதனால் வெளியே வந்த மக்கள், தங்களுக்குத் தேவையான உணவுப் பொருட்கள், காய்கறிகள் ஆகியவற்றை வாங்குவதைக் காட்டிலும் பொற்கோவிலுக்கு நேர்ந்த கதியைப் பற்றி அறிய ஆவல் கொண்டிருந்தனர். பலர் கோவில் இருந்த இடத்திற்கு அருகே வந்து நேரடியாக நடப்பது என்ன என்பதைக் கவனித்தனர்.

ஆறு மணி வரை ஒலிபெருக்கிகள் மூலம் கோவிலில் இருந்தவர்களுக்குச் சரணடையுமாறு கோரிக்கைகள் விடப்பட்ட வண்ணம் இருந்தன. இதைப் பயன்படுத்தி சுமார் 200 பேர் சரணடைந்தனர். ஹர்மந்திர் ஸாஹிப்புக்குள்ளும் தூதர்கள் அனுப்பப்பட்டு, தலைமைப் பூஜாரியான கியானி சாகிப் சிங் சரணடைய வற்புறுத்தப்பட்டார். அவருக்கு முழுப்பாதுகாப்பு அளிப்பதாக ராணுவம் உத்தரவாதம் அளித்தது. அதை ஏற்று சரணடைந்த தலைமைப் பூஜாரி, குரு கிரந்த ஸாஹிப்புக்குத் துணையாக யாராவது ஒரு பூஜாரி உள்ளே இருக்க வேண்டும் என்று கோரினார். அதோடு ராணுவ நடவடிக்கைகளினால் கடந்த ஐந்து நாட்களாக தாங்கள் செய்துவந்த சடங்குகளைச் செய்ய முடியவில்லை என்றும் பூஜாரிகள் முறையிட்டனர். கிராந்தி என அழைக்கப்பட்ட பூஜாரி ஒருவரை உள்ளே அனுப்ப அனுமதித்த ராணுவம், ஹர்மந்திர் ஸாஹிப்புக்குப் பாதுகாப்பாக சில சீக்கிய வீரர்களையும் நிறுத்தி வைத்தது.

ஆறு மணிக்கு மேல் மீதியுள்ள இடங்களை மீட்கும் நடவடிக்கைகளை ராணுவம் தொடங்கியது. முழுவதுமாக அகால் தக்த் மீட்கப் படாததால், படைப்பிரிவினர் அதைச் சுற்றி வளைத்து உள்ளே

புகுந்தனர். பிந்தரன்வாலே அதற்குள் எங்கே பதுங்கியிருக்கிறார் என்பதைப் பற்றி சரியான தகவல்கள் இல்லாததால், மிகுந்த எச்சரிக்கையுடனேயே அவர்கள் ஒவ்வொரு தளமாக கைப்பற்றிக் கொண்டு மேலே சென்றனர். ஒரு கட்டத்தில் தப்பியோட முயன்ற இரு தீவிரவாதிகளைச் சுற்றி வளைத்த ராணுவத்தினர், அவர்களிடம் விசாரணை நடத்தியபோது, பிந்தரன்வாலே போரில் இறந்த செய்தியை அறிந்தனர். அவர்களில் ஒருவர் பிந்தரன்வாலேயின் உடல் இருந்த இடத்திற்கு கூட்டிச்சென்று அவரை அடையாளம் காட்டினார்.

பிந்தரன்வாலேயின் ஆதரவாளரும் இந்த நடவடிக்கையில் அவருக்கு உறுதுணையாக இருந்த முன்னாள் ராணுவ வீரர் ஷாபெக் சிங்கும் மாண்டு கிடந்தார். அவர்களோடு பல தீவிரவாதிகளின் உடல்களையும் வீரர்கள் கைப்பற்றினர். மறுநாள் அதிகாலைக்குள் அகால் தக்த் முழுவதுமாக மீட்கப்பட்டது.

புனர்வாழ்வு

பொற்கோவிலின் மீது நடத்தப்பட்ட தாக்குதல் என்பது ஒரு இடத்தின் மீது நடத்தப்பட்டதல்ல, சீக்கியர்களின் ஆத்மாவின் மீது நடத்தப்பட்டது என்று பல பத்திரிகைகள் வர்ணித்தன. ராணுவ நடவடிக்கையினால் சீக்கியர்களின் மனம் புண்பட்டுப்போனது என்னவோ உண்மைதான். அச்சமயம் சீக்கியர்களின் மனநிலை எவ்வாறு இருந்தது என்பதை ஓங்கார் சிங், அவரது புத்தகத்தில் இவ்வாறு வர்ணிக்கிறார்.

'பசுமையான, வளம் கொழிக்கும் மரம் ஒன்று இருந்தது என்று வைத்துக்கொள்ளுங்கள். அதில் ஏராளமான பறவைக்கூட்டங்கள் வசித்தன. அவற்றில் பெரும்பாலானவை சாதுவான, அமைதியை விரும்பும் பறவைகள். ஆனால் அவற்றின் இடையே கழுகொன்றும் வசித்து வந்தது. அது மற்றவர்களைக் கொன்றும் பயமுறுத்தியும் தனது வாழ்க்கையை நடத்தியது.

அதை மீட்க வந்தவரின் பணி அந்தக் கழுகைக் கொல்வது மட்டும்தான், அந்த மரத்தை வேரோடு சாய்ப்பது அல்ல. அந்தக் கழுகைக் கொன்று விட்டீர்கள், ஆனால் அந்த முயற்சியில் மரத்திற்கும் பெரிய சேதம் ஏற்பட்டுவிட்டது. இப்போது உங்கள் வேலை, அந்த மரத்திற்குத் தண்ணீர் ஊற்றி, அதை அன்போடு பராமரித்து அதன் நலத்தைச் சீர்செய்வதுதான்.

சீக்கிய சமூகம் பெரும் அதிர்ச்சியில் இப்போது இருக்கிறது. அதன் பரிவோடு அதன் காயங்களை ஆற்றவேண்டியதுதான் உங்கள் கடமை'

மேலே குறிப்பிட்டவற்றை முன்னாள் நாடாளுமன்ற உறுப்பினரான பல்வந்த் சிங் ராமுவாலியா தன்னிடம் சொன்னதாக ஓங்கார் சிங் எழுதியிருக்கிறார். இதைச் சொல்வது எளிதாக இருந்தாலும், செய்து முடிப்பது அவ்வளவு சுலபமான வேலை அல்ல என்பது அரசுக்கும் சரி சீக்கியர்களுக்கும் சரி நன்றாகத் தெரிந்திருந்தது. தாக்குதலின் போல் மட்டுமல்லாமல், தாக்குதலுக்கு அப்பால் நடைபெற்ற பல நடவடிக்கைகளினாலும் சீக்கியர்கள் அதிருப்தி அடைந்திருந்தனர்.

குற்றச்சாட்டுகள்

உதாரணமாக, பொற்கோவில் நடவடிக்கையின் போதே, ராணுவம் அத்துமீறுவதாகப் புகார்கள் எழுந்தன. அப்பாவி பொதுமக்களைக் கொன்று குவித்துவிட்டார்கள், பொற்கோவில் பொக்கிஷத்தைக் கொள்ளை அடித்துவிட்டார்கள், நூலகத்தை வேண்டுமென்றே தீ வைத்துக் கொளுத்தி விட்டார்கள் என்பது போன்ற புகார்கள் கூறப்பட்டன. ஆனால், நாளடைவில் இது போன்ற பெரும்பாலான புகார்களுக்கு எந்த வித முகாந்தரமும் இல்லை என்று தெரியவந்தது. அவற்றில் இரண்டொரு புகார்களைப் பற்றி சற்று விரிவாகப் பார்ப்போம்.

அகாலி தலைவர்களைப் பாதுகாப்பான இடத்தில் தங்க வைத்தவுடன், அவர்களோடு இருந்த பான் சிங் மற்றும் அபினாஷி சிங் ஆகியோர் தன்னிடம் பொற்கோவில் வளாகத்தில் இருந்த தோஷா கானா என்ற கண்காட்சியகத்தைப் பற்றி கவலை தெரிவித்ததாக ஓங்கார் சிங் எழுதியிருக்கிறார். அந்தக் கண்காட்சியகத்தில் தங்கம், வைரம், வெள்ளி ஆகியவற்றாலான பொக்கிஷங்கள் பார்வைக்கு வைக்கப் பட்டிருந்தன. அதற்கு உடனடியாக பாதுகாப்பு அளிக்கவேண்டியதை உணர்ந்த ஓங்கார் சிங், பானா சிங்கையும் அபினாஷி சிங்கையும் அழைத்துக்கொண்டு பொற்கோவில் வளாகத்திற்கு விரைந்தார். போகும் வழியில் தோஷா கானாவிற்கு இரண்டு கதவுகள் உள்ளன என்றும், ஒவ்வொரு கதவுக்கும் நான்கு சாவிகள் உள்ளன என்றும் அவை வெவ்வேறு ஆட்களிடம் கொடுத்து வைக்கப்பட்டிருக்கின்றன என்பதையும் அவர் அறிந்தார்.

தோஷா கானாவை அடைந்ததும் வெளிப்புறக் கதவு சண்டையின் போது உடைக்கப்பட்டிருப்பதைக் கண்டார். அதற்கு அடுத்து இருந்த அறையில் ஹைதராபாத் நிஜாம் அளித்த ஆபரணம் ஒன்று வைக்கப்பட்டிருந்தது. அது முற்றிலும் எரிந்து சாம்பலாகியிருந்தது.

ஆனால் இரண்டாவது கதவுக்குப் பெரிய சேதம் ஒன்றும் ஏற்படவில்லை. அதில் துப்பாக்கிக்குண்டுகள் துளைத்திருந்ததால் ஏற்பட்ட சில ஓட்டைகள் மட்டும் இருந்தன. அதன் மூலம் இரண்டாம் கட்டு அறையைப் பார்த்ததில், அங்கிருந்த பொக்கிஷங்கள் பாதுகாப்பாக இருந்ததைக் கண்டு மகிழ்ச்சியடைந்த ஓங்கார் சிங், அந்த அறையைப் பாதுகாப்பதற்காகத் தேவையான ஏற்பாடுகளைச் செய்தார். குறிப்பாக, சீக்கிய ரெஜிமண்டைச் சேர்ந்தவர்களைக் கொண்டே அந்த அறையைப் பாதுகாக்க ஏற்பாடு செய்ததாகச் சொன்ன ஓங்கார், அவர்களால் மட்டுமே அந்த அறையின் முக்கியத்துவத்தை அறிந்துகொண்டிருக்க முடியும் என்று கூறுகிறார்.

அத்தோடு மட்டும் நின்றுவிடாமல், எஸ்ஜிபிசியின் உறுப்பினர்கள், பொற்கோவிலின் பூஜாரிகள் கொண்ட குழு ஒன்றை அமைத்து, அடுத்த இரண்டு நாட்களில் அந்தக் கண்காட்சியகத்தின் அறையை அவர்கள் முன்னிலையில் திறந்து, உள்ளே வைக்கப்பட்டுள்ள அரிய பொருட்கள், பாதுகாப்பாகவும், சேதமில்லாமலும் இருக்கின்றனவா என்பதை உறுதி செய்ததாகவும் அவர் குறிப்பிட்டிருக்கின்றார்.

இதே போன்ற இன்னொரு குற்றச்சாட்டு, ராணுவத்தினர் பொற் கோவில் நூலகத்திற்குத் தீ வைத்தனர் என்பது. ஆனால் உண்மையில் நடந்தது என்ன என்பது பின்னால் தெளிவாக்கப்பட்டது. பொற் கோவிலின் தெற்குப் பிரகாரத்தில் ஜூன் 6ம் தேதி மதியம் ஜவான்கள் சிலர் ஓய்வெடுத்துக்கொண்டிருந்தனர். அப்போது மேலிருந்து அவர்கள் மீது சில நாட்டு வெடிகுண்டுகள் வீசப்பட்டன. சுதாரித்துக் கொண்ட ஜவான்கள் மறைவிடங்களில் பதுங்குவதற்குள் அவர்கள் மீது முதல் தளத்திலிருந்து துப்பாக்கிப் பிரயோகம் செய்யப்பட்டது. முதல் தளத்தில்தான் நூலகம் இருக்கிறது என்பது குறிப்பிடத்தக்கது. ஜவான்களும் பதிலுக்கு அந்தத் திசையில் துப்பாக்கியால் சுடத் தொடங்கினர். அங்கிருந்த தீவிரவாதிகளை நோக்கி சில வெடிகுண்டுகளையும் வீசினர். அந்தச் சண்டையின்போது நூலகம் தீப்பற்றிக்கொண்டது.

தீவிரவாதிகள் குண்டுகளைப் பற்ற வைக்க பயன்படுத்திய நெருப்புக்குச்சிகளினாலோ அல்லது ஜவான்களின் துப்பாக்கிப் பிரயோகத்தினாலோ இந்தத் தீவிபத்து நிகழ்ந்திருக்கலாம். தீப்பற்றியவுடன், அதை அணைக்க உடனே தீயணைப்பு வண்டிகள் வளாகத்திற்குள் கொண்டுவரப்பட்டன. ஆனால், அவற்றை நெருங்கவிடாமல் தீவிரவாதிகள் தொடர்ந்து துப்பாக்கிப் பிரயோகம் செய்தவண்ணம் இருந்தனர். ஒரு வழியாக அவர்கள் அனைவரும் கொல்லப்பட்டு, தீயணைப்புப் பணிகள் தொடங்கும் முன் நூலகம்

எரிந்து சாம்பலாகியிருந்தது. இதன்மூலம் வேண்டுமென்றே நூலகம் எரித்து சாம்பலாக்கப்பட்டது என்ற குற்றச்சாட்டு வலுவிழந்தது.

இதே போல, ஒரு பத்திரிகை நிருபர், பொற்கோவிலில் தங்கியிருந்த யாத்திரீகர்கள் பலர், பின்கை கட்டப்பட்ட நிலையில், ராணுவத்தால் சுட்டுக்கொல்லப்பட்டதாக எழுதியிருந்தார். இதுவும் உண்மையல்ல என்று ராணுவத் தரப்பு கூறியது. தாக்குதல் நடந்த போது பொற் கோவிலில் தங்கியிருந்த ஏராளமானோரில், சாதாரணர் யார், தீவிரவாதிகள் யார் என்பதைக் கண்டறிவதற்காக அவர்கள் தனியாக அமர்த்தப்பட்டிருந்தனர். பாதுகாப்புக்காரணங்களுக்காக அவர்கள் கை கட்டப்பட்டிருந்தது உண்மைதான். ஆனால், இயற்கையின் அழைப்பிற்காக அவர்களின் கை கட்டு அவிழ்த்து விடப்படுவதும், அதன் பின் மீண்டும் கட்டப்படுவதுமாக இருந்த நிலையில், அந்தச் சந்தர்ப்பத்தைப் பயன்படுத்திக்கொண்டு தப்பிக்க முயன்ற சிலரை ராணுவத்தினர் சுட நேரிட்டது. ஆனால், வேண்டுமென்றே சாதாரண மக்கள் பலரைப் படுகொலை செய்ததாகக் கூறப்படுவது முழுப்பொய் என்பது ராணுவத்தினரின் வாதம்.

இது ஒருபுறமிருக்க, ராணுவத்தின் தரப்பிலும் சில அத்துமீறல்கள் நடந்ததாக ஓங்கார் சிங் குறிப்பிட்டிருக்கிறார். ஜூன் 7ம் தேதி சுமார் 90 பேர், அவற்றில் பெரும்பாலானோர் தீவிரவாதிகள், பொற்கோவில் வளாகத்தின் மூலையில் உட்கார வைக்கப்பட்டிருந்தனர். அவர்களில் ஒருவர் அங்கு பாதுகாத்துக்கொண்டிருந்த ஜவான்களின் ஒருவரை முறைத்தார். ஜவான் அவரைக் கீழே பார்த்து உட்காரும்படி கூறியதாகவும், அதற்குப் பதில் அவர் ஜவானின் மேல் துப்பியதாகவும் தெரிகிறது. இதனால் ஆத்திரமடைந்த ஜவான், அவரை நெற்றியில் சுட்டுக்கொன்றார். துப்பாக்கிச் சப்தம் கேட்டு அங்கு விரைந்த பிரிகேடியர் தவான், இன்னொருவரையும் அதே போல் சுட அந்த ஜவான் முயன்றுகொண்டிருப்பதைப் பார்த்தார். துப்பாக்கியைக் கீழே போடாவிட்டால், அவரைச் சுட்டுக்கொல்லப்போவதாக தவான் எச்சரித்ததும், அந்தப் படைவீரர் சரணடைந்தார். இது போன்ற சில செயல்களும் நடைபெற்றதால், அது போன்ற பல வதந்திகள் உருவாகி ராணுவத்தின் புகழைக் குலைத்தன என்கிறார் ஓங்கார் சிங்.

இந்த வதந்திகளால் ராணுவத்தின் மீது சீக்கிய மக்களின் கோபம் அதிகரித்தது. அதன்பின் பொற்கோவிலைக் காணவந்த பொது மக்களில் பெரும்பாலானோர், ராணுவத்தைத் தங்கள் புனிதத் தலத்தைத் தகர்க்கவந்த வில்லனாகவே கருதினர். இதற்கு பொற்கோவிலின் பூஜாரிகளும் தூபம் போட்டனர். உதாரணமாக. ஹர்மந்திர் சாகிப்பில் துப்பாக்கிக்குண்டுகள் பதிந்த இடங்களைக்

காட்டி, 'பாருங்கள் ராணுவம் உங்கள் புனித இடத்தை என்ன செய்திருக்கிறதென்று' என்றெல்லாம் கூறத் தொடங்கினர். இதனால் மக்களின் கோபம் அதிகமானது. ஒரு நாள் ஆத்திரமடைந்த அவர்களில் ஒருவர் ஜவான் ஒருவரைக் கன்னத்தில் அடித்தே விட்டார். ஆனால் அந்த ஜவான் பொறுமையுடன் இதை எதிர்கொண்டதால், ஒரு கலகம் தவிர்க்கப்பட்டது.

இதைத் தவிர பெரும் எண்ணிக்கையில் மாநிலத்தின் பல பகுதிகளிலிருந்து பொதுமக்கள் கிளம்பி, பொற்கோவிலை நோக்கி வர தலைப்பட்டனர். ராணுவத்தால், பல இடங்களில் இவர்கள் தடுக்கப்பட்டு திருப்பியனுப்பப்பட்டனர். சில இடங்களில் வன்முறைச் சம்பவங்களும் நிகழ்ந்தன. இவற்றை ராணுவம் அடக்கி நிலைமையைக் கட்டுக்குள் கொண்டுவந்தது.

புனரமைப்பு

பொற்கோவில் தாக்குதலில் உயிரிழந்தோரின் உடல்களை வளாகத்திலிருந்து அப்புறப்படுத்தி, சரோவரையும் சுத்தப்படுத்தி, நிலைமையை ஓரளவுக்குச் சீர்திருத்தியவுடன், அடுத்த கட்ட நடவடிக்கைக்கான ஆலோசனைகள் நடைபெற்றன. ஏற்கெனவே பார்த்தது போல், ஹர்மந்திர் சாகிப் அதிக சேதமடையவில்லை. ஆனால், அகால் தக்த் டாங்க் தாக்குதலால் பெருத்த சேதம் அடைந்திருந்தது. மற்ற கட்டடங்களைச் சீர்படுத்தும் பணி உடனே தொடங்கப்பட்டது என்றாலும், புனிதமான இடமான அகால் தக்த்தை, புனர் நிர்மாணம் செய்வதற்கு முன் சில சடங்குகள் செய்யவேண்டிய அவசியம் இருந்தது. சீக்கிய மரபுப் படி 'கர சேவை' மூலமே இந்தப் புனர் நிர்மாணம் செய்யப்படவேண்டும். எனவே இந்தப் பணியையும் வளாகத்திலுள்ள மற்ற இடங்களைச் செம்மைப்படுத்தும் பணியும் காங்கிரஸ் தலைவர்களில் ஒருவரான பூட்டா சிங்கிடம் ஒப்படைக்கப் பட்டது.

இதற்கிடையில் அகாலி தளம் மற்றும் எஸ்ஜிபிசியின் முக்கியத் தலைவர்கள் பலர் சிறையில் அடைக்கப்பட்டதால், அவற்றின் இரண்டாம், மூன்றாம் கட்டத்தலைவர்கள் கூடி பொதுக்குழுக்களைக் கூட்டினர். ஜூலை 10ம் தேதி நடைபெற்ற எஸ்ஜிபிசி, ராணுவ நடவடிக்கையைக் கடுமையாகக் கண்டித்தது. அங்கு இறந்தவர்கள் சிலரின் 'பெயர் குறிப்பிடப்படாமல்' அவர்கள் புகழ் பாடப்பட்டது. தவிர, அகால் தக்த்தின் புனர்நிர்மாணத்தையும் கர சேவையையும் நடத்தும் அதிகாரம் எஸ்ஜிபிசிக்கு மட்டுமே உண்டு என்பதும் வலியுறுத்தப்பட்டது.

பாபா கராக் சிங் என்பவருடைய தலைமையில் கர சேவை நடத்தப்படவேண்டும் என்றும், அதற்கு முன் வளாகத்தை விட்டு ராணுவம் வெளியேற வேண்டும் என்றும் அந்தத் தீர்மானம் வலியுறுத்தியது. இந்தத் தாக்குதலுக்கு உதவியாக இருந்ததாகக் கூறி அப்போதைய ஜனாதிபதி ஜெயில் சிங், அமைச்சராக இருந்த பூட்டா சிங் மற்றும் பலர் மீது குற்றம் சாட்டப்பட்டு, அவர்களைச் சமூகத்திலிருந்து நீக்கவும் பரிந்துரைகள் செய்யப்பட்டன.

தாக்குதலால் வேதனையடைந்திருந்த சீக்கியர்களை அமைதிப்படுத்த விரைவாகக் கட்டுமானப்பணிகளைத் தொடங்க அரசும் விரும்பியது. பொற்கோவில் வளாகத்தை ஜூன் 23ம் தேதி பார்வையிட்ட பிரதமர் இந்திரா காந்தி, ராணுவத்தினர் மற்றும் அரசு அதிகாரிகள் கூடிய கூட்டத்தில் அரசின் முன் உள்ள பெரும் பணியாக இதையே குறிப்பிட்டார். இதற்கான பணிகளை விரைந்து செயல்படுத்துமாறு தனது அமைச்சரவை சகாவானா பூட்டாசிங்கிற்கு அவர் உத்தரவிட்டார்.

எஸ்ஜிபிசி நிறைவேற்றியிருந்த தீர்மானத்தின்படி, பாபா கராக் சிங்கிடம் கர சேவையை ஏற்று நடத்துவதற்கான கோரிக்கையை முன்வைக்க அரசாங்கம் தீர்மானித்தது. மிகுந்த அனுபவசாலியும், பல குருத்வாராக்களில் இதுபோன்ற கர சேவைகளை நடத்தியவருமான கராக் சிங்கை இதன் தொடர்பாக பூட்டா சிங் சந்தித்தபோது, அரசின் நடவடிக்கையைக் கடுமையாகக் கண்டித்த கராக் சிங், 'கர சேவையை எப்போது நடத்துவது என்று சீக்கியர்கள் முடிவு செய்வார்கள், கராக் சிங் அரசு உத்தரவுகளை ஏற்று நடப்பவனல்ல' என்று பூட்டா சிங்கின் மேல் எரிந்து விழுந்தார்.

தன் முயற்சியில் தோல்வியடைந்து டெல்லி திரும்பிய பூட்டா சிங், பாபா ஹர்பன்ஸ் சிங் என்பவரை அணுகி, கர சேவையைத் துவங்குமாறு கூறினார். அவரும் இந்தக் கோரிக்கையை ஏற்கவில்லை. கர சேவையைச் செய்யக்கூடிய மற்ற சில பாபாக்களும், இந்தப் பணியை நிறைவேற்ற முன்வரவில்லை. இதன்மூலம், அகால் தக்த்தை புனரமைப்புச் செய்யாமல், அப்படியே ஒரு அழிவுச் சின்னமாக சீக்கியர்கள் விட்டுவிடும் அபாயம் இருப்பதை பிரதமர் உணர்ந்தார். இது பழைய நினைவுகளை மீண்டும் மீண்டும் எழுப்பி, சீக்கியர்களை ஆறாச் சினம் கொள்ள வைக்கும் உத்தியாக மாறலாம் என்று உணர்ந்தார் அவர்.

எனவே, இந்தப் புனரமைப்புப் பணிகளுக்காக எல்லாவித உதவியையும் செய்யத் தயாராக இருப்பதாக அரசு அறிவித்தது. அத்தோடு, சிறையிலிருக்கும் சீக்கியத் தலைவர்களோடு

பேச்சுவார்த்தை நடத்தி அவர்களிடமிருந்து கர சேவைக்கான ஒப்புதலைப் பெறும் பொறுப்பையும் ராணுவத்தின் மீது சுமத்தியது. அதன்படியே, ராணுவத் தலைவர்களும், சிறையிலிருந்த சீக்கியத் தலைவர்களுடனும், வெளியிலிருந்த மற்ற முக்கிய சீக்கியப் பிரமுகர்களிடமும் பேச்சுவார்த்தைகள் நடத்தினர். சீக்கியத் தலைவர்கள் விடுத்த கோரிக்கைகளில் முக்கியமானவை இரண்டு. ஒன்று, பொற்கோவிலுக்குள் பொதுமக்களை முன்புபோல் தரிசனத்திற்கு அனுமதிக்கவேண்டும். இரண்டு, ராணுவம் முற்றிலுமாக வளாகத்திலிருந்து விலக்கிக்கொள்ளப்படவேண்டும்.

இதில் முதல் கோரிக்கையை ஏற்ற ராணுவம், இரண்டாவது கோரிக்கையை ஏற்க மறுத்தது. ராணுவம் முற்றிலும் விலக்கப்படுமானால், கோவில் வளாகம் மீண்டும் தீவிரவாதிகளிடம் செல்லும் அபாயம் இருப்பதாக அது கருதியது. தொடர்ந்து நடந்த பல சுற்றுப் பேச்சுவார்த்தைகளின் முடிவில் சுமார் 30 பேர் கொண்ட சீக்கியர்களின் படையை, சாதாரண உடையில் கோவில் வளாகத்தின் உள் நிறுத்தி வைக்க இருதரப்பும் சம்மதித்தன. உடன்பாடு ஒன்று எட்டப்படும் வேளையில், காங்கிரஸ் அரசு தனது நிலையை மாற்றிக்கொண்டது. கர சேவை பாபா சந்தா சிங் என்பவரால் நடைபெறும் என்றும் அரசே அதை முன்னின்று நடத்தும் என்றும் அறிவிக்கப்பட்டது. இதைக் கேட்ட சீக்கியத் தலைவர்கள் அதிர்ச்சியும் ஆத்திரமும் அடைந்தனர்.

ஜூலை 10ம் தேதி, பாபா சந்தா சிங்கின் தலைமையில் சுமார் 200 பேர் கர சேவையைத் தொடங்கினர். இதற்காக சீக்கியர்களால் அவர்கள் கடுமையாக நிந்திக்கப்பட்டனர். சீக்கியத் தலைமை அமைப்பு, எந்த அதிகாரத்தைக் கொண்டு அவர்கள் அகால் தக்த்தின் புனர் நிர்மாணத்தைத் தொடங்குகின்றனர் என்று காரணம் கேட்டு நோட்டீஸ் ஒன்றை அவர்களுக்கு அனுப்பியது. இதனைக் கண்டு கொள்ளாமல் தனது பணியைத் தொடர்ந்த சந்தா சிங்கை, சமூகத்திலிருந்து விலக்கி வைப்பதாக சீக்கியர்கள் அறிவித்தனர். இந்தக் கர சேவைக்கு 'சர்க்கார் சேவா' என்ற பெயரையும் வைத்தனர். பொதுமக்களின் விருப்பத்திற்கு மாறாக இந்தக் கரசேவை நடை பெறுவதால், அதற்கான பாதுகாப்பும் பலப்படுத்தப்பட்டது. ஜூலை 17ம் தேதி அகால் தக்த் கட்டடத்தைச் சீர் செய்யும் பணி ஆரம்பித்தது. அதில் ஏராளமான இந்திய, வெளிநாட்டுப் பொறியாளர்கள் ஈடுபடுத்தப்பட்டனர்.

இதற்கிடையில், செப்டம்பர் 1, 2ம் தேதிகளில் உலக சீக்கியர் மாநாடு ஒன்றிற்கு பல சீக்கிய சங்கங்கள் அழைப்பு விடுத்திருந்தன. வழக்கமாக அகால் தக்தில் நடைபெறும் இம்மாநாடு, அந்த இடம் ராணுவத்தின்

கட்டுப்பாட்டில் இருந்ததால், ஷாகித் கஞ்ச் குருத்வாராவில் நடைபெற்றது. இந்தியாவிலிருந்தும் வெளிநாடுகளிலிருந்தும் பல்லாயிரக்கணக்கான சீக்கியர்கள் அதில் கலந்துகொண்டனர். மாநாட்டின் இறுதியில், பொற்கோவில் வளாகத்தை விட்டு ராணுவம் உடனே வெளியேற வேண்டும் என்றும், அக்டோபர் 1ம் தேதிக்குள் அவர்கள் வெளியேறாவிட்டால், லட்சக்கணக்கான சீக்கியர்கள் பொற்கோவிலை நோக்கி வந்து ராணுவத்தின் பிடியிலிருந்து அதனை விடுவிப்பார்கள் என்றும் அரசுக்கு எச்சரிக்கை விடப்பட்டது.

சீக்கியர்களுடன் மற்றுமொரு பூசலில் ஈடுபட விரும்பாத அரசு, அகால் தக்த் புனர் நிர்மாணப் பணிகளை விரைவுபடுத்தியது. செப்டம்பர் 24ம் தேதி இந்தப் பணி நிறைவுபெற்றது. இதை அடுத்து அம்மாத இறுதியில் பொற்கோவிலை விட்டு ராணுவம் வெளியேறும் என்று பிரதமர் அறிவித்தார். அதன்படி, செப்டெம்பர் 28ம் தேதி, படிப்படியாக வளாகத்திலுள்ள கட்டடங்கள் எஸ்ஜிபிசியிடம் ஒப்படைக்கப்பட்டன.

பொற்கோவிலைத் திரும்பப் பெற்றவுடன், சீக்கியத் தலைமை செய்த முதல் வேலை, சரோவரைச் சுத்தம் செய்தது. அங்கிருந்த நீர் பம்புகள் மூலம் வெளியேற்றப்பட்டு, அதன் உள்ளிருந்த கழிவுகள் அகற்றப்பட்டன. இதற்கு ஏராளமான பொதுமக்கள் உதவி புரிந்தனர். பின் சடங்குகள் செய்யப்பட்டு புனித நீர் மீண்டும் நிரப்பப்பட்டது. அடுத்ததாக அதன் கவனம் அகால் தக்த் மீது திரும்பியது.

அப்போது மீண்டும் தலையெடுக்க ஆரம்பித்திருந்த அனைத்திந்திய சீக்கிய மாணவர் பேரவை போன்ற தீவிரவாத அமைப்புகள், அரசால் எழுப்பப்பட்ட அகால் தக்த்தின் புனிதம் கெட்டுவிட்டது என்றும், அதை இடித்துவிட்டு மீண்டும் ஒருமுறை அகால் தக்த்தை நிர்மாணம் செய்யவேண்டும் என்றும் கோரிக்கைகள் எழுப்பினர். இதைப் பற்றி விவாதிக்க மிதவாதி சீக்கிய சங்கத்தினர் பல கூட்டங்களை நடத்தினார். ஆனால் முடிவு ஏதும் எட்டப்படாமல், ஒன்றரை வருடங்கள் ஓடின.

மாணவர் பேரவையின் வற்புறுத்தலாலோ அல்லது மிரட்டலாலோ, அகால் தக்த் இடிக்கப்பட்டு புனர் நிர்மாணம் செய்யப்படும் என்று குருசரண் சிங் தோரா அறிவித்தார். இந்தப் பணி 1986ம் ஆண்டு 27ம் தேதி துவங்கும் என்றும் அவர் கூறினார். இதற்காக அகாலி தளத்தின் அனுமதியையோ, எஸ்ஜிபிசியின் பொதுக்குழுவின் அனுமதியையோ அவர் கோரவில்லை என்பது குறிப்பிடத்தக்கது. அவர் அறிவித்த தேதிக்கு ஒரு நாள் முன்பாகவே சீக்கிய மாணவர் பேரவை அகால் தக்த்தை இடிக்கும் வேலையைத் தொடங்கியது. அதன் பின் அகால் தக்த் மீண்டும் எழுப்பப்பட்டது. இதற்கான நன்கொடைகள் உலகம்

முழுவதிலும் இருந்து சீக்கியர்களால் திரட்டப்பட்டன. 1995ம் ஆண்டு இந்தப் பணி நிறைவடைந்தது. அகால் தக்த்தின் நிர்மாணப் பணி நிறைவடைந்தது.

இந்தப் பணி நடைபெற்றுக்கொண்டிருக்கும்போதே, சீக்கிய மாணவர் அணி அதிகாரத்தை முற்றிலும் கைப்பற்றிவிட்டது. பொற்கோவிலின் தலைமைப் பூஜாரியையும், அகால் தக்த்தின் ஜதேதாரையும் நீக்கிய அவர்கள், தங்களது ஆட்களை அந்தப் பதவிகளில் அமர்த்தினர். அகாலி தளத்தையும் எஸ்ஜிபிசியையும் செயலற்றதாக அவர்கள் அறிவித்தனர். பஞ்சாப் மாநிலம் முழுவதும் தீவிரவாத செயல்கள் நிகழ ஆரம்பித்தன.

பிரதமர் இந்திரா காந்தி தமது பாதுகாவலர்களாக இருந்த இரு சீக்கியர்களால் கொல்லப்பட்டார். அதைத் தொடர்ந்து டெல்லியிலும் சுற்றுப்புறத்திலும் நிகழ்ந்த கலவரங்களில் பெரும் எண்ணிக்கையில் சீக்கியர்கள் கொல்லப்பட்டனர். 'ஒரு பெரு மரம் விழும்போது, பூமி அதிர்வது சகஜம் தான்' என்று ராஜீவ் காந்தி கூறியதாக வெளியான செய்திகள் சீக்கியர்களின் ஆத்திரத்தை அதிகப்படுத்தியது. அவர்களில் பலர் தீவிரவாத செயல்களுக்குத் துணை போக ஆரம்பித்தனர்.

தீவிரவாதம் அதிகரித்துக்கொண்டே போவதை உணர்ந்த பிரதமர் ராஜீவ் காந்தி, எப்படியாவது சீக்கியர்களை அமைதிப்படுத்த விரும்பினார். பஞ்சாப் ஆளுநராகத் தனது நம்பிக்கைக்குரியவரும் அனுபவசாலியுமான அர்ஜுன் சிங்கை நியமித்தார். சிறையிலிருந்து அகாலி தலைவர்களை விடுதலை செய்தார். அர்ஜுன் சிங்கின் உதவியுடன் அவர்களுடன் பேச்சுவார்த்தை நடத்தினார். முடிவில், சீக்கியர்களின் பல கோரிக்கைகளை அரசு ஏற்றுக்கொண்டது. 1985ம் ஆண்டு ஜூலை 24ம் தேதி ராஜீவ்-லோங்கோவால் ஒப்பந்தம் கையெழுத்தானது. ஆனால், சீக்கியர்களின் மற்ற இரு முக்கியத் தலைவர்களான பாதலும், தோராவும் இந்த ஒப்பந்தத்தை ஏற்றுக்கொள்ளவில்லை. தீவிரவாதிகளும் இந்த ஒப்பந்தத்தை எதிர்த்தனர்.

துரோகியென்று தீவிரவாதிகளால் முத்திரை குத்தப்பட்ட லோங்கோவால், 1985ம் ஆண்டு ஆகஸ்ட் மாதம் 20ம் தேதி சுட்டுக் கொல்லப்பட்டார். இதனை அடுத்து அமைதிக்கான வாய்ப்புகளும் மங்கிப்போயின. அடுத்ததாக பதவியேற்ற சுர்ஜித் சிங் பர்னாலா தலைமையிலான அரசும் தீவிரவாத செயல்களைத் தடுக்க முடியாமல் தவித்தது. அதனால், 1987ம் ஆண்டு அந்த அரசு டிஸ்மிஸ் செய்யப் பட்டு குடியரசுத் தலைவர் ஆட்சி அமல் படுத்தப்பட்டது.

சீக்கியத் தீவிரவாதிகள் 1988ம் ஆண்டு, மீண்டும் பொற்கோவிலை ஆக்கிரமித்துக்கொண்டனர். இம்முறை உடனடியாக நடவடிக்கை எடுத்த அரசு, பஞ்சாப் போலீசில் டிஜிபியாக இருந்த கேபிஎஸ் கில்லின் தலைமையில் 'ஆபரேஷன் ப்ளாக் தண்டர்' என்ற நடவடிக்கையை எடுத்தது. இம்முறை அதிக சேதமில்லாமல், பொற்கோவில் தீவிரவாதிகளிடமிருந்து கைப்பற்றப்பட்டது.

இதனை அடுத்து கேபிஎஸ் கில் பஞ்சாப் போலீசின் தலைவராக உயர்த்தப்பட்டார். அவர், தீவிரவாத செயல்களை ஓரளவுக்குக் கட்டுக்குள் கொண்டுவந்த பிறகு, 1992ம் ஆண்டு சட்டசபைக்குத் தேர்தல் நடைபெற்றது. தேர்தலில் காங்கிரஸ் வெற்றிபெற்று பீந்த் சிங் முதலமைச்சராக நியமிக்கப்பட்டார். அவர் கில்லுக்கு தீவிரவாதத்தை அடக்க பூரண சுதந்தரம் அளித்தார். அதன்மூலம் பஞ்சாபில் தீவிரவாதம் முற்றிலுமாக அடக்கப்பட்டு அமைதி திரும்பியது.

●

தமது நானூறு ஆண்டு கால வரலாற்றில் சீக்கியர்கள் பல அழிவுகளையும் துயர சம்பவங்களையும் சந்தித்திருந்தாலும், பொற்கோவில் நடவடிக்கை அவர்கள் மனதில் ஆறாத வடுவாகப் பதிந்துவிட்டது. மிகுந்த கட்டுப்பாட்டுடன் செயல்படும் ராணுவத்தில் பணிபுரியும் சில சீக்கியர்கள்கூட இந்த நடவடிக்கையை எதிர்த்து கிளர்ச்சியில் ஈடுபட்டார்கள் என்பதைப் பார்க்கும் போது, இந்த நடவடிக்கையின் பாதிப்பு எந்த அளவுக்கு இருந்தது என்று உணர முடிகிறது.

அவசர அவசரமாக நடத்தப்பட்ட இந்தத் தாக்குதல் தேவைதானா? இதைத் தவிர்த்திருக்கமுடியுமா? வேறு வழிமுறைகள் இல்லையா? இதற்குப் பின்னால் நடத்தப்பட்ட ப்ளாக் தண்டர் நடவடிக்கை போல அதிக சேதம் இல்லாமல் இந்த நடவடிக்கையை எடுத்திருக்கக் கூடாதா? என்பன போன்ற பல கேள்விகள் எழுகின்றன.

இதன் உடனடி எதிர்வினையாகப் பலர் சுட்டுவது ராணுவத்தைத் தான். ராணுவம் நடந்துகொண்ட விதம் தவறு. இந்தத் திட்டத்தின் தாக்குதல் முறையே சரியில்லை. புனிதமான அந்தத் தலத்தின் மீது டாங்கிகளை உபயோகித்தது பெரும் தவறு என்றெல்லாம் ராணுவத்தின் மீது குற்றம் சாட்டப்படுகிறது.

ஆனால், இப்படி ஒட்டுமொத்த கவனத்தையும் ராணுவத்தின் மேல் திருப்புவதன் மூலம், உண்மையான காரணகர்த்தாக்களை அடையாளம் காணத் தவறிவிடுகிறோம். பொற்கோவில் தாக்குதல்

என்பது ஏதோ ஒரு பத்தாண்டுகளாக நடைபெற்று வந்த தீவிரவாத செயல்களுக்கான எதிர்வினை மட்டும் அல்ல, இந்தியா சுதந்தரம் அடைந்ததிலிருந்து தொடர்ந்து வந்த பல பிரச்னைகளின் ஒட்டுமொத்த விளைவே இந்தத் தாக்குதல். ஏன் இந்தப் பிரச்சனைகள் ஏற்பட்டன. இவற்றுக்கு சரியான தீர்வு காணாதது யார் பொறுப்பு?

பிரிட்டிஷ் ஆட்சியில் ஓரளவுக்கு நிம்மதியாக வாழ்ந்திருந்த சீக்கியர்கள், இந்தியா விடுதலை அடையும்போது நாடு பிரிவினை செய்யப்படும் என்பதைச் சிறிதும் எதிர்பார்க்கவில்லை என்பதே உண்மை. மேற்கே லாகூரிலிருந்து, கிழக்கே டெல்லி வரையிலான ஒருங்கிணைந்த பஞ்சாப் பிரிக்கப்படுகின்றது என்பது அவர்களுக்குப் பெரும் அதிர்ச்சியாக இருந்தது. வேறு வழியில்லாமல் இதற்கு ஒப்புக்கொண்ட அவர்களுக்குப் பிரிவினையின்போது ஏற்பட்ட கலவரங்கள் பெரும் பாதிப்பை ஏற்படுத்தின. அடுத்தடுத்த இந்த இரண்டு சம்பவங்களால், மனதளவில் பெரும் அச்சத்துடனும், சந்தேகத்துடனும்தான் அவர்கள் இந்தியாவில் இணைந்து வாழத் துவங்கினார்கள்.

சீக்கிய சமூகத்தின் சந்தேகங்களைக் களைந்து, அவர்கள் மைனாரிட்டி அந்தஸ்தில் இருந்தாலும்கூட பாரத சமுதாயத்தின் ஒரு அங்கம்தான், அவர்களுக்கு சம உரிமை உண்டு என்பதை வலியுறுத்த பல நடவடிக்கைகளை அப்போதைய அரசும் தலைவர்களும் செய்திருக்க வேண்டும். ஆனால், அவர்கள் இதைச் செய்யத் தவறிவிட்டனர். நேர்மாறாக, மொழிவாரி மாநிலங்களைப் பிரித்தபோது பஞ்சாபி மொழிக்கான தனி மாநிலத்தை உருவாக்காதது, அதன்பின் பஞ்சாபை மூன்றாகப் பிரித்தது, அவர்களுக்கென உருவாக்கப்பட்ட சண்டிகரைத் தலைநகராக்காதது என்று அடுத்தடுத்து சீக்கியர்களின் கோரிக்கைகளை நிராகரித்ததன் மூலம், அவர்களை தேசிய நீரோட்டத்தில் சேர விடாமல், விலக்கியே வைக்க முற்பட்டனர்.

இது ஒருபுறமிருக்க சீக்கியர்களும், மத்திய அரசுடனும், தலைவர்களுடனும் பேச்சுவார்த்தை நடத்தி தங்களின் உரிமைகளைப் பெற்றுத்தரக்கூடிய ஒரு வலிமையான தலைமையை உருவாக்கத் தவறிவிட்டனர். மாறாக, இயல்பு நிலையைச் சீர்குலைத்து போராட்டங்கள் நடத்திக்கொண்டே இருந்ததன் மூலம், தீர்வு ஏதும் ஏற்படாமல் பிரச்னைகள் மேலும் மேலும் வலுத்துக்கொண்டு போக அவர்களும் ஒரு காரணமாக இருந்தனர்.

உதாரணமாக அனந்தபூர் சாகிப் தீர்மானத்தையே எடுத்துக் கொள்வோம். தீர்மானங்களில் பெரும்பாலானவை யதார்த்தத்துக்கு மாறானவை, எளிதில் நடைமுறைப்படுத்த முடியாதவை என்பது

ஒருபுறம் இருக்கட்டும். அவசர நிலைக்குப் பின் அமைந்த மத்தியக் கூட்டணி அரசில் அங்கம் வகித்த அகாலி தளத் தலைவர்கள், இந்தத் தீர்மானங்களை அடிப்படையாக வைத்து பேச்சுவார்த்தைகள் நடத்தி சீக்கியர்களது கோரிக்கைகளை நிறைவேற்ற ஏன் முயற்சி செய்ய வில்லை? இக்கோரிக்கைகளில் ஒரு பகுதியாவது அப்போது நிறைவேற்றப்பட்டிருந்தால், பின்னாளில் நடைபெற்ற பல போராட்டங்களுக்கு முகாந்தரமே இல்லாத நிலை ஏற்பட்டிருக்கும்.

அடுத்ததாக, 1980களின் ஆரம்பத்தில் சீக்கியர்களின் ஒரு பகுதியினர் போராட்டத்தை வன்முறைப் பாதையில் இட்டுச்சென்ற போது, அதை முளையிலேயே கிள்ளியெறிய அரசு தவறிவிட்டது. அரசியல் காரணங்களுக்காக பிந்தரன்வாலேயின் செயல்களைக் கண்டு கொள்ளாமல் இருந்தது பின்னாளில் பெருந்தவறாக முடிந்தது. இதற்கு மத்திய அரசும், மாநிலத்தை ஆண்டு கொண்டிருந்த அகாலிகளும் முழுப்பொறுப்பு ஏற்கவேண்டும்.

தமக்கு எதிரான மதத்தலைவர்களையும், பத்திரிகை ஆசிரியர்களையும் பிந்தரன்வாலேயின் இயக்கத்தினர் படுகொலை செய்தபோது அவர்களைக் கைது செய்து சட்டப்படி நடவடிக்கை எடுக்காதது தீவிரவாதத்திற்கு உரமூட்டி வளர்த்த செயல். குறிப்பாக, பொற் கோவில் வளாகத்தை தீவிரவாதிகள் பயன்படுத்தத் தொடங்கியபோது எஸ்ஜிபிசியும் சரி, மற்ற சீக்கியத் தலைவர்களும் சரி, ஏன் அதைத் தடுக்கவில்லை? ராணுவ நடவடிக்கையால் கோவிலின் புனிதம் கெட்டுவிட்டது என்று குற்றம் சாட்டும் அவர்கள், பெருமளவு ஆயுதங்கள் கோவிலின் புனித இடங்களாக அகால் தக்த் போன்ற இடங்களுக்குக் கொண்டு செல்லப்பட்டபோது ஏன் அதை வேடிக்கை பார்த்துக்கொண்டு இருந்தார்கள்? அவையெல்லாம், சீக்கிய மதக் கோட்பாட்டிற்கு எதிரானவை அல்லவா?

ஏன் பொற்கோவில் வளாகத்திலேயே டிஐஜி அட்வால் போன்ற பலர் கொல்லப்பட்ட போது, பொற்கோவிலின் புனிதம் கெட்டுவிட்டது என்று கூறி ஏன் பிந்தரன்வாலேயும் அவர் இயக்கத்தினரும் வளாகத்தை விட்டுத் துரத்தப்படவில்லை? பிந்தரன்வாலேயின் இந்த நடவடிக்கைகளைக் கோவிலின் புனிதத்தைக் காக்கவேண்டிய பூஜாரிகளும் வேடிக்கை பார்த்துக்கொண்டிருந்ததுதான் பெரும் புதிர்.

ஒட்டுமொத்தமாகப் பார்க்கும்போது பொற்கோவில் நடவடிக்கைக் கான அடிப்படைக் காரணங்களுக்கு அரசும் அகாலிகளும், கோவில் நிர்வாகத்தைக் கவனிக்கவேண்டிய எஸ்ஜிபிசி மற்றும் பூஜாரிகள் ஆகியோரும் முழுப்பொறுப்பு ஏற்கவேண்டியவர்களாகிறார்கள். வளாகத்தை முழுமையாக ஆக்கிரமித்துக்கொண்டு நவீன

ஆயுதங்களுடன் அரசை எதிர்த்துப் போர் தொடுக்க முயன்ற தீவிரவாதி களிடமிருந்து கோவிலை மீட்க ராணுவத்தை அழைப்பதைத் தவிர வேறு வழியில்லை என்ற நிலையில் இந்த நடவடிக்கை தவிர்க்க இயலாததாகிறது.

ராணுவத்தின் நடவடிக்கைகளைக் குறை கூறுவோர் இங்கு சிந்திக்கவேண்டியது, மற்ற போர்களைப் போல் இல்லாமல், இங்கு பின் கை கட்டிய நிலையில் ராணுவம் தீவிரவாதிகளுடன் சண்டையிட வேண்டியிருந்த நிலையைத் தான். புனிதமான இடம் என்பதால், பல இடங்களில் பதில் தாக்குதல் நடத்த அவர்கள் அனுமதிக்கப்பட வில்லை. தாக்குதலில் ஈடுபட்ட படைவீரர்களில் மூன்றில் ஒரு பங்கை ராணுவம் இழந்தது என்று குறிப்புகள் தெரிவிக்கின்றன. இது சாதாரணமாக,எந்த ஒரு போரிலும் ஏற்படும் இழப்பு சதவிகிதத்தை விட மிக அதிகமாகும்.

இதன்மூலம் வரலாறு நமக்கு அளிக்கும் பாடம், பிரச்னைகள் தோன்றும்போதே மூலகாரணங்களை ஆராய்ந்து அதை அமைதி வழியில் தீர்க்க முயற்சிப்பது பின்னால் வரக்கூடிய பேரழிவுகளைத் தடுக்க உதவும் என்பதுதான். தவிர, ராஜீவ் லோங்கோவால் ஒப்பந்தமும், அதன்பின் அரசியல் மற்றும் ஜனநாயக ரீதியாக மேற்கொள்ளப்பட்ட நடவடிக்கைகளுமே பஞ்சாபில் அமைதியை ஏற்படுத்த வழிவகுத்தன. இதுபோன்ற, அரசியல் தீர்வுகளே பிரச்னைகளைத் தீர்க்க சரியான வழிமுறையாகும். வன்முறை அழிவையும் அச்சத்தையும் கொண்டுவருமே தவிர, பிரச்சனைக்கான தீர்வை அல்ல.

சீக்கியர்களின் சமயம், சமூகம், கலாசாரம்

சமயம்

சீக்கிய மதத்தின் மையக் கருத்துகள் சிலவற்றை இரண்டாம் அத்தியாயத்தில் நாம் ஏற்கெனவே பார்த்திருக்கிறோம். ஒன்றே கடவுள் என்பதும் அவர் உருவமில்லாதவர் என்பதும் சீக்கியர்களின் சித்தாந்தம். அதே நேரத்தில் இந்த உலகைப் படைத்து, அதன் இயக்கத்தில் தன்னையும் அவர் ஈடுபடுத்திக்கொண்டுள்ளார். இந்த ஈடுபடுத்திக்கொள்வது என்பது அவதாரங்களின் மூலமாக அல்ல என்று குரு நானக் கூறியிருக்கிறார். இந்துக்கள் கடவுள் அவதாரமாக வந்து நல்லவற்றைக் காப்பார், அல்லவற்றை அழிப்பார் என்று நம்புவதிலிருந்து சீக்கிய மதம் வேறுபடுகிறது. சீக்கியர்களைப் பொருத்தவரையில் கடவுள் எல்லாக் குணங்களையும் தன்னிடத்தே கொண்ட சகுணராகவும் அதே சமயம் குணங்களுக்கு அப்பாற்பட்ட நிர்குணராகவும் இருக்கிறார். அந்த இறைவனின் நியதிப்படியே எல்லாம் இயங்குகின்றன.

மன்முக், அதாவது மனிதர்களோடு இயங்கும் ஒருவன் (லோகாயதமாக வாழ்பவன்) ஹுமாய் எனப்படும் அகங்காரத்திற்கு ஆட்படுகிறான். காமம், குரோதம், மோகம், லோபம் ஆகிய பலவீனங்கள் அவனைச் சூழ்கின்றன. இதனால் மாயையினால் பீடிக்கப்படும் அவன் உலக வாழ்க்கையில் சிக்கித் துன்புறுகிறான். அதற்கு மாறாக குர்முக், அதாவது குரு முகமாக வாழும் ஒருவன்

இறைவனுடைய நாமத்தை ஜெபிப்பதன் மூலம் அமைதியையும் சலனமில்லாத மனநிலையையும் அடைகிறான். இதற்கு, அவன் உலக வாழ்க்கையிலிருந்து விடுபட்டு துறவறம் அடைந்தான் என்பது அர்த்தமல்ல. வாழ்க்கையில் ஈடுபட்டுக்கொண்டு, தன் கடமைகளை நிறைவேற்றி, தேவைப்படுவோருக்கான சேவைகளைச் செய்து, தாமரை இலைத் தண்ணீரைப் போல வாழ உண்மையான சீக்கியன் பழகிக்கொள்ள வேண்டும் என்று நானக் குறிப்பிடுகிறார்.

இந்து மதத்தின் கர்ம விதிப்படை எல்லாம் நடக்கும் என்ற கருத்தை நானக்கும் ஒப்புக்கொள்கிறார். ஆனால், இறைவனின் கருணையினால் அந்த விதியையும் வெல்லலாம் என்பது அவர் கருத்து. அதற்கு தன்னலமில்லாத அன்பை இறைவனின் மேல் செலுத்த வேண்டும். அவன் நாமத்தை உச்சரித்தபடியே இருக்கவேண்டும் என்று அறிவுரை கூறுகிறார். இந்த நிலையை அடைய உண்மையான குரு ஒருவர் தேவை. குருவின் துணையில்லாமல் இறைவனை அடைவது கடினம். சச் கண்ட், அதாவது உண்மையின் நிலை என்பது மனிதன் இறைவனுடன் இணையும் நிலையே. அதுவே மனிதர்களைப் பிறவிச் சுழலிலிருந்து விடுதலை செய்யும் என்கிறார் நானக்.

வழிபாட்டு முறைகள்

சீக்கியர்களின் வழிபாட்டுத் தலம் குருத்வாரா, குருவிடம் செல்லும் வழி என்ற பெயரில் அழைக்கப்படுகிறது. இங்கே குரு என்று அழைக்கப்படுவது குரு கிரந்த ஸாஹிப். குருத்வாராக்களில் வழிபாடு நடத்தப்படுவது இந்தப் புனித நூலுக்குத்தான். குருத்வாராக்களில் மைய மண்டபத்தில், ருமுலா என்ற பட்டுத்துணியினால் போர்த்தப்பட்டு வெல்வெட்டால் ஆன பல்லாக்கில் இது வைக்கப்படுகிறது. இந்தப் புத்தகம் திறந்திருக்கும்போது, சௌர் என்ற கவரியால் இது விசிறி விடப்படுகிறது. மாலை வேளைகளில் வழிபாடுகள் நிறைவடைந்த பிறகு, குரு கிரந்த ஸாஹிப், சச் கண்ட் என்று அழைக்கப்படும் அறையில் ஒரு படுக்கையில் ஓய்வாகா (சுகாஸன்) வைக்கப்படுகிறது.

பெரும்பாலான சீக்கியர்களின் வீட்டில், இதிலிருந்து எடுக்கப்பட்ட, குறிப்பிட்ட சில பாடல்கள் மட்டுமே உள்ள குட்கா எனும் பதிப்பே உள்ளது. தினசரி பாராயணத்திற்கான பாடல்கள் குட்காவில் உள்ளன. தற்போது வானொலி, தொலைக்காட்சி, குறுந்தகடுகள் ஆகியவற்றின் மூலமாகவும் இந்தப் பாடல்கள் கேட்கப்படுகின்றன. இந்தப் புனித நூலை வெளியிட சீக்கியத் தலைமையிடமான பொற்கோவில்

நிர்வாகத்திற்குத் தான் அதிகாரம் உண்டு. ஒவ்வொரு வருடமும் கிட்டத்தட்ட 5000 பிரதிகள் அச்சிடப்பட்டு பல்வேறு குருத் வாராக்களுக்கு அனுப்பிவைக்கப்படுகின்றன.

சமூகம்

சீக்கிய சமூகத்தில் அனைவரும் சமமாகவே கருதப்படவேண்டும் என்பது குருவாக்கு. இங்கே ஏழை பணக்காரன் என்ற ஏற்றத்தாழ்வுகள் பொருட்படுத்தக்கூடாதவை. சீக்கியர்களின் ஒரு குறிப்பு கூறுவது போல் :

ஒரு சீக்கியன் பிராமணனைப் போல ஆன்மிகப் பற்றாளனாகவும், உண்மையைக் காக்கும் சத்திரியனாகவும், வணிக அறிவையும் உழைப்பையும் பொருத்தமட்டில் வைசியனாகவும், மனித குலத்திற்குச் சேவை செய்வதில் சூத்திரனாகவும் இருக்கவேண்டும். எல்லாச் சாதிகளும் ஒரு சீக்கியனுக்குள் இருக்கவேண்டும், அதே சமயம் இந்தச் சாதிகளுக்கு அப்பாற்பட்டவனாக அவன் திகழவேண்டும்.

ஆனால், இருபதாம் நூற்றாண்டின் ஆரம்பத்தில், சீக்கிய சமூகத்திலும் சாதி வேற்றுமைகள் எழுந்தன. நாளடைவில், சீக்கியர்கள் சிங் அல்லது கௌர் என்ற பின்னொட்டுக்களோடு தங்கள் சாதியின் பெயர்களைச் சேர்ப்பது வழக்கமாயிற்று. பிரிட்டிஷ் அரசு எடுத்த மக்கள் தொகைக் கணக்கெடுப்புகளில், தங்கள் மதமான சீக்கியர்கள் என்பதோடு, சாதிகளையும் குறிப்பிட ஆரம்பித்தனர்.

இவற்றில் கத்ரிக்கள் அதாவது சீக்கிய சத்திரியர்கள் பெருமளவில் மதிக்கப்படுகிறார்கள். பேடி, சோதி ஆகிய பின்னொட்டுகளைக் கொண்ட சமூகத்தினர் சீக்கிய குருக்களின் வம்சத்தோடு நெருங்கிய தொடர்புடையவர்கள். அதிக அளவில் இருப்பது ஜாட் சீக்கியர்கள் தான் (பஞ்சாபில் கிட்டத்தட்ட 66%).

ஜாட்கள் விவசாயத் தொழிலை மேற்கொண்டவர்கள் என்று பார்த்தோம். இதனால் பெரும்பாலும் அவர்கள் கிராமப்புறங்களில் வாசித்து வந்தார்கள். கத்ரிகளும் அரோராக்களும் நகர்புறத்தில் வாழ்ந்து வந்தவர்கள். இதனால் சாதி ரீதியான வேறுபாடுகள் மட்டுமின்றி அவர்களிடையே பொருளாதார ரீதியான வேறுபாடுகளும் உருவாகின.

இதை மேலும் சிக்கலாக்கியது பிரிட்டிஷ் அரசு. சில சமூகத்தினரை, அவர்கள் எந்தத் தொழிலைச் செய்துகொண்டிருந்தாலும் அதைப் பற்றிக் கவலைப்படாமல், விவசாயிகள் என்று அரசு அறிவித்தது. விவசாயிகள் அல்லாதவர்கள், அவர்களிடமிருந்து நிலங்களை

வாங்குவதும் தடை செய்யப்பட்டது. இதைப் போலவே வேலை வாய்ப்புகளிலும் இட ஒதுக்கீடு எதுவும் செய்யப்படாததால், ஆட்சிப் பணியிலும், ராணுவத்திலும் ஜாட்கள் அல்லாதவர்களே அதிக இடத்தைப் பிடித்தனர். பின்னால், ஜாட்களுக்கு இட ஒதுக்கீடு அளித்ததன் மூலம் இந்த இடைவெளி சரி செய்யப்பட்டது.

இந்து சமூகத்தில் காணப்படுவது போல், நகரங்களைவிட கிராமங்களில் சாதி வேறுபாடுகள் கடுமையாகக் கடைப்பிடிக்கப் படுகின்றன. திருமணங்களின் போது தங்கள் ஜாதிகளைச் சேர்ந்த மணமகன்/மணமகளையே சீக்கியர்கள் தேர்வு செய்கிறார்கள். சாதி விட்டு வேறு ஜாதியில் செய்யப்படும் கலப்புத் திருமணங்கள் பொதுவாக ஏற்கப்படுவதில்லை. மாற்று மதத்தினரோடு செய்யப் படும் திருமண உறவுகள் சீக்கிய மரியாதைக்குப் பங்கம் என்று கடுமையாகக் கண்டிக்கப்படுகின்றன.

இந்த ஜாதி வேறுபாடுகளை ஒழித்து, சீக்கிய குருக்கள் கண்ட கனவை நினைவாக பல முயற்சிகள் மேற்கொள்ளப்பட்டன. ஜாட்களுக்கும் ஜாட் அல்லாதவருக்கும் நடைபெறும் கலப்புத் திருமணங்கள் ஆதரிக்கப்பட்டன. இதைத் தீவிரமாக ஆதரித்து வந்த அகாலி தளம் போன்ற காட்சிகள், நாளடைவில் வேட்பாளர்களைக் குறிப்பிட்ட ஜாதிகளிலிருந்து தேர்ந்தெடுக்க ஆரம்பித்து அந்தக் கொள்கையும் அவை கைவிட்டன.

சமூக அடையாளங்கள்

சீக்கியர்களின் பத்தாவது குருவான குரு கோவிந்த் சிங் சீக்கியர் களுக்குத் தனிப்பட்ட அடையாளங்களைக் கொடுத்தார் என்று பார்த்தோம். ஐந்து 'க'கரவரிசை அடையாளங்களான நீண்ட தலைமுடி, சீப்பு, இரும்பு வளையல், கச்சம், கிர்பான் என்கிற கத்தி ஆகியவற்றை ஒவ்வொரு சீக்கியரும் வைத்திருக்க வேண்டும் என்பது விதி. ஆனால், அவருடைய வழியைப் பின்பற்றாமல், மற்ற குருக்களின் போதனைகளின் படி நடப்பவர்கள், இந்த அடையாளங் களைக் கண்டுகொள்வதில்லை.

எனவே சீக்கியர்களுக்குள் இரு பிரிவுகள் காணப்படுகின்றன. கோவிந்த் சிங்கின் வழிமுறைகளைப் பின்பற்றும் கால்ஸா மற்றும் குறிப்பிட்ட அடையாளங்கள் இல்லாத சகஜ்தாரி எனப்படும் சீக்கியர்கள். ஆனால் நாளடைவில், இந்துக்களிலிருந்து ஒரு தனிப்பட்ட அடையாளம் வேண்டும் என்று சீக்கியர்கள் நினைத்த போது சகஜ்தாரிகளுக்கும் கால்ஸா சீக்கியர்களுக்கும் வேறுபாடுகள் முளைத்தன. சகஜ்தாரிகளை சீக்கிய வகுப்பிலிருந்து தள்ளி வைக்கப் பட்டவர்களாக கால்ஸா சீக்கியர்கள் எண்ணத் தொடங்கினர்.

ஆனால், பொருளாதார நிலையில் ஏற்றமடைந்து வந்த சீக்கியர்கள் பலர் இந்த அடையாளங்களை இப்போது உதரத் தொடங்கியுள்ளனர். லூதியானா, ஜலந்தர் ஆகிய இடங்களில் தாடிகளை எடுத்து புகைபிடிக்கத் தொடங்கியுள்ள பலரை இப்போது காணமுடிகிறது. ஒரு தலைமுறை இப்படி அடையாளங்களை எடுத்துவிட்டால் அதற்கு அடுத்த தலைமுறைகளும் இந்த அடையாளங்களைப் பின்பற்றுவதில்லை என்பது கண்கூடு. சீக்கியர்களிடையே ஏற்பட்டுள்ள சமூக மாற்றத்தில் இதுவும் ஒரு பகுதியே.

மொழி

சீக்கியர்களைப் பொருத்தவரை, பஞ்சாபில் வாழும் அத்தனை மக்களும், அவர்கள் எந்த மதத்தையும் இனத்தையும் சேர்ந்தவர்களாக இருந்தாலும், பஞ்சாபிகள் என்றே கருதப்படுவார்கள். பஞ்சாபி, காஷ்மீரி, சிந்தி போன்ற மொழிகளுக்கும் வட இந்தியாவில் பேசப்படும் இந்தி சார்ந்த மற்ற மொழிகளுக்கும் உள்ள குறிப்பிடத்தக்க வேறுபாடு, இந்த மொழிகளில் பாரசீக, அராபிய வார்த்தைகள் மிகுதியாக இருப்பதுதான். இந்தப் பகுதிகளில் இஸ்லாமியர்கள் அதிகமாக இருந்ததே இதற்கான காரணமாகும்.

பெரும்பாலானவர்கள் பேசக்கூடிய மொழியாக பஞ்சாபி இருந்தாலும், ஆரம்பத்தில் அது கொச்சையான மொழி என்று கூறி உயர்குடியினர் அதைப் பேசத் தயங்கினர். பாரசீகத்தையே தங்கள் பேச்சு மொழியாகவும் கொண்டனர். சீக்கியப் பேரரசு உயர்ந்துவந்த காலத்திலும், அரசவைகளில் பேசப்படும் மொழியாக பாரசீகமே இருந்தது. பிரிட்டிஷார் பஞ்சாபின் ஆட்சியை ஏற்றுக்கொண்ட பிறகு, உருது பாரசீகத்தின் இடத்தைப் பிடித்துக்கொண்டது. இருபதாம் நூற்றாண்டின் ஆரம்பத்தில், பஞ்சாபி மொழியை முன்னிறுத்த பல்வேறு முயற்சிகள் மேற்கொள்ளப்பட்டன. சீக்கியர்களின் பிரதான மொழியாக பஞ்சாபியே எல்லா இலக்கியங்களிலும் இடம்பெற்றன.

பஞ்சாபி மொழியில் பலவிதமான வட்டார வழக்குகள் உள்ளன. இவற்றிலிருந்து ஒரு பொதுவான வழக்கு மொழியைச் சில எழுத்தாளர்கள் உருவாக்கியிருக்கின்றனர். இந்த மொழியே ஊடகங்களில் பெரும்பாலும் பயன்படுத்தப்படுகிறது. இது ஒரு சீரான மொழியை அறிமுகப்படுத்தினாலும், பேச்சு மொழிக்கும் எழுத்து மொழிக்கும் அதிகமான வேறுபாடுகளை இது ஏற்படுத்தியிருக்கிறது. பஞ்சாபி மொழியின் சிறப்பம்சமே அதன் எளிமையும் தடாலடியான அதன் கொச்சைத் தன்மையும்தான். அது இந்த எழுத்து மொழியில் காணப்படவில்லை.

பொதுவாக, பஞ்சாப் மொழி குர்முகி எழுத்துருவில் எழுதப் பட்டாலும், ஒரு சமயத்தில் அரபி எழுத்துருவில் அதிகமான புத்தகங்கள் பஞ்சாபி மொழியில் எழுதப்பட்டன. தற்போது தேவநகரியிலும் பஞ்சாபி புத்தகங்கள் எழுதப்படுகின்றன.

கட்டடக்கலை

முகலாயர்களின் ஆட்சியின் கீழ் பெரும்பாலும் இருந்ததால், பஞ்சாபிலுள்ள கட்டடங்களில் அதிகமானவை முகலாயர்களின் கட்டடக் கலைப் பாணியில் உருவானவை. முகலாயர்களின் ஆட்சிக்குப் பிறகு, கலப்பு முறையில் கட்டடங்கள் உருவாயின. சீக்கியர்களின் பெரும்பாலான கட்டடங்கள், குருத்வாராக்கள் உட்பட, இந்தக் கலப்பு கட்டடக்கலை முறையையே பின்பற்றின. இதற்கான உதாரணம் அமிர்தசரஸில் உள்ள பொற்கோவில். மையத்தில், கவிழ்க்கப்பட்ட கும்மட்டமும், மற்ற சிறிய கோபுரங்கள் முகலாயர் கட்டடக் கலையைப் பின்பற்றியும் அமைக்கப்பட்டுள்ளன. இந்தக் கோபுரங்கள், மத்தியில் உள்ள ஒரு கோவிலைச் சுற்றி அமைக்கப் படுகின்றன. அதில் மைய மண்டபமும், சுற்றிப் பிரகாரங்களும் அமைக்கப்படுகின்றன. கோவில்களைத் தவிர மற்ற சில கட்டடங்களிலும் இந்த முறை காணப்படுகிறது.

சீக்கியர்களின் புனிதத்தலங்கள்

தர்பார் ஸாஹிப் அல்லது ஹர்மந்திர் ஸாஹிப் என்று அழைக்கப்படும் பொற்கோவில் தான், சீக்கியர்களின் முக்கியமான புனிதத்தலம். ஆன்மிக ரீதியாகவும், வரலாற்று ரீதியாகவும் சீக்கியர்களின் மரபைப் பிரதிபலிக்கும் இடமாக பொற்கோவில் விளங்குகிறது. ஒவ்வொரு பக்கமும் கிட்டத்தட்ட 150 மீட்டர் நீளமுள்ள, அம்ரித் சரோவர் என்று அழைக்கப்படும் குளத்தின் மையத்தில் இது அமைந்துள்ளது. இதற்கு நாற்புறமும் வாயில்கள் உள்ளன. சாதி, மாத பேதமில்லாமல் எல்லாத் தரப்பு மக்களும் இதனை நாடி வரவேண்டும் என்பதற்காகவே நான்கு புறமும் வாயில்கள் அமைக்கப்பட்டுள்ளன. பக்தர்கள் இறங்கி வந்து வழிபட வேண்டும் என்பதைக் குறிக்கும் விதத்தில், தரைமட்டத்தை விட சற்று தாழ்வாக இந்தக் கோவில் அமைக்கப்பட்டுள்ளது. இந்தக் கோவிலுக்குப் பெருமளவு நன்கொடை அளித்துப் பொன் வேய்ந்தது மகாராஜா ரஞ்சித் சிங் என்பதை ஏற்கெனவே பார்த்தோம்.

அம்ரித் சரோவர் என்ற புனிதக் குளத்திற்கு ராவி நதியிலிருந்து தண்ணீர் வருகிறது. முக்கியத் திருவிழாக்களின் போது இங்கு நீராடுவது புனிதமாகக் கருதப்படுகிறது. பைசாகியும் தீபாவளியும் சீக்கியர்களின்

முக்கியமான நாட்களாகும். அவற்றைத் தவிர, சீக்கிய குருக்களின் பிறந்த நாட்களும் பக்தியுடன் கொண்டாடப்படுகின்றன.

பொற்கோவிலைத் தவிர, ஐந்து தக்த்கள் (சிம்மாசனங்கள்) என்று அழைக்கப்படும் குருத்வாராக்கள் சீக்கியர்களுக்கு முக்கிய மானவையாகும்.

- *அகால் தக்த்:* அகால் தக்த் பொற்கோவிலின் அருகில் அமிர்தசரஸில் அமைந்துள்ளது. குரு ஹர்கோவிந்தினால் தோற்று விக்கப்பட்ட இந்த இடத்தில்தான் பகல் முழுவதும் பொற் கோவிலில் வைக்கப்பட்டுள்ள குரு கிரந்த ஸாஹிப் இரவில் பல்லக்கு மூலம் எடுத்துச் செல்லப்பட்டு வைக்கப்படுகிறது.
- *தக்த் ஸ்ரீ டமாடமா ஸாஹிப்:* டமாடமா ஸாஹிப் பட்டிண்டாவுக்கு அருகில் உள்ள தல்வாண்டி கிராமத்தில் அமைந்துள்ளது. இங்குதான் குரு கோவிந்த் சிங் ஒரு வருடத்திற்கும் மேலாகத் தங்கியிருந்து குரு கிரந்த ஸாஹிப்பிற்கு இப்போது இருக்கும் வடிவத்தை அளித்தார்.
- *தக்த் ஸ்ரீ கேஷ்கர் ஸாஹிப்:* கேஷ்கர் ஸாஹிப் அனந்தபூரில் உள்ளது. இங்குதான் கால்ஸா உருவானது. குரு கோவிந்த் சிங்கின் ஆயுதங்கள் இங்கு பார்வைக்கு வைக்கப்பட்டுள்ளன.
- *தக்த் ஸ்ரீ ஹஸுர் ஸாஹிப்:* மகாராஷ்டிர மாநிலத்தில் கோதாவரி நதிக்கரையில் ஹஸுர் ஸாஹிப் உள்ளது. இங்குதான் குரு கோவிந்த் சிங் இவ்வுலக வாழ்வை நீத்தார். இந்தக் கோவிலின் உள்ளேதான் அவருடைய சமாதியின் மேல் கட்டப்பட்ட அங்கிதா ஸாஹிப் என்று அழைக்கப்படும் அறை உள்ளது.
- *தக்த் ஸ்ரீ பாட்னா ஸாஹிப்:* குரு கோவிந்த் சிங் பிறந்த இடமான பாட்னாவில் இந்த குருத்வாரா அமைந்துள்ளது.

இந்த இடங்களைத் தவிர, ஹேம்குண்ட் ஸாஹிப், பங்ளா ஸாஹிப், மணிகரன், பாகிஸ்தானில் உள்ள குரு நானக்கின் பிறப்பிடமான நான்கானா ஸாஹிப் ஆகியவையும் சீக்கியர்களுக்கு முக்கியமான யாத்திரைத் தலங்களாகும்.

பல்வேறு துறைகளில் சீக்கியர்கள்

இந்தியா விடுதலை அடைந்த பிறகு சீக்கிய சமுதாயத்திலிருந்து பலர் குறிப்பிடத்தக்க வகையில் தங்கள் பங்களிப்பைப் பல்வேறு துறைகளில் செய்து வருகிறார்கள். பிரிட்டிஷாரின் காலத்திலிருந்தே தொடர்ந்து முக்கியமான பங்களிப்பை ராணுவத்தில் தந்துவரும் சீக்கியர்கள், இந்தியா ராணுவத்தின் முப்படைகளிலும் பல உயர்

பதவிகளை வகித்து வருகிறார்கள். பல்வேறு போர்களின் தாங்கள் காட்டிய வீரச் செயல்களுக்காக ராணுவத்தின் உயர் விருதுகளையும் பெற்று வருகிறார்கள்.

தவிர, கலை, இலக்கியம், விளையாட்டு, திரைப்படம் என்று சீக்கியர்கள் ஈடுபடாத துறைகளே இல்லை எனலாம். இலக்கியத்திலும் பத்திரிகைத் துறையிலும் குஷ்வந்த் சிங், அம்ரிதா ப்ரீதம், ஹர்ச்சரன் சிங், தவ்லீன் சிங், ஆர்.எஸ். தில்லான் ஆகியோர் பிரபலமானவர்கள். கலைத் துறையில் டலேர் மெகந்தி, குர்தாஸ் மான், சுக்விந்தர் சிங், சுரீந்தர் கௌர் ஆகியோர் இசைத்துறையிலும், தர்மேந்திரா, குல்ஸார், கபீர் பேடி, பிரியா கில், கீதா பாலி ஆகியோர் திரைத்துறையிலும் தங்கள் முத்திரையைப் பதித்துள்ளார்கள்.

இந்தியா விளையாட்டுப் போட்டிகளில் அடைந்த வெற்றிகளில் சீக்கியர்களின் பங்கு அளப்பரியது. மில்கா சிங் ஓட்டப்பந்தயத்திலும், பிஷன் சிங் பேடி, ஹர்பஜன் சிங், மணீந்தர் சிங், நவஜோத் சிங் சித்து, யுவராஜ் சிங் ஆகியோர் கிரிக்கெட்டிலும், ஜீவ் மில்கா சிங், ஜ்யோதி ராந்த்வா ஆகியோர் கால்ஃப் விளையாட்டிலும், அஜீத் பால் சிங், பராகத் சிங், பிரப்ஜோத் சிங், ராமான்தீப் சிங்,ககன் அஜீத் சிங் ஆகியோர் ஹாக்கியிலும் பெரும் சாதனைகளை நிகழ்த்தியுள்ளனர். ஒலிம்பிக் போட்டியில் இந்தியாவின் சார்பில் முதல் தங்கப்பதக்கம் வாங்கிய தனி நபர் என்ற பெருமையைப் பெற்ற அபினவ் பிந்த்ரா இச்சமூகத்தைச் சேர்ந்தவர்தான்.

அரசியலைப் பொறுத்த மட்டில், கியானி ஜெயில் சிங், பூட்டா சிங், ஹர்கிஷன் சிங் சுர்ஜித், பிரகாஷ் சிங் பாதல், ராஜிந்தர் கௌர் பட்டால், சிம்ரஞ்சித் சிங் மான், ஸ்வரன் சிங், சுர்ஜித் சிங் பர்னாலா ஆகியோர் பல முக்கியப் பதவிகளை வகித்திருக்கிறார்கள். வணிகத்துறையில் பணியாற்றத் துவங்கி, அரசு அதிகாரியாகப் பல உயர் பதவிகளை வகித்து நாட்டின் மிக உயர்ந்த பதவியான பிரதமர் என்னும் நிலையை அடைந்த மன்மோகன் சிங் ஒரு சீக்கியரே. இதைப் பல சீக்கியர்கள் பெருமைக்குரிய ஒரு விஷயமாகப் பார்க்கிறார்கள். அது போலவே, அரசின் பல முக்கியப் பதவிகளை வகித்த மான்டெக் சிங் அலுவாலியாவும் சீக்கிய சமுதாயத்தைச் சேர்ந்தவர்தான்.

மேலே குறிப்பிட்டவர்கள் ஒரு சிலர்தான்.இவர்களைத் தவிர பல சீக்கியர்கள் இன்னும் பல துறைகளில் சாதனை படைத்திருக் கிறார்கள், தொடர்ந்து படைத்துவருகிறார்கள்.

---

(3)

துணைப்பட்டியல்

1. Brig. Onkar S Goraya (Retd), *Operation Bluestar and After - An Eyewitness Account*, Brig Onkar S Goraya, 2013
2. Harish Dhillon, *First Raj of the Sikhs - The Life and Times of Banda Singh Bahadur*, Adams Media 2013
3. Harbans Singh, *The Heritage of the Sikhs*, Manohar Publishers and Distributors, 1994
4. J D Cunningham, *History of Sikhs*, Rupa, 2002
5. Kushwant Singh, *A History of Sikhs* (2 volumes), Oxford, 2004
6. Kuldip Nayar & Kushwant Singh, *Tragedy of Punjab : Operation Blue Star and After*, South Asia Books 1984
7. Lt. Gen K S Brar, *Operation Blue Star - The True Story*, UBS Publishers Distributors Pvt Ltd, 2015
8. Mark Tully & Satish Jacob, *Amritsar - Mrs. Gandhi's Last Battle*, Rupa, 2006
9. Patwant Singh, *The Sikhs*, Rupa, 2002
10. Patwant Singh & Jyoti M Rai, *Empire of the Sikhs - The Life and Times of Maharaja Ranjit Singh*, Peter Owen Publishers, 2013
11. Surjit Singh Gandhi, *History of Sikh Gurus Retold 1606-1708*, Atlantic 2008
12. Surinder Singh Bakshi, *Identity of the Sikhs*, Sikh Publication House, 2013